आशुतोष गर्ग यांचा जन्म १९७३मध्ये दिल्लीत झाला. हिमाचल प्रदेश विद्यापीठातून एम.ए. (हिंदी) आणि दिल्लीतून पत्रकारिता आणि अनुवाद या विषयात पदव्युत्तर पदविका प्राप्त केल्यानंतर त्यांनी इंदिरा गांधी मुक्त विद्यापीठातून एम.बी.ए. (मनुष्यबळ विकास) पदवी प्राप्त केली. शालेय जीवनापासूनच त्यांनी कविता आणि कथा लिहिण्यास सुरुवात केलेली होती. आजवर त्यांनी लिहिलेली आणि अनुवादित केलेली १५ पुस्तके प्रकाशित झालेली आहेत.

लेखकाचे इंग्रजी आणि हिंदी दोन्ही भाषांवर उत्तम प्रभुत्व असून, अनुवाद क्षेत्रातील एक नामवंत म्हणून त्यांना ओळखले जाते. आशुतोष गर्ग यांनी केलेले *दशराजन, द्रौपदी की महाभारत, आनंद का सरल मार्ग, श्री हनुमान लीला* इत्यादी हिंदी अनुवाद प्रसिद्ध आणि लोकप्रिय आहेत. ते नियमितपणे वर्तमानपत्रात तसेच नियतकालिकात लेखन करत असतात. सध्या ते रेल्वे मंत्रालयात उप-संचालक पदावर कार्यरत आहेत.

D9900596

कौतुक आणि प्रशंसा

'स्व. मैथिलीशरण गुप्त यांनी आपल्या साहित्यातून कायमच उपेक्षित नायक-नायिकांवर प्रकाश टाकण्याचे काम केलेले आहे. त्याचप्रमाणे, सूर्यपुत्र महारथी कर्ण याला मुख्य प्रवाहात आणण्याचे श्रेय राष्ट्रकवी दिनकर यांना दिले जाते. विस्मृतीत गेलेल्या महान नायक-नायिकांना पुनरुज्जीवन देण्याची जबाबदारी साहित्याच्या खांद्यावर आहे. इतिहासच नव्हे, तर दंतकथांमधील व्यक्तिरेखादेखील कुठे ना कुठे जीवनचक्राचा एक भाग असतात आणि म्हणूनच त्यांची प्रासंगिकता, संदर्भ कधी कालबाह्य होत नाहीत, त्यामुळेच अशा व्यक्तिरेखांचे पुनरुज्जीवन होणे फार महत्त्वाचे ठरते. या श्रेणीमध्ये अश्वत्थामा हा एक अत्यावश्यक आणि महान प्रयत्न आहे. अश्वत्थाम्याचे चरित्र अत्यंत रंजक आणि तेवढेच अज्ञातदेखील असल्याने त्या संदर्भात आशुतोष गर्ग यांनी केलेला हा प्रयत्न निश्चितच स्पृहणीय आहे. या पुस्तकासाठी त्यांना अनेक शुभेच्छा आणि धन्यवाद.'

– डॉ. कुमार विश्वास
कवी आणि राजकारणी

''नरो वा कुंजरोवा...' पिढ्यान्पिढ्या मनुष्य या द्विधावस्थेत अडकलेला आहे. अर्धसत्य हे कायमच मनुष्यासाठी दुःखाचे कारण आणि आत्मपरीक्षणाचा मुद्दा बनलेले आहे. सत्याचा शोध आणि कित्येक अश्वत्थामा आपल्या सुप्तमनाचा हिस्सा आहेत. अश्वत्थाम्याची व्यक्तिरेखा याच द्वंद्वाचे प्रतीक आहे.

जेव्हा आशुतोष यांनी मला हे पुस्तक वाचायला दिले, मला सर्वांत भावलेली बाब म्हणजे त्यांनी एक अशी व्यक्तिरेखा निवडली आहे, जी ना चांगली आहे – ना वाईट. किंबहुना, या व्यक्तिरेखेबाबत भले-बुरे एकमेकांपासून विलग करणेच शक्य नाहीये. चांगले काय आणि वाईट काय हा अत्यंत सापेक्ष मुद्दा असल्याने त्याचे विश्लेषण होणे गरजेचे असते. जर कादंबरीकार प्रत्येक प्रसंगात चांगुलपणा किंवा वाईटपणा शोधू लागला तर तो व्यक्तिरेखेला खरोखर योग्य न्याय देऊ शकेल का?

आशुतोष गर्ग यांचा अश्वत्थामा प्रसंगोचित आहे. आपण किती सहजपणे एखाद्याला चांगला किंवा वाईट बिरूद लावून मोकळे होत असतो, त्यामुळे हे पुस्तक तुम्ही सर्वांनी अवश्य वाचावे असे मला वाटते. शिवाय या पुस्तकात मांडलेल्या सिद्धान्तामुळे महाभारताचे युद्ध केवळ प्रासंगिक होते, असे मानण्याचे कारणच उरत नाही.

आशुतोष यांना खूप शुभेच्छा. ते असेच नवीन आणि अवघड विषयांवर लिखाण सुरू ठेवतील अशी आशा करते.'

– शुतापा सिकदर,
लेखिका आणि चित्रपट निर्माती

अश्वत्थामा

महाभारतातील एक शापित योद्धा

आशुतोष गर्ग

अनुवाद – सायली गोडसे

MANJUL

मंजुल पब्लिशिंग हाउस

First published in India by

Manjul Publishing House

Pune Editorial Office
•Flat No. 1, 1ˢᵗ Floor, Samartha apartment, 1031,
Tilak Road, Pune – 411 002
Corporate and Editorial Office
•2 Floor, Usha Preet Complex, 42 Malviya Nagar,
Bhopal 462 003 – India
Sales and Marketing Office
•C-16, Sector 3, Noida, Uttar Pradesh 201301, India
Website: www.manjulindia.com
Distribution Centres
Ahmedabad, Bengaluru, Bhopal, Kolkata, Chennai,
Hyderabad, Mumbai, New Delhi, Pune

Marathi translation of *Ashwathama:*
Mahabharat ka Ek Shapit Yodha

Copyright © Ashutosh Garg, 2017

Ashutosh Garg asserts the moral right to be identified
as the author of this work.

Originally published in Hindi in 2017
by Manjul Publishing House Pvt Ltd.

Marathi edition first published in 2022
by Manjul Publishing House Pvt. Ltd.

ISBN: 978-93-5543-009-0

Marathi translation: Sayali Godse
Cover design: Ajay Thakuri

ज्यांना प्रत्येकाच्याच
सगळ्या आशा–आकांक्षा माहिती असतात
अशा भगवान श्रीकृष्णाच्या
चरणी अर्पण

ऋणनिर्देश

हे काही माझे पहिले पुस्तक नाही. मी बराच काळ अनुवाद आणि संपादनाशी निगडित काम करत असून, यादरम्यान माझ्या नावाने बरीचशी पुस्तके प्रकाशित झालेली आहेत. तथापि, पौराणिक कादंबरी लेखनाचा माझा हा पहिलाच प्रयत्न आहे.

लेखकाचे आयुष्य हे गर्भवती स्त्रीसमान असते. एखाद्या स्त्रीला अपत्य जन्मानंतर जो आनंद प्राप्त होतो, अगदी तसाच आनंद आणि समाधान लेखकाला आपल्या पुस्तकाच्या प्रकाशनानंतर मिळतो. लेखकाच्या या आनंदयात्रेत अनेक जण त्याचे सह-प्रवासी असतात, जे पावलोपावली त्याच्या लेखनाला सांभाळून घेत असतात आणि आकारही देत असतात. हे लोक लेखकाच्या मनात सुरू असलेली धांदल शांत करतात, आपल्या सूचनांद्वारे लेखकाच्या मनातील पेच दूर करतात एवढेच नव्हे तर अधूनमधून निराश आणि हताश झालेल्या लेखकाच्या मनाला प्रेरणा आणि उभारीदेखील देत असतात. लेखकाला स्वतःच्या अंतर्मनाचा धांडोळा घ्यायला आणि त्यामधून साहित्यरूपी मोती बाहेर काढायला हे लोक मोलाचे सहकार्य करतात. वास्तविक हेच लोक एका लेखकाला खऱ्या अर्थाने लेखक बनायला मदत करत असतात.

मलादेखील या कादंबरीच्या संकल्पनेपासून ते प्रकाशनापर्यंत आणि पुस्तक प्रत्यक्ष तुमच्या हातात पडेपर्यंतच्या प्रवासात अनेक लोकांनी प्रेरणा दिली.

सर्वप्रथम माझ्या डोक्यावर कायम ज्यांचा वरदहस्त राहिला त्या माझ्या आई-वडिलांना प्रणाम. माझे वडील डॉ. लक्ष्मीनारायण गर्ग स्वतः एक प्रसिद्ध लेखक आणि अनुवादक आहेत. त्यांनी हिंदू पौराणिक साहित्याशी माझी ओळख अशा प्रकारे करून दिली की, पौराणिक कथा सदैव माझ्या अभ्यासाचा आणि चिंतनाचा विषय बनून गेल्या. माझी आई श्रीमती आशा

गर्ग माझ्यासमोर कायमच साहस आणि संघर्षाचा दीपस्तंभ म्हणून उभी राहिली आहे. जो संघर्ष करतो तो कधी उदास होत नाही, ही शिकवण तिने मला दिली. हाच गुरूमंत्र मला अथक परिश्रम करण्यासाठी ऊर्जा देतो. माझी पत्नी गुंजन हिचे मी अंतःकरणापासून आभार मानतो. ती सतत माझ्या कामात सहयोग देत असते. माझ्या हस्तलिखितांचे चिकाटीने पुनःपुन्हा श्रवण करते. तिच्याच सूचनांमुळे माझे लेखन प्रभावी होत चालले आहे. माझा सुपुत्र म्हणावा असा मुलगा अत्रि आणि चंद्रासारखी सुंदर कन्या अन्नपूर्णा यांचादेखील मी ऋणी आहे; कारण त्यांचा सभोवती सुरू असलेला उल्हासित आणि सदैव आनंदी, हसरा वावर माझ्या कार्यमग्न आयुष्यात समाधानाचे अनमोल क्षण निर्माण करत असतो.

माझ्या लेखनाची नेहमी प्रशंसा करणाऱ्या सर्व मित्रांचे मी आभार मानू इच्छितो. कारण, त्यांच्या प्रशंसा आणि कौतुकामुळेच मी आज या मुक्कामी पोहोचू शकतो आहे. या पुस्तकाच्या कथावस्तूबाबत मी ज्यांच्याशी सखोल चर्चा केली आणि ज्यांनी आपल्या अतिशय बहुमूल्य सूचनांद्वारे या पुस्तकाला हे नेटके रूप बहाल केले, अशा माझ्या सर्व मित्रांचा मी ऋणी आहे.

माझे प्रकाशक मंजुल पब्लिशिंग हाउस आणि विशेषतः श्री. विकास रखेजा आणि श्री. कपिल सिंह यांचा मी अंतःकरणपूर्वक ऋणी आहे. त्यांनी या कथेचे पौराणिक तसेच सामाजिक महत्त्व समजून घेतले आणि ते पुस्तकरूपाने वाचकांपर्यंत पोहोचविण्याच्या आपल्या जबाबदारीचे उत्तमरीत्या पालन केले.

सरतेशेवटी, श्रीहरि विष्णूचा अवतार असलेल्या भगवान श्रीकृष्णाला मी वारंवार वंदन करतो; जो माझ्या अंतःकरणातील उपजत प्रज्ञेचा आणि अखंड ऊर्जेचा स्रोत आहे.

प्रस्तावना

पौराणिक साहित्यातील *रामायण* आणि *महाभारत* हे दोन ग्रंथ सर्वाधिक लोकप्रिय मानले जातात. एकीकडे *रामायणामध्ये* भावांमधील अतूट प्रेमाची भक्तिरसपूर्ण गाथा सांगण्यात आली आहे, तर दुसरीकडे *महाभारत* ही राजकारण, कूटनीतीवर आधारित भावा-भावांमधील द्वेष आणि रक्तरंजित महायुद्धाची कहाणी आहे.

महाभारत हा हिंदूंचा एकमेव असा ग्रंथ आहे, जो धार्मिक, पौराणिक, ऐतिहासिक आणि दार्शनिक अशा सगळ्याच दृष्टिकोनातून महत्त्वाचा मानला जातो. जगातील सर्वांत मोठे महाकाव्य असलेल्या *महाभारताला* हिंदू धर्मात 'पाचवा वेद' म्हणूनही ओळखले जाते. हिंदूची परमपवित्र भगवद्‌गीता हासुद्धा *महाभारताचच* एक भाग आहे. संपूर्ण *महाभारतात* एक लाखाहून अधिक श्लोक आहेत. महर्षी वेद व्यासांनी रचिलेल्या *महाभारताचे* आणखी एक वैशिष्ट्य म्हणजे त्याची व्यापकता. *महाभारत* किती व्यापक आहे त्याची चुणूक एका श्लोकाद्वारे मिळते. त्या श्लोकाचा भावार्थ पुढीलप्रमाणे :

जे इथे (महाभारतात) आहे ते तुम्हाला जगात
कुठे ना कुठे नक्की सापडेल.

पण जे महाभारतात नाही, ते जगात
दुसरीकडे कुठेच मिळणार नाही!

अठरा या आकड्याला *महाभारतात* विशेष महत्त्व आहे. कौरव आणि पांडव यांच्यातील युद्ध अठरा दिवस सुरू होते. दोन्ही पक्षांच्या एकत्रित सेनेची संख्या अठरा अक्षौहिणी होती, ज्यामध्ये कौरवांचे सैन्य अकरा अक्षौहिणी तर पांडवांचे सैन्य सात अक्षौहिणी इतके होते. संपूर्ण *महाभारत* ग्रंथाचे अठरा पर्व (भाग) आहेत. यापैकी भीष्म पर्वात समाविष्ट असलेल्या

श्रीमद्भगवद्गीतेमध्ये अठरा अध्याय आहेत. एकूणच पाहिले, तर *रामायणाच्या* तुलनेत *महाभारताबद्दल* लोकांच्या मनात अधिक कुतूहल आणि ओढ असल्याचे दिसून येते. *महाभारताचे* विस्मयचकित करणारे कथानक तसेच त्यामधील विलक्षण आणि गूढ व्यक्तिरेखा वाचकाला शेवटपर्यंत गुंगवून ठेवतात.

महाभारताच्या युद्धाला धर्मयुद्धदेखील म्हटले जाते. कारण, यामध्ये कौरव आणि पांडव हे अनुक्रमे धर्म आणि अधर्म यांचे प्रतीक आहेत. *रामायणासारखाच महाभारताचा* शेवटदेखील न्यायाने अन्यायावर मिळविलेला विजय आणि सद्धर्माची पुनर्स्थापना असा झालेला आहे. दुर्योधनाच्या नेतृत्वाखाली युद्धात भाग घेतलेल्या सर्वच कौरवांचा अहंकार आणि हटवादीपणाच्या वेदीवर बळी गेला आणि अंततः पांडवांचा विजय झाला.

धर्म-अधर्माच्या अशा कथांमध्ये व्यक्तिरेखांची सुष्ट आणि दुष्ट अशी दोन भागांत विभागणी होणे फार स्वाभाविक असते. धर्माच्या बाजूने उभे राहणारे चांगले (सुष्ट) आणि धर्माच्या विरुद्ध काम करणारे वाईट (दुष्ट) असा मामला असतो. *महाभारतातसुद्धा* असंच झालं. अधर्मी दुर्योधनाची साथ देणाऱ्या प्रत्येकाला सरसकट दुर्वर्तनी मानलं गेलं. मग ते कर्तव्य आणि निष्ठेचे प्रतीक असलेले गंगापुत्र पितामह भीष्म असोत, युद्ध कौशल्यात निपुण गुरू द्रोणाचार्य असोत की आपल्या अस्तित्वाच्या शोधात भरकटलेला महारथी कर्ण असो. इतिहास साक्षी आहे की, हे सर्व महान योद्धा तसेच अत्यंत नीतिमान लोक स्वतः संपूर्ण सद्वर्तनी असूनही दुर्योधनाच्या बाजूने लढाईस उभे राहिल्याच्या अपराधाबद्दल जगाने त्यांना कधीच माफ केले नाही.

कौरव पक्षातील या व्यक्तिरेखांमध्ये एक जण असाही आहे, ज्याच्या व्यक्तिमत्त्वाची आभा बाकी सगळ्यांच्या प्रभावाखाली झाकोळली गेली. एक अशी व्यक्तिरेखा जो शरीराने आयुष्यभर कपटी दुर्योधनासोबत राहिला; परंतु तरीही त्याच्या अंतःकरणातून नैतिकता कधीही ढळली नाही. दुराचारी लोकांच्या सान्निध्यात राहूनदेखील त्याने आपल्या आत्म्याला कटकारस्थान आणि कपट यांच्या दूषित छायेपासून सदैव दूर ठेवले. एक अनोखी व्यक्तिरेखा ज्याने दुर्योधनाच्या मूर्ख हटवादीपणापासून स्वतःच्या नीतिमान अंतरात्म्याला बचावून ठेवले. महाभारतातील युद्धाच्या दरम्यान या व्यक्तीकडून असे दोन

अपराध झाले, ज्याची शिक्षा म्हणून भगवान श्रीकृष्णाने त्याला शाप दिला की, 'तुझ्या शरीरावरील जखमांचे घाव कधीही भरून येणार नाहीत आणि तू आपल्या सडलेल्या जराजर्जर शरीराला घेऊन अनंतकाळापर्यंत या भूतलावर भटकत राहशील.' असे मानले जाते की, ती व्यक्ती आजही श्रीकृष्णाने दिलेली वेदनेची शिक्षा भोगत भटकते आहे. *महाभारतातील* ही अनोखी व्यक्तिरेखा म्हणजे – अश्वत्थामा! असे म्हणतात की, *महाभारताला* हजारो वर्षे लोटली तरी कृष्णाने दिलेल्या शापामुळे अश्वत्थामा आजही जिवंत आहे आणि आपल्या पापांची फळे भोगतो आहे.

हे खरे आहे की, युद्धाच्या अखेरीस अश्वत्थाम्याने असे काही कुकर्म केले, ज्यामुळे त्याची आयुष्यभराची शुचिता आणि सौम्यता छिन्नविछिन्न झाली. मला हेदेखील मान्य आहे की, त्याने केलेली कुकर्मे ही अक्षम्य अपराधांच्या श्रेणीत गणली जातात. हेदेखील खरे आहे की, दुर्योधनासारख्या कपटी आणि दुष्टबुद्धीच्या व्यक्तीची साथ देणे एक निंदनीय कृत्य होते; परंतु याचबरोबर हेदेखील सत्य आहे की, या सगळ्या गोष्टी अर्ध-सत्य आहेत.

कोणीही पूर्णपणे चांगला अथवा पार वाईट नसतो. प्रत्येक व्यक्तीमध्ये चांगुलपणा आणि दुष्टता दोन्हीचा समावेश असतो. *महाभारतातील* बाकीच्या व्यक्तिरेखांप्रमाणे अश्वत्थाम्याच्या चारित्र्यातसुद्धा काही दुबळेपणा होता, जो की प्रत्येक मनुष्यप्राण्यात असतो. दुर्योधनाप्रती असलेल्या निष्ठेपोटी आणि परिस्थितीने विवश होऊन अश्वत्थाम्याने केलेल्या त्या अघोरी कृत्याबद्दल बोलताना आपल्याला दुसरीकडे हेदेखील मान्य करणे भाग आहे की, तो एक दुर्दम्य योद्धा होता आणि त्याच्याकडे सहृद्यता तसेच नीतिमत्ता हे दोन्ही गुण पुरेपूर होते. त्याच्या व्यक्तिमत्त्वातील चांगले पैलू जाणून न घेताच त्याला दुर्योधनासारखा दुराचारी आणि दुष्ट मानले जाते. आत्यंतिक नैराश्य आणि क्रोधाच्या अतिरेकापोटी त्याच्या हातून भ्रूणहत्येसारखे हीन, धर्मविरोधी पातक घडले; पण म्हणून त्याच्या व्यक्तिमत्त्वातील अन्य चांगले गुण दुर्लक्षित करणे तसेच त्याच्या चारित्र्यविषयक वैशिष्ट्यांची उपेक्षा करणे हा एका महान योद्ध्यावर केलेला घोर अन्याय ठरेल. *महाभारतात* अशा अनेक व्यक्तिरेखा आहेत, ज्यांनी अश्वत्थाम्याप्रमाणेच कपटाने रक्तपात घडवून आणलेला आहे. तथापि, सर्वाधिक कष्टप्रद, वेदनादायी आणि प्रदीर्घ शिक्षा फक्त अश्वत्थाम्यालाच मिळालेली आहे.

प्रत्यक्ष भगवान श्रीकृष्णाने केलेल्या न्यायनिवाड्याला आव्हान देण्याचा माझा अजिबातच हेतू नाही. श्रीकृष्ण हा स्वतः परमेश्वराचा अवतार होता आणि ईश्वरी योजनेमध्ये काही त्रुटी असल्याची कल्पना करणेही चूक आहे. खुद्द अश्वत्थामादेखील हे मानतो म्हणूनच आपल्याला मिळालेला शाप भोगताना तो आत्मपरीक्षण करतो आणि आपल्या वर्तनाचे निष्पक्षपाती विश्लेषणदेखील करू पाहतो. आपल्या जीवनातील भल्या-बुऱ्या घटना आठवतो. तसेच कृष्णाने दिलेल्या एवढ्या प्रदीर्घ शापाची कारणे शोधण्याचा यत्नदेखील करतो. अखेरीस कृष्णाने आपल्याला एवढा कठोर आणि प्रदीर्घ शाप का दिला, याचे समयोचित उत्तर मिळविण्यात अश्वत्थामा यशस्वी होतो. त्याच्या लक्षात येते की, एवढ्या भयंकर बिकट अवस्थेत त्याला जिवंत ठेवून त्याद्वारे कृष्णाने आधुनिक युगातील मनुष्य समाजाला एक गहन संदेश दिलेला आहे.

लहानपणापासून आजपर्यंत मी जेव्हा कधी महाभारताची कथा वाचली, ऐकली तेव्हा प्रत्येक वेळी माझ्या मनात अश्वत्थाम्याबद्दल सहानुभूती, अनुकंपा निर्माण झाली. त्यामुळेच कधीही महाभारतातील एखाद्या व्यक्तिरेखेबद्दल लिखाण करायचे झाले तर तो अश्वत्थामाच असेल, हे मी पूर्वीच ठरवले होते. प्रचलित समजुतीच्या आणि माहितीच्या पलीकडे जाऊन लोकांनी अश्वत्थाम्याला समजून घ्यावे, अशी माझी इच्छा आहे म्हणूनच मी या कादंबरीत महाभारताची कथा अश्वत्थाम्याच्या दृष्टिकोनातून सादर केली आहे. अश्वत्थाम्याच्या सहृदयतेची बाजू लोकांना करून देणे आणि त्याच जोडीला हजारो वर्षांपूर्वी श्रीकृष्णाने दिलेला संदेश आधुनिक युगातील सुजाण वाचकांपर्यंत पोहोचविणे हा माझा हेतू आहे. माझ्या या धडपडीमुळे शापित अश्वत्थाम्याच्या जखमा भलेही भरून न येवोत; परंतु त्याच्या निष्कपट आत्म्यावर एक हळुवार फुंकर तरी नक्कीच घातली जाईल; त्याच्या हजारो वर्षांपासून भळभळत्या जखमेवर थोडीशी मलमपट्टी निश्चितच होईल.

आजकाल अनेक टीव्ही वाहिन्या आणि सोशल मीडिया माध्यमातून अश्वत्थामा कुठे तरी घनदाट जंगलात किंवा प्राचीन मंदिरात दिसून आल्याचे वृत्त सांगितले जाते. एवढेच काय पण अश्वत्थाम्याला शोधून काढण्याचे, त्याची प्रत्यक्ष भेट घेण्याचे प्रयत्नदेखील अनेक जण करत असतात. अश्वत्थाम्याला अमर मानून त्याचा शोध घेण्याचा प्रयत्न करणाऱ्यांसाठीदेखील या पुस्तकात एक संदेश आहे; जो समजून घेऊन त्यानुसार कृती करण्याची आवश्यकता आहे.

आणखी एक! लोकांना बहुतकरून सारे काही स्पष्ट कळायला हवे असते. तथापि, दरवेळी तसे शक्य होतेच असे नाही. तुमच्या आणि माझ्या दृष्टिकोनाच्या पलीकडे आणखी एक दृष्टिकोन असतो, जो तटस्थ राहतो. कोणत्याही एका बाजूला झुकत नाही. कोणत्याही व्यक्तीच्या चरित्राबद्दल आणि चारित्र्याबद्दल पटकन मत बनविणे सोपे असते; परंतु अशा प्रवृत्तीपासून आपण सावध राहायला हवे कारण त्यामुळे त्या व्यक्तीवर घोर अन्याय होण्याची दाट शक्यता असते. अश्वत्थाम्याबद्दल लोकांच्या मनात सर्वसाधारण भावना काय आहे, याची मला कल्पना आहे. जर या कादंबरीमुळे अश्वत्थाम्याबद्दल असलेल्या तुमच्या मनातील पूर्वग्रहांना धक्का बसला किंवा अश्वत्थाम्याबाबत पुन्हा एकदा विचार करणे तुम्हाला भाग पडले, तर मी कादंबरी लिहिण्याची माझी धडपड सार्थकी लागली असे मानेन.

माझी ही पहिलीच विवेचनात्मक कादंबरी असल्याने अज्ञानापोटी मधेमधे काही ठिकाणी तथ्ये किंवा अभिव्यक्तीबाबत काही त्रुटी राहून गेल्या असण्याची शक्यता आहे. अशा व्यक्त-अव्यक्त चुकांसाठी मी सुजाण वाचकांची क्षमा मागतो, तसेच अशी विनंती करतो की, त्यांनी संकोच न करता बेधडक आपले विचार, सूचना माझ्यापर्यंत पाठवाव्यात. जेणेकरून पुढील पुस्तकांमध्ये त्यांचे अवधान राखता येईल.

चला तर मग, आता आपण अश्वत्थाम्याकडे जाऊ या. एका अज्ञात निर्जन जंगलामध्ये बसून तो त्याच्या नजरेतून महाभारताची ऐतिहासिक कथा आणि स्वतःच्या मनातील व्यथा सांगण्यासाठी उत्सुक आहे.

– आशुतोष गर्ग

नवी दिल्ली

ई–मेल : ashutoshgarg343gmail.com

१

असं म्हणतात की, मनुष्याच्या जन्माच्या वेळीच त्याचा मृत्यू कधी होणार हे निश्चित होत असते; पण माझ्याबाबतीत मात्र असं अजिबात झालं नाही. माझ्या जन्माबाबत बोलायचं तर तो पूर्वनियोजित वेळीच झाला; परंतु जन्मानंतर हजारो वर्षे उलटली तरी नियतीने माझ्या मृत्यूची वेळ आणि ठिकाण यांबाबत अद्याप काहीच निर्णय घेतलेला नाही. माझी सध्याची एकूण अवस्था बघता अशी एक शक्यता वाटते की, विधात्याने नियमानुसार माझ्या जन्मवेळेप्रमाणे माझ्या मृत्यूची वेळ ठरवली तर असणार; परंतु माझी परिस्थिती आणि माझी कर्मे (ज्यांना खरे तर कुकर्मे म्हणणे अधिक योग्य ठरेल) यांचे फळ म्हणून नियतीने माझा मृत्यू अनिश्चित काळासाठी स्थगित करून ठेवला आहे. माझ्या काळी काही असे समकालीन विद्वान आणि तत्त्वज्ञ होते की, जे आज हयात असते तर कदाचित माझ्या मृत्यू संदर्भात काही तरी सांगू शकले असते; पण माझे दुर्दैव की शतकांपूर्वीच एक एक करून ते सारे लोक स्वर्ग अथवा नरक दोन्हीपैकी कुठे तरी निघून गेलेले आहेत आणि मी मात्र आजही मृत्यूची वाट बघत पृथ्वीवर एकटा, असाहाय्य आणि विपन्नावस्थेत भटकतो आहे.

माझ्या जराजर्जर शारीरिक अवस्थेचे आणि उद्ध्वस्त मनाचे वर्णन करायची खरंतर इच्छा होत नाहीये; पण तुम्हाला आज ते सांगणं मला भाग आहे; कारण या कथेच्या अखेरीस माझे कृत्य आणि त्याबद्दल मिळालेली शिक्षा याचे निष्पक्ष विश्लेषण तुम्हाला करायचे आहे. त्यानंतरच तुम्हाला समजेल की, आजवर माझ्याबद्दल जे वाचलं, ऐकलं आणि जो काही विचार तुम्ही आजवर माझ्याबद्दल करत आलाय तो खरंच योग्य होता किंवा नाही.

माझं शरीर रक्तबंबाळ झालंय आणि अनेक असाध्य दुर्धर व्याधींनी मी ग्रासला गेलोय. माझ्या शरीरावर असलेल्या जखमांतून सतत पू वाहत असतो, त्यामुळे माझ्या शरीराला भयानक दुर्गंधी येत असते, त्यामुळे सतत आंघोळ करण्यावाचून मला पर्याय राहत नाही आणि आंघोळ केल्यानंतर तर अवस्था आणखीनच बिकट होते. कारण, अंगावर पाणी पडल्यामुळे माझ्या जखमा पुन्हा ओल्या होतात आणि त्यामधून वाहणारा पू अधिक जोमाने बाहेर पडू लागतो. परिणामी शरीराला येणाऱ्या दुर्गंधीत आणखी भरच पडते. आता माझ्या शरीरात रक्त अधिक आहे की पू हे माझं मलाच सांगता येणार नाही. माझ्या शरीराच्या कुठल्याही अवयवाची हीच अवस्था आहे. माझे केस दोरखंडापेक्षा जास्त कडक झाले आहेत. त्यांना विंचरण्याची ना तर माझ्यात हिंमत आहे ना शक्ती. माझी नखं एवढी लांब आणि काळीकुट्ट झालीयेत की, अनेकदा त्यांच्याकडे लक्ष जाऊन मलाच दचकायला होतं. साधारणपणे मनुष्याचे दात काही वर्षांत पडायला सुरुवात होते आणि मग त्याला खाता-पिताना त्रास होतो; पण माझी अवस्था पार भयानक आहे. तुम्हाला ऐकून आश्चर्य वाटेल; पण माझे सगळे दात अद्याप शाबूत आहेत. एवढेच नव्हे तर एव्हाना ते इतके काळे, कठोर आणि वाकडे झालेत की काहीही खाल्लं तरी मला त्याची जाणीवच होत नाही. माझ्या तोंडात फळ आहे की दगड हेदेखील मला समजत नाही. स्वतःची तीक्ष्ण दृष्टी आणि श्रवणशक्ती यांचा मला एकेकाळी खूप गर्व होता. आवाजाचा वेध घेऊन अचूक बाण चालविण्याच्या कलेत एक पांडूपुत्र अर्जुन वगळता दुसरा कोणीच माझ्या तोडीचा नव्हता आणि आज मात्र माझ्या डोळ्यांची अवस्था कुरूवंशातील महाराणी गांधारींच्या डोळ्यांसारखी अर्थहीन झाली आहे. डोळे असूनसुद्धा मला काहीच धड स्पष्ट दिसत नाही. राहिला प्रश्न बोलण्याचा किंवा ऐकण्याचा, तर त्याबाबतीतदेखील माझ्यासारखा दुर्दैवी जीव कोणी नसेल. श्रीकृष्णाने दिलेल्या शापामुळे मी पार एकाकी जीवन कंठतो आहे. कित्येक शतके लोटली तरी या निबिड अरण्यात माझ्याशी बोलायला एकही व्यक्ती सापडलेली नाही.

मला जेव्हा खूप दुःख होतं, तेव्हा सामान्य माणसासारखं ढसाढसा रडावं असं खूप वाटतं. डोळ्यांतून घळघळा अश्रू वाहावेत, जेणेकरून मन जरा हलकं होईल असं वाटतं; पण माझ्या दुर्दैवाची परमावधी झालेली असल्यामुळे माझ्या डोळ्यांतून अश्रूदेखील निर्माण होणे बंद झाले आहे. उलट रडायचा विचार केल्यास अश्रूंऐवजी डोळ्यांतून रक्ताचे थेंब टपकतात. गेल्या जवळपास

पाचशे वर्षांपासून मी उन्हात-उजेडात बाहेर फिरायचं बंद करून टाकलं आहे. सूर्याच्या उष्णतेमुळे माझी त्वचा ठिकठिकाणी उकलून येऊ लागली आहे. निबिड अरण्यातील एक निर्जन काळोखी गुहा हेच आता माझे आश्रयस्थान आहे. अनेक वर्षांपूर्वी जेव्हा मी दिवसाउजेडी बाहेर पडायचो, तेव्हा वन्यपशू, पक्षी आणि श्वापदे मला बघून घाबरून जात. हिंस्र पशूंचीसुद्धा माझ्या जवळ येण्याची हिंमत होत नसे. मला बघून त्यांच्या डोळ्यात दहशतीची अनामिक छाया दाटून येत असे. हळूहळू मला कळून चुकलं की, माझं रूप त्या हिंस्र वन्य श्वापदांपेक्षाही बीभत्स झालेलं आहे, त्यामुळेच आता मी फक्त अमावस्येच्या दाट अंधारातच बाहेर पडतो. जेणेकरून आम्ही एकमेकांच्या दृष्टीस पडण्याची किंवा आमच्या जगात एकमेकांशी कुठल्याही प्रकारचा संबंध निर्माण होण्याची शक्यता उरत नाही. कित्येक निशाचर पशूंना माझ्या अनुपस्थितीचा फायदा होतो आणि त्या परिसरात त्यांचा एकछत्री अंमल चालतो; परंतु महिन्यांतून कधी तरी एखाद्या वेळी जेव्हा माझा बारा हात उंच धिप्पाड पण आता जीर्ण झालेला देह कसाबसा रेटत मी त्या गुहेतून बाहेर पडतो, तेव्हा त्या निशाचर जगतात खळबळ माजते. सगळे पशू भयभीत होऊन आपापल्या जागी दबून बसतात आणि श्वास रोखून माझा तेथील संचार संपण्याची वाट बघतात. इतक्या वर्षांच्या एकाकी आणि जंगली जीवनामुळे माझे एका अनोख्या पशूमध्ये रूपांतर झाले आहे. इतक्या प्रचंड मोठ्या कालखंडातील जीवनक्रमामुळे माझ्यासाठी फळे-पाने आणि मांस यांच्यातील भेदच नष्ट झाला आहे. भोजनातील चवीचे महत्त्व मी विसरून गेलो आहे. फळांचा रस आणि प्राण्यांचे रक्त यातील फरक मला कळेनासा झाला आहे. एखादे पिकलेले रसदार फळ खाताना जो आनंद मिळेल तीच तृप्ती मांसाचा तुकडा चघळताना मला मिळते.

पाच निरागस बालकांची हत्या आणि उत्तरेच्या गर्भातील भ्रूणाचा वध यामुळे माझ्या मनाला जी यातना अहर्निश सतावते आहे, ती माझ्या शरीरावरील जखमांच्या तुलनेत कित्येक पटींनी अधिक वेदनादायी आहे. माझ्या त्या दुष्कर्माचे फलित म्हणूनच श्रीकृष्णाने मला हा शाप दिला आहे की, माझ्या शरीरावरील जखमा कधीही भरून येणार नाहीत आणि हे जर्जर सडलेले शरीर घेऊन मला हजारो वर्षे पृथ्वीतलावर एकाकी भटकत राहावे लागेल. त्यांनी असाही शाप दिला आहे की, जोवर मी जिवंत असेन, कोणाही अन्य जीवित व्यक्तीशी मला बोलता येणार नाही. श्रीकृष्ण केवळ हा शाप

देऊन थांबले नाहीत, तर त्यांनी सुरीने माझ्या मस्तकावरील दिव्य मणीसुद्धा कापून काढला. तो दिव्य मणी जन्मापासून माझ्या मस्तकावर होता आणि माझ्या असामान्य बुद्धिमत्ता, शक्ती आणि सामर्थ्याचा स्रोत होता. तो मणी काढल्यामुळे झालेली जखम आजही वाहती आहे.

कृष्णाच्या त्याच हृद्यविदारक शापाचा परिणाम म्हणून मी हजारो वर्षे झाली तरी आजही या मर्त्यलोकात आपल्या पापांचे आणि खडतर कष्टांचे ओझे घेऊन ठायीठायी भटकण्यास बांधील आहे. माझे एकूण जीवन कोणाही पशू-जीवजंतूपेक्षा विदारक आहे आणि जिवंत असूनसुद्धा वास्तवात एखाद्या सडलेल्या प्रेतापेक्षा मी अधिक काहीच उरलेलो नाहीये. तसं म्हणायला मी चिरंजीव आहे, अमर आहे; परंतु पूर्ण सत्य हे आहे की, मी शापित आहे, कलंकित आहे. या विशाल पृथ्वीतलावर कोणीही असा नाही जो माझे दुखः, माझी वेदना अंशतःसुद्धा कमी करू शकेल. माझ्या अपयशाचा हा कडेलोट आहे की, संपूर्ण भूतलावर माझ्या नावाचा दुसरा कोणीच व्यक्ती तुम्हाला सापडणार नाही.

माझं नाव आहे, अश्वत्थामा आणि मी अजूनही जिवंत आहे...!

२

द्वापारयुगात झालेल्या महाभारत युद्धाच्या वेळेपासून आणखी एक व्यक्ती अशी आहे, जिला अमरत्व प्राप्त झालेले आहे; पण फरक हा आहे की, त्यांना अमरत्व हे वरदान स्वरूप मिळालेलं आहे. माझ्यासारखे शाप म्हणून वाट्याला आलेलं नाही. ज्यांना सारं जग कृपाचार्य म्हणून ओळखतं ते माझे मामा कृपसुद्धा माझ्याप्रमाणे आजही जिवंत आहेत. महाभारताचे युद्ध संपल्यानंतर आणि पांडवांचे हिमालयात महाप्रस्थान झाल्यानंतर काही काळ कृप मामा आणि माझी भेट होत होती; पण कृष्णाच्या शापामुळे माझे सामाजिक संबंध हळूहळू संपुष्टात येऊ लागले होते. लोकांनी मला भेटणं, माझ्याशी बोलणं जवळपास बंदच करून टाकलेलं होतं. बहुधा यामुळेच त्या दिवसानंतर माझ्या मामांनीदेखील माझी साथ सोडून दिली. मी सध्या कुठे आहे हे कदाचित कृपाचार्यांना ठाऊक असेलही; पण मला मात्र त्यांच्याबद्दल कुठलीच माहिती आता नाहीये.

ही कथा मी सांगतोय म्हणून खरंतर माझ्या आई-वडिलांचा उल्लेख आधी व्हायला हवा; पण माझ्या चिरंजीव असण्याचा मुद्दा निघाला, त्यामुळे ओघानेच मामा कृपाचार्यांचा आधी उल्लेख झाला. आता कृपाचार्यांचं नाव निघालंच आहे, तर मी या महागाथेची सुरुवात त्यांच्याच कथेने करतो. असंही या निबिड अरण्यात बसून जुन्या गोष्टी आठवण्याखेरीज मला दुसरं काहीच काम नाहीये. कृपाचार्य स्वभावाने अतिशय सौम्य आणि सहनशील होते. त्यांच्या नावासारखीच त्यांच्या जन्माची कथाही रंजक आहे.

अंगिरस कुळात एका तेजस्वी बालकाचा जन्म झाला, जो पुढे महर्षी गौतम या नावाने प्रसिद्ध झाला. गौतम मुनी आणि त्यांची पत्नी अहल्या

यांच्या पोटी एक विलक्षण बालक जन्माला आलं. जन्मतःच तो अत्यंत पुष्ट शरीराचा असून त्याच्या संपूर्ण कायेवर बाण (शर) बांधलेले होते. आपल्या पुत्राचं हे रूप बघून महर्षी गौतम यांना परमानंद झाला आणि खूप विचारांती त्यांनी मुलाचं नाव शरद्वान असं ठेवलं. लहानग्या शरद्वानचं लक्ष बालपणापासूनच वेदाभ्यासात कमी आणि धनुर्विद्येत जास्त होतं. एका महर्षींच्या मुलाला वेदाभ्यासाची आणि अध्ययनाची आवड नसून, त्याचा सगळा कल शस्त्रविद्येकडे असल्याचं बघून गौतम मुनींना खेद आणि आश्चर्य वाटत होतं. अर्थात ज्या मुलाचा जन्मच मुळी शरीरावर बाण बांधलेल्या अवस्थेत झाला, त्याच्यावर धनुर्विद्येचे संस्कार किती सखोल असणार हे कळतच होतं. आपल्या मुलाच्या या प्रतिभेला जाणून घेऊन गौतम ऋषींनी नियतीच्या योजनेत हस्तक्षेप न करण्याचा निर्णय घेतला. आपल्या मुलाला धनुर्विद्येचा अभ्यास करण्यासाठी त्यांनी आनंदाने अनुमती दिली. याचा परिणाम तोच झाला, जो होणार होता.

काळ पुढे सरकला तसं शरद्वानचं रूपांतर एका बलशाली आणि तेजस्वी युवकात झालं. तो धनुर्विद्येत पारंगत झाला. शरद्वानाचं बाह्यरूप निश्चितच एखाद्या योद्ध्यासारखं होतं; परंतु महर्षींचा पुत्र असल्या कारणाने तपश्चर्येचा गुण त्याला निसर्गतःच प्राप्त झालेला होता. आपल्या माता-पित्याच्या मार्गदर्शनाखाली त्याने कठोर तप करून एक एक करत सगळ्या प्रकारच्या अस्त्र-शस्त्रांची सिद्धी प्राप्त करून घेतली आणि एक श्रेष्ठ तपस्वी होण्याच्या जोडीलाच एक असाधारण योद्धा म्हणूनही ओळख निर्माण केली. विलक्षण प्रतिभेची धनुर्विद्या आणि तपोबलाचे सामर्थ्य यामुळे लवकरच साऱ्या पृथ्वीतलावर शरद्वानची कीर्ती दुमदुमू लागली.

शरद्वान जेव्हा धनुर्विद्येचा सराव करत असे, तेव्हा समस्त देव-देवता स्वर्गातून कौतुकाने ते पाहत असत आणि जेव्हा तो खांद्यावरून धनुष्य उतरवून कुशासनात तपश्चर्येला बसत असे, देवलोक डळमळू लागे. इतिहास साक्षी आहे की, जेव्हा जेव्हा पृथ्वीतलावर कोणाही योद्धा अथवा तपस्वी व्यक्तीच्या कीर्तीचा डंका वाजला आहे; तेव्हा तेव्हा आपल्या स्थानाला आता धोका आहे, अशी भीती जर कोणाला वाटली असेल तर तो म्हणजे देवराज इंद्र आणि अशा पेचप्रसंगात इंद्र नेहमी जे करतो त्याचीच पुनरावृत्ती त्याने शरद्वानच्या बाबतीत केली. शरद्वानची उत्तरोत्तर वाढणारी कीर्ती इंद्राच्या कानावर पडली. त्याने शरद्वानच्या तपश्चर्येत विघ्न आणण्याचा आणि त्याची

कीर्ती मलीन करण्याचा कुटील डाव आखला. इंद्राने जानपदी नावाची एक स्वरूपसुंदर अप्सरा शरद्वानकडे पाठवली. शरद्वान आपल्या आश्रमात तपश्चर्येत मग्न असताना अलवार पावले टाकत जानपदीनं आश्रमात प्रवेश केला. त्या देवकन्येच्या अलौकिक सुगंधाने आश्रमातील वातावरण मोहित झालं. परिसरातील सगळे पशु-पक्षीदेखील भारावून गेले आणि जानपदीकडे बघतच राहिले. जानपदीचा कामुक आणि मादक सुगंध दरवळत शरद्वानापर्यंत पोहोचला. त्याचा जादुई प्रभाव शरद्वानावर पडला. त्या दिव्य सुगंधाने प्रभावित होऊन शरद्वानाने डोळे उघडले. समोर उभी जानपदी पाहून शरद्वान स्तिमित झाला. त्याच्या डोळ्यांमध्ये निर्माण झालेली चमक बघून हे स्पष्ट कळत होतं की, जानपदीच्या अलौकिक सौंदर्याची त्याला भुरळ पडली आहे.

'देवी आपण कोण आहात? माझ्या आश्रमात येण्याचे प्रयोजन काय?' शरद्वानाने नम्र स्वरात विचारले.

'माझे नाव जानपदी आहे. मी सहज भ्रमण करत इकडून जात असता, माझी दृष्टी तुमच्यावर पडली. तुमचं हे देखणं रूप बघून मी स्वतःला अडवू शकले नाही आणि आश्रमात आत आले. तुमची भरदार छाती, बलदंड बाहू आणि बलशाली शरीरयष्टी बघून तुमच्यातील क्षात्रतेजाची जाणीव होते; परंतु तुमच्या मुखावरील आणि नेत्रांमधील तपश्चर्येचे तेज बघून तुम्ही तपस्वी असल्याचे संकेत मिळत आहेत. मी पार गोंधळून गेले आहे. कृपया, मला सांगाल का, आपण नक्की ऋषी आहात की क्षत्रिय?' जानपदीने नाटकी ढंगात, मुलायम आवाजात अलगद आपले जाळे टाकले.

'देवी, मी महर्षी गौतम यांचा पुत्र शरद्वान आहे. जन्माने ऋषी कुळातील असलो तरी माझं मन धनुर्विद्येत जास्त रमतं. सततच्या युद्ध सरावामुळे माझ्या शरीराला एखाद्या क्षत्रियासारखी बळकटी आणि डौल प्राप्त झालेला आहे. तुमच्या विवेक बुद्धीनुसार मला जे काही समजायचे ते समजा; परंतु माझी एक विनंती आहे की, तुम्ही तत्काळ येथून निघून जावे जेणेकरून मी तपश्चर्या सुरू ठेवू शकेन.'

'हे मुनिश्रेष्ठ तुमच्या ऋषी अथवा क्षत्रिय कोणीही असल्याने मला काहीच फरक पडत नाही. मला तुमच्या रूपाची भुरळ पडली आहे. आता तुम्हाला सोडून इथून निघून जाणे मला अशक्य आहे. कृपया, तुमची दासी म्हणून माझा स्वीकार करा,' असे लटके बोलून जानपदीने शरद्वानला वाकून प्रणाम केला आणि त्यांच्या अगदी निकट येऊन उभी राहिली.

शरद्वानने आटोकाट प्रयत्न केला; परंतु जानपदीच्या अलौकिक सौंदर्यावरून आपली नजर हटवून दुसरीकडे नेणे त्याला शक्य झाले नाही. एखाद्या पारध्याच्या जाळ्यात अडकलेला पक्षी जशी फडफड करतो, तद्वत शरद्वानची इंद्रिये जानपदीच्या सौंदर्याच्या जाळ्यात अडकून व्याकूळ झाली. इंद्राचा कुटील डाव यशस्वी झाला होता. शरद्वानचे युवा शरीर जानपदीच्या तारुण्याच्या आणि सौंदर्याच्या मोहाला बळी पडले. ज्याच्या धनुर्विद्येचा साऱ्या दुनियेत बोलबाला होता, त्या शरद्वानला आता धनुष्यावर साधी प्रत्यंचा चढविणेदेखील जमणार नव्हते. जानपदीच्या रूपाने मोहित झालेल्या शरद्वानचा संयम आता पार सुटणार तेवढ्यात अचानक त्यांचा तपस्वी विवेक जागृत झाला आणि अतिशय कठोर परिश्रमांनी त्यानं स्वतःला सावरलं. मनावर ताबा मिळविला तरी शरद्वानचे शरीर अतिशय उत्तेजित झालेलं होतं, त्यामुळे शरद्वानच्या नकळत त्याचं वीर्यस्खलन झालं. खाली जमिनीवर पडलेल्या दर्भावर ते वीर्य सांडलं. या प्रकारामुळे शरद्वान अतिशय व्यथित झाला. आपल्या धनुष्य-बाण तसेच मृगचर्म यांचा कायमचा त्याग करून तो आश्रम सोडून निघून गेला. शरद्वानने आश्रमाचा त्याग केला; परंतु त्याचं वीर्य एवढं तेजस्वी आणि जबरदस्त होतं की, त्याच्या आघाताने दर्भाचे तुटून दोन भाग झाले. त्या भागांमधून दोन बालकांचा जन्म झाला. एक मुलगा आणि एक मुलगी.

तिकडे इंद्राने आपल्यावर सोपवलेली कामगिरी पूर्ण होताच जानपदी अदृश्य झाली. शरद्वानच्या वीर्यातून निर्माण झालेली ती तान्ही तशीच जमिनीवर पडून रडू लागली. योगायोगाने त्याच वेळी महाराज शंतनू आश्रमाजवळून जात होते. त्यांच्या कानावर नवजात शिशूंचं करुण रुदन पडलं. ते तत्काळ आश्रमात शिरले. दोन्ही शिशूंच्या मुखावरील तेज बघून ही कोणा तेजस्वी पुरुषाचा अंश आहेत, हे लगेच महाराज शंतनू यांच्या लक्षात आलं. ते दोन्ही शिशूंना उचलून स्वतःच्या राजवाड्यात घेऊन आले.

स्वतःची अपत्ये असल्याप्रमाणे महाराजांनी दोन्ही बालकांचा सांभाळ, पालन-पोषण केलं. योग्य वेळ येताच त्याचं नामकरण करण्यासाठी महाराजांनी आपले गुरू आणि अन्य ब्राह्मणांना पाचारण केलं.

त्या निमित्ताने आयोजित यज्ञ आणि पूजाअर्चा संपताच महाराज शंतनू यांनी आपल्या गुरूंना विचारलं, 'गुरुदेव या दोन्ही बालकांसाठी कृपया सुयोग्य नाव सांगावे.'

गुरुजींनी आपले डोळे मिटले आणि काही क्षण विचार करून उत्तरले, 'महाराज या दोघांनाही तुमच्या कृपेमुळे जीवदान मिळालेले आहे, त्यामुळे त्यांची नावे त्याच आधारावर ठेवणे उचित ठरेल. माझा असा प्रस्ताव आहे की, मुलाचे नाव कृप आणि मुलीचे कृपी ठेवण्यात यावे.'

'जशी आज्ञा गुरुदेव! आता कृप आणि कृपी यांच्या भविष्याबद्दल काही सांगावे, अशी विनंती करतो.'

'महाराज भविष्यवाणी वर्तविणे म्हणजे ईश्वरी योजनेमध्ये बाधा निर्माण करण्यासारखे असते, त्यामुळे या दोघांचे भविष्य असे मी सांगणार नाही; परंतु एवढे सांगतो की, हा कृप अतिशय भाग्यशाली असून, भारतवर्षातील सर्वांत शक्तिशाली अशा राजवंशाचा कुलगुरू बनेल.'

'अति उत्तम. ...आणि कृपीचे काय गुरुदेव?' महाराज शंतनू यांनी हर्षोल्हासित होऊन विचारलं.

'कृपीचे भाग्य विचित्र आहे. तिचे जीवन तपस्विनी म्हणून व्यतीत होईल. अस्त्र आणि शस्त्र यांच्या सर्वश्रेष्ठ जाणकाराची ती पत्नी बनेल. एका महापराक्रमी पुत्राला जन्म देईल; परंतु...'

'परंतु काय गुरुदेव?' महाराज शंतनू यांनी चिंतेच्या स्वरात विचारलं.

'...महाराज मी आधीच म्हणालो होतो की, मी फार काही सांगणार नाही. आज्ञा असावी. येतो मी. परमेश्वर या दोन्ही बालकांचे कल्याण करो.' एवढं बोलून महाराज शंतनू यांना चिंतेच्या गर्तेत सोडून गुरुदेव महालातून निघून गेले.

दरम्यान, आश्रमाचा त्याग करून वनात तपश्चर्येसाठी निघून गेलेल्या शरद्वानला तपोबलाच्या जोरावर आपल्या दोन्ही अपत्यांची जन्मकथा समजली. त्याबरोबर शरद्वान भावुक झाला आणि आपल्या अपत्यांना बघण्याची तीव्र ओढ त्याच्या मनात निर्माण झाली.

महाराज शंतनूची भेट घेऊन शरद्वानाने आपल्या आश्रमात घडलेला जानपदीचा सारा प्रसंग कथन केला. ती कथा ऐकून महाराज शंतनू यांना वाईट वाटलं. त्यांनी शरद्वानला आग्रहपूर्वक विनंती केली की, त्या दोन्ही बालकांना धनुर्विद्या, शस्त्रविद्या तसेच वेद-शास्त्रांचे सारे ज्ञान शरद्वानाने स्वतः द्यावे. शरद्वानने अतिशय आनंदाने हा प्रस्ताव स्वीकारला आणि आपल्या अपत्यांना शिष्य म्हणून दीक्षा देण्यास सुरुवात केली.

आपल्या परमज्ञानी पिता आणि गुरूच्या सान्निध्यात अल्पावधीत कृप सर्व विषयांतील आचार्य झाले. महाराज शंतनू यांच्या राजगुरूंनी वर्तविलेल्या भाकितानुसार पुढे त्यांना कुरूवंशाचे कुलगुरू कृपाचार्य म्हणून ख्याती प्राप्त झाली.

कृपाचार्य माझे मामा आहेत आणि माझ्यासारखेच तेसुद्धा चिरंजीव आहेत, हा निव्वळ योगायोग म्हणावा लागेल.

३

खरं सांगायचं तर माझी कर्मकहाणी तुम्हाला सांगणं हा माझा उद्देशच नाहीये. मी या निबिड अरण्यात एकाकी बसून आपल्या पापाचं ओझं निमूट वाहतो आहे. माझ्या मनात पूर्वीच्या घटनांच्या ज्या काही आठवणी उरल्या आहेत, त्या आठवून मी कसंबसं स्वतःचं मन रमवत असतो, त्यामुळे मी सांगत असलेल्या कहाणीत सगळ्या घटना सुसंगत असतीलच असं नाही. आता अचानक मला आणखी काही तरी आठवायच्या आणि त्यामुळे माझे विचार भरकटायच्या आत मी तुम्हाला माझ्या वडिलांच्या आणि नंतर माझ्या जन्माची कहाणी सांगतो.

विचित्र योगायोग असा आहे की, माझे मामा कृपाचार्य यांच्याप्रमाणे माझे पिता द्रोणाचार्य यांचा जन्मसुद्धा एका महान तपस्व्याच्या उद्दीपित कामवासनेतून झाला. दुर्दैवाची गोष्ट म्हणजे मामा कृप यांच्या जन्माच्या वेळी जी कुटील भूमिका देवराज इंद्राने बजावली होती अगदी तशीच इंद्राने माझे पिता द्रोण यांच्या जन्मवेळी पार पाडली होती.

पूर्वीच्या काळी गंगाद्वार नामक एका ठिकाणी महर्षी भारद्वाज यांचा आश्रम होता. आपल्या व्रतस्थ वृत्तीमुळे त्यांनी संपूर्ण जगात लौकिक मिळविला होता. ज्यांनी तपसाधना आणि संयमाद्वारे स्वतःच्या सगळ्या इच्छा आणि कामनांवर विजय प्राप्त केला आहे, असे मोजकेच ऋषी-मुनी त्याकाळी होते. महर्षी भारद्वाजांचादेखील त्यामध्ये समावेश होता. मी याआधी म्हणालो, तसंच पृथ्वीवर कोणाचाही लौकिक वाढू लागला की इंद्राचं आसन डळमळीत होत असतं. ऋषिमुनींच्या आध्यात्मिक विजय रथाला अडविण्यासाठी इंद्राकडचं एकमेव साधन म्हणजे अप्सरा आणि त्यांचं कामास्त्र. इंद्रदरबारी

एकापेक्षा एक सरस आणि सुंदर अप्सरा तसेच देवकन्या होत्या. स्वतःच्या मनोरंजनाखेरीज मनुष्य आणि दैत्य यांच्या तपश्चर्येत विघ्न आणण्यासाठी इंद्र त्यांचा उपयोग करत असे. इंद्रदरबारातील अप्सरा कामुकतेच्या पुतळ्या होत्या. त्यांना पुरुष वशीकरणाची कला अवगत होती. त्यांच्यावर एक नजर पडली तरी भल्याभल्या धुरंधर तपस्व्यांचा इंद्रिय निग्रह नष्ट होई. कित्येकांचा तर वीर्यपातदेखील होत असे.

शरद्वानप्रमाणेच भारद्वाज मुनींच्या वाढत्या लौकिकाने इंद्र अस्वस्थ झाला होता. भारद्वाज असाधारण ऋषी होते. त्यांच्या संयमाची शक्ती आणि तपोबल एवढं प्रचंड होतं की, त्या भीतीने बहुतांश अप्सरांनी त्यांचा तपोभंग करण्याचं आव्हान नम्रपणे नाकारलं. मग खूप विचाराअंती इंद्राने घृताची नावाच्या अतिशय कामुक आणि रूपवती अप्सरेला दरबारात बोलावलं.

'काय आज्ञा आहे देवराज?' इंद्राला वंदन करीत घृताचीनं विचारलं.

'घृताची तू माझ्या दरबारातील सर्वश्रेष्ठ अप्सरांपैकी आहेस. समस्त कलांमध्ये निपुण आहेस. तुझ्या अलौकिक सौंदर्याच्या मोहापासून वाचणे कोणालाच शक्य नाही. माझी अशी इच्छा आहे की, तू पृथ्वीलोकावर जावेस आणि आपल्या रूपाच्या जोरावर भारद्वाज मुनींची तपश्चर्या भंग करावीस,' इंद्राने आपले मनोगत सांगितले.

'पण देवराज. भारद्वाज मुनी कोणी सामान्य मनुष्य नाहीत,' घृताची चाचरत म्हणाली.

'मग तूसुद्धा कोणी सामान्य अप्सरा नाहीयेस घृताची. भारद्वाज मुनींना मोहात पाडणं तुझ्यासाठी सोपं नसेल; पण अशक्य नक्कीच नाही. मला खात्री आहे की, तू या कामात नक्कीच यशस्वी होशील. आपल्याकडे चर्चा करण्यात वाया घालवण्यासाठी फार वेळ उरलेला नाही. हवं तर तू ही माझी राजाज्ञा आहे असं समज,' इंद्राने अधिकारवाणीने आदेश दिला. त्यावर काही न बोलता घृताचीने वाकून प्रणाम केला आणि ती भारद्वाज मुनींची तपश्चर्या भंग करण्यासाठी गंगाद्वारला निघाली.

आपली नित्यकर्मे आटोपून गंगास्नान करून महर्षी भारद्वाज आश्रमाच्या दिशेने निघाले होते. अचानक त्यांची नजर घृताचीवर पडली. ती गंगेत स्नान करून बाहेर येत होती. तिची ओलीचिंब वस्त्रे सर्वांगाला चिकटली होती, त्यामधून तिची कमनीय काया आणि शरीराचे मोहित करणारे वळसे, उभार स्पष्ट दिसून येत होते. ते पाहून महर्षी भारद्वाज थबकले. आपले डोळे मिटून

स्वतःवर नियंत्रण मिळविण्याचा त्यांनी खूप प्रयत्न केला; पण पुढच्याच क्षणी त्यांचे डोळे आपोआप उघडले आणि घृताचीच्या ओलेत्या स्वर्गीय सौंदर्याचे रसपान करू लागले. खूप प्रयत्न करूनही तिच्यावरून आपली नजर हटवून दुसरीकडे नेणे त्यांना शक्य झाले नाही. संपूर्ण शुभ्र वस्त्रात लपेटलेली आणि डोईपासून पायांपर्यंत चिंब ओलेती झालेली घृताची उन्मुक्त यौवनाचा परिपाक दिसत होती. तिच्या मुसमुसलेल्या यौवनाने महर्षी भारद्वाजांच्या तपोबलाच्या धगधगत्या अग्नीवर कामुकतेचा मंद सुगंधी शिडकावा केला. पुढच्या काही क्षणांतच भारद्वाज मुनींचे स्खलन झाले.

स्खलनाची जाणीव होताच भारद्वाज मुनी भानावर आले; परंतु आता उशीर झालेला होता. आपले ओजस्वी वीर्य जमिनीवर सांडू नये, यासाठी त्यांनी पटकन यज्ञासाठी असलेल्या एका द्रोणात ते जमा केले. यथावकाश त्या वीर्यातून एका तेजस्वी बालकाचा जन्म झाला. द्रोणामध्ये जन्माला आल्यामुळे भारद्वाजानी त्या पुत्राचे नाव द्रोण असेच ठेवले. आपल्या वीर्यातून उत्पन्न झालेला पुत्र आपल्यासारखाच विलक्षण प्रतिभावान असणार याची भारद्वाजांना खात्री होती, त्यामुळे त्यांनी द्रोणाला आपला शिष्य बनवले. विद्याभ्यासाच्या जोडीला त्यांनी द्रोणाला शस्त्रविद्येतदेखील पारंगत बनवले. एक वेळ अशी आली की, अस्त्र-शस्त्रविद्येत समस्त पृथ्वीतलावर द्रोणापेक्षा श्रेष्ठ अन्य कोणीच नव्हते. आपल्या या पुत्राला महान प्रभावी अग्नेयास्त्राची दीक्षा द्यायची भारद्वाजांची इच्छा होती; परंतु द्रोणाच्या जन्माच्या आधीच ते ज्ञान त्यांनी अग्निवेश्य याला दिलेले होते, त्यामुळे द्रोणाला अग्नेयास्त्राची दीक्षा देण्याचे कार्य अग्निवेश्य याने पार पाडले. पुढे हाच द्रोण कौरव आणि पांडवांचा गुरू द्रोणाचार्य म्हणून प्रसिद्ध झाला. महर्षी भारद्वाज ब्रह्मत्वात लीन झाल्यानंतर द्रोणाने त्याच आश्रमात राहून कार्य सुरू ठेवले. कालांतराने द्रोणाने शरद्वानची कन्या कृपी हिच्याशी विवाह केला. द्रोण आणि कृपी यांच्या संयोगातून माझा जन्म झाला. कृपी एक साध्वी आणि जितेंद्रिय स्त्री होती.

माझ्या जन्माची कथा इतकीच आहे. राहिला प्रश्न माझ्या नावाचा. त्याचं रहस्य नंतर एकदा मला माता-पित्यांकडून कळलं. जन्माच्या वेळी सगळी मुलं टाहो फोडून रडतात; पण माझा जन्म झाला तेव्हा मी रडायच्याऐवजी उच्चःश्रवा घोड्यासारखा खिंकाळलो, त्यामुळे माझं नाव 'अश्वत्थामा' ठेवण्यात आलं.

४

मी साधारण आठ-दहा वर्षांचा असेन तेव्हाची गोष्ट. आमची घरची परिस्थिती अतिशय हलाखीची होती. मोठ्या मुश्किलीने कसंबसं दोन वेळचं जेवण मिळत असे. महान धनुर्धारी आणि बुद्धिमान असण्याच्या जोडीलाच माझे पिता अत्यंत स्वाभिमानी असल्याने त्यांना कोणाकडे मदतीसाठी हात पसरणे मान्य नव्हते. भिक्षा मागून आमचा उदरनिर्वाह सुरू होता.

एक दिवस मी काही सवंगड्यांसोबत खेळायला गेलो. त्या सगळ्यांच्या ओठांवर एक पांढरा पदार्थ लागलेला मला दिसला. मी त्याबद्दल विचारल्यावर समजलं की, ते सगळे जण घरून दूध पिऊन आले होते.

'दूध? ते काय असतं?' मी कुतूहलानं एका मित्राला विचारलं.

'अरे अश्वत्थाम्या, तुला दूध माहिती नाही?' असं म्हणून सगळे जण हसू लागले. मी घरी जाऊन आईला ही गोष्ट सांगितली, तेव्हा तिचे डोळे भरून आले. त्या वेळी काही मला तिच्या रडण्याचं कारण उमगलं नाही.

'आई मलासुद्धा दूध प्यायचं आहे,' मी म्हणालो.

पाणावलेल्या डोळ्यांनी आईनं क्षणभर विचार केला आणि स्वयंपाकघरात गेली. थोड्या वेळानं एक पांढऱ्या रंगाचा गोड पातळ द्रवपदार्थ घेऊन आली.

मी त्यापूर्वी कधीच दूध कसं असतं पाहिलं नव्हतं की कधी प्यायलोही नव्हतो, त्यामुळे आईने दिलेला तो पांढरा द्रव पिऊन मला असंच वाटलं की, मी दूध प्यायलो. मग मी मित्रांसोबत खेळायला बाहेर गेलो. ते माझ्याकडे बघून पुन्हा हसायला लागले.

एक जण म्हणाला, 'अरे अश्वत्थ! हे कालवलेलं पीठ कुठून तोंडाला लावून आलास?'

'हे कालवलेलं पीठ नाहीये. मी दूध पिऊन आलोय,' मी मोठ्या अभिमानाने उत्तरलो.

'अरे बघा बघा! आपला अश्वत्थ दूध पिऊन आलाय,' असं म्हणून सगळे जण मोठमोठ्याने हसू लागले.

मला खूप राग आला आणि रडत पाय आपटत मी घरी परतलो. थोड्या वेळाने माझे पिता घरी आले. त्यांना हा सारा प्रकार समजला तेव्हा अतिशय दुःखी नजरेने त्यांनी आईकडे पाहिलं.

आई खोल गेलेल्या आवाजात म्हणाली, 'दरिद्री असण्यापेक्षाही दारिद्र्याची जाणीव होणं हे जास्त वेदनादायी असतं.'

'बस्स झालं! आता मलाच काहीतरी केलं पाहिजे. दारिद्र्याचे डंख सोसत हे असं आणखी जगणं शक्य नाही,' वडिलांची मुद्रा ताणली गेली होती.

माता कृपी अतिशय शांत स्वरात म्हणाली, 'हे असं छोट्या छोट्या गोष्टींसाठी आपल्याला रोज लाजीरवाणेपणा सहन करावा लागणं ठीक नाही. असंच सुरू राहिलं तर काही दिवसांनी अश्वत्थाम्याचं पालनपोषण करणंदेखील कठीण होऊन बसेल. तुम्ही मागे एकदा म्हणाला होतात की, गुरुकुलात असतानाचा तुमचा मित्र द्रुपद आता पांचाल देशाचा राजा झाला आहे. तुम्ही त्याच्याकडे जाऊन काही मदत का मागत नाही?'

मी आधी सांगितलं तसं माझे पिता खूप स्वाभिमानी होते. कोणापुढेही हात पसरण्याचा विचार स्वप्नातही कधी त्यांच्या मनात आला नसता; परंतु पत्नी आणि मुलाच्या जबाबदारीचं ओझं तसेच दिवसेंदिवस बिकट होत चाललेली आर्थिक स्थिती यांनी अखेर द्रोणाच्या स्वाभिमानावर मात केली.

दुसऱ्याच दिवशी द्रोण पांचाल राज्याकडे रवाना झाले. वाटेत द्रुपदासोबत गुरुकुलात घालवलेले दिवस आठवत होते. त्या सुखद आठवणींच्या जोरावर पाच तासांचा तो प्रवास अगदी पंख लावल्यासारखा अलगद पार पडला. द्रोण जेव्हा आठवणींच्या प्रदेशातून वर्तमानकाळात भानावर आले, तेव्हा त्यांना दिसलं की ते द्रुपदाच्या राजवाड्यासमोर उभे आहेत.त्यांना खात्री होती की, आपला बालमित्र दिसता क्षणी द्रुपद धावत येईल आणि कडकडून मिठी

मारेल. आपली विपन्नावस्था आता संपलीच, अशी मनोमन खात्री द्रोणांनी करून घेतली.

आत्मविश्वासाने मान उंचावून द्रोणांनी द्रुपदाच्या दरबारात प्रवेश केला. एकाच गुरुकुलातील दोन सहअध्यायी मित्र; पण आज ते दोन टोकांवर उभे होते. एकीकडे अनेक वर्षांच्या दारिद्र्याने द्रोणाच्या शरीराला जर्जर आणि त्यांच्या रूपाला निस्तेज करून टाकलं होतं, तर दुसरीकडे अधिकार आणि संपत्तीचे भोगविलास यांनी द्रुपदाच्या व्यक्तिमत्त्वात झळाळी आणली होती. द्रोणाला बघून द्रुपदाच्या नजरेत प्रेम आणि मैत्रीची भावना उचंबळून आली. द्रोणाला जवळ घेण्यासाठी तो सिंहासनावरून उठला. सारं कसं द्रोणाच्या कल्पनेनुसारच घडत होतं; पण अचानक द्रुपदाला असं वाटलं की, जणू त्याच्या मस्तकावरील राजमुकुटाचं ओझं वाढलंय आणि त्या ओझ्याच्या दबावामुळे आपल्याला सिंहासनावरून उठणं शक्य होत नाहीये. राजपदाच्या शिष्टाचारांनी आणि दरबारी लोकांच्या उत्सुक नजरांनी द्रुपदाच्या पायात संकोचाची बेडी अडकवली.

'आपण कोण आहात? माझ्याकडून काय हवं आहे?' द्रुपदानं विचारलं.

हे ऐकून द्रोण स्तब्ध झाले; परंतु नियतीने दिलेल्या इतक्या वर्षांच्या कटू अनुभवाची शिदोरी सोबत होती, त्यामुळे त्यांच्या लगेच लक्षात आलं की, आपल्या समोर गुरुकुलातील सखा नव्हे, तर पांचाल नरेश महाराज द्रुपद उभे आहेत. त्याची ही प्रतिक्रिया बघून द्रोण क्षणभर निराश झाले; पण त्यांना माहिती होतं की, द्रुपद मुद्दामच त्यांना ओळखूनही न ओळखल्यासारखं करत आहे, तेव्हा जुनी मैत्री आणि राजाची प्रतिष्ठा दोन्हीचा मान राखून द्रोणांनी त्याला एक संधी देण्याचं ठरवलं.

'राजन, मी तुमचा मित्र द्रोण आहे. तुम्हाला आठवत असेल की, आपण दोघे माझे पिता भारद्वाज यांच्या आश्रमात एकत्र शिकायचो. आपलं शिक्षण पूर्ण करून आश्रमातून बाहेर पडताना तुम्ही मला म्हणाला होता की, द्रोणा तू माझा सर्वोत्तम मित्र आहेस. मी जेव्हा राजा बनेन तेव्हा तुला जे हवं ते मी तुला देईन.'

द्रुपदाची चलबिचल झाली. द्रोणाला दिलेलं आश्वासन त्याला अगदी स्पष्ट आठवत होतं; पण अहंकार आणि राजप्रतिष्ठा यामुळे द्रुपदाची बुद्धी फिरली.

तो म्हणाला, 'अरे भिक्षुका, बहुधा तुझं मानसिक संतुलन बिघडलेलं आहे. तुला एवढंसुद्धा ठाऊक नाही की मैत्री ही फक्त बरोबरीची योग्यता असलेल्यांशीच केली जाते. धनवान आणि दरिद्री यांच्यात चुकून मैत्री झाली तरीही काळाच्या ओघात ती कधीच टिकू शकत नाही.'

हे ऐकून माझे पिता द्रोण किती क्रोधीत झाले असतील, त्याची कल्पनादेखील करता येणार नाही. मनात आणले असते तर आपल्या तपोबलाच्या सामर्थ्याने त्या क्षणी द्रुपदाला शिक्षा देऊ शकले असते; परंतु ते भारद्वाज मुनींचे पुत्र होते. त्यांना ठाऊक होतं की, आपला राग तत्क्षणी व्यक्त केल्याने त्याचा विखार मंद होतोच. शिवाय अनायासे समोरील व्यक्तीला क्षमायाचनेची संधी मिळून जाते. त्याउलट जर क्रोधाची ठिणगी धीराने मनात पेटती ठेवली तर यथावकाश ती प्रलयंकारी अग्नीचे रूप धरण करते आणि त्याच्या शमनासाठी सूड हा एकमेव उपाय शिल्लक राहतो.

द्रोणांनी कसाबसा मनावर संयम ठेवून क्रोधाग्नी आत दाबून टाकला. असे म्हणतात की, काटा काढायला काटाच उपयोगी पडतो. राजदरबारी झालेल्या त्या अपमानाचा काटा द्रोणाच्या मनात खोल रुतला होता. तो काढण्यासाठी आता सूडरूपी अन्य काटा शोधणे आवश्यक होते. द्रुपदाकडे एक जळजळीत नजर टाकून एक शब्दही न बोलता; परंतु मनात त्याच्या सर्वनाशाचा संकल्प करून द्रोण राजमहालातून बाहेर पडले.

५

भराभर पावलं उचलत द्रोण पांचाल राज्याच्या सीमेबाहेर पडले. प्रत्येक पावलागणिक त्यांच्या मनातील प्रक्षोभ वाढत होता आणि सुडाची भावना तीव्र होत होती. फिरत फिरत ते एका ठिकाणी आहे. त्यांना दिसले की, काही मुले एका विहिरीमध्ये वाकून बघत होती. द्रोण त्यांच्यापाशी गेले आणि विचारलं, 'मुलांनो तुम्ही कोण आहात? या विहिरीपाशी वाकून काय करताय?'

'ऋषिवर आम्ही कुरुवंशातील राजकुमार आहोत. इथे खेळत होतो तेव्हा या विहिरीत आमचा चेंडू पडला. तो बाहेर कसा काढावा याचा विचार करतोय,' एकानं उत्तर दिलं.

ती मुले कोण आहेत हे समजताच द्रोण विचारात पडले. काही वेळाने ते स्वतःशी मंद हसले. त्यांना कळून चुकलं की, या मुलांची अडचण दूर करूनच द्रोणांना त्यांच्या स्वतःच्या सगळ्या अडचणींचं निवारण करता येणार होतं.

'अरे! एवढ्याशा गोष्टीसाठी काळजी करताय?' द्रोण हसत म्हणाले. 'जा आणि पटकन कुठून तरी दर्भाच्या काड्या घेऊन या. आपण तुमचा चेंडू बाहेर काढू या.'

हे ऐकताच मुलांचे चेहरे आनंदाने फुलले. त्यांनी भराभर दर्भाच्या काड्या गोळ्या करून द्रोणांच्या पुढ्यात आणून टाकल्या आणि ते आता काय करतात हे कुतूहलाने पाहू लागले. द्रोणांनी काही काड्या उचलल्या मंत्र म्हटला आणि बाणाप्रमाणे एक एक करून त्या विहिरीत फेकायला सुरुवात केली.

द्रोणांनी फेकलेल्या पहिल्या काडीने चेंडूच्या मध्यभागाचा वेध घेतला. नंतरच्या काड्या एक एक करून पहिल्या काडीच्या मागे चिकटल्या. असं करत त्यांची एक साखळी तयार झाली. मग द्रोणांनी त्यातली शेवटची काडी पकडून ओढताच त्या साखळीसकट चेंडूही विहिरीतून बाहेर आला. द्रोणांनी केलेला हा अद्‌भुत चमत्कार पाहून मुले आश्चर्याने थक्क झाली. चेंडू मिळाल्याच्या आनंदात राजमहालात परत गेली. तिथे मुलांनी आपले आजोबा पितामह भीष्म यांना उत्साहाने सगळी कथा सांगितली. भीष्माच्या लगेच लक्षात आले की, आपल्या राजकुमारांना अस्त्र-शस्त्राचे शिक्षण देण्यासाठी त्या व्यक्तीसारखा दुसरा उत्तम गुरू मिळायचा नाही. त्यांनी तत्काळ सैनिकांना आदेश दिला की, त्या व्यक्तीला शोधून राजवाड्यात हजर करा. चेंडूचा किस्सा ऐकून कोणी न कोणी आपला शोध घेत येईल, अशी अटकळ द्रोणांनी मनाशी बांधली होती. ती लगेचच खरी ठरली.

सैनिकांसोबत द्रोण राजवाड्यात पोहोचले. भीष्मांनी अत्यंत आदरानं त्यांचं स्वागत केलं आणि म्हणाले, 'ऋषिवर आजपासून आपण हस्तिनापुरातच राहावे आणि आमच्या राजकुमारांना अस्त्र-शस्त्रविद्येचे तसेच धनुर्वेदाचे शिक्षण द्यावे, अशी मी विनंती करतो. आजपासून कौरवांचे सारे धन, वैभव आणि राज्य तुमचे आहे असे समजा. तुमचे आगमन आमच्यासाठी अहोभाग्य आहे.'

भीष्मांनी कुरू राजकुमारांच्या शिक्षणाचे उत्तरदायित्व द्रोणांवर सोपवलं. या गोष्टीचा मला वैयक्तिकरीत्या मोठा फायदा झाला. माझे पिता आता कुरुवंशाच्या उत्तराधिकाऱ्यांचे गुरू बनले होते, त्यामुळे त्यांच्या सान्निध्यात माझं शिक्षणसुद्धा राजेशाही पद्धतीनेच होऊ लागलं. यादरम्यान मला कौरव आणि पांडव यांना जवळून पाहण्याची, त्यांचे स्वभाव आणि व्यक्तिमत्त्व समजून घेण्याची संधी मिळाली. त्याबद्दलही मी तुम्हाला पुढे सांगेनच.

भीष्मांच्या अनुग्रहामुळे क्षणार्धात आमचं जन्माचं दारिद्र्य दूर झालं; पण त्यापेक्षाही माझ्या पित्यासाठी समाधानाची बाब ही होती की द्रुपदाचा बदला घेण्यासाठी त्यांना आता राजसामर्थ्य प्राप्त झालं होतं. शिवाय बदल्याचा हा खेळ जिंकण्यासाठी राजकुमारांच्या रूपाने तोलामोलाचे मोहरेसुद्धा मिळाले होते. दुर्दैवाची नीती म्हणजे माझाही त्या मोहऱ्यांमध्ये समावेश झाला होता.

त्या दिवशी राजदरबारात द्रुपदाने माझ्या पित्याला जी अपमानजनक वागणूक दिली ती नक्कीच खूप चुकीची आणि हीन प्रकारची होती, हे मला मान्य आहे; परंतु तरीही मला असं वाटतं की, द्रुपदाला धडा शिकवण्याचा

जो मार्ग पिता द्रोण यांनी अनुसरला तो जास्त विकृत आणि अशोभनीय होता. आपल्या हट्टी आकांक्षेच्या पूर्ततेसाठी द्रोणांनी मलाही वैमनस्याच्या आगीत लोटून दिलं.

भीष्मांच्या छत्रछायेखाली द्रोणांची महत्त्वाकांक्षा अधिकाधिक पुष्ट होऊ लागली. आपल्या वैयक्तिक ज्ञान आणि कौशल्याच्या जोडीला आता कुरुवंशाचं बळदेखील त्यांच्या हाताशी होतं. त्यांनी संपूर्ण निष्ठेने कौरव-पांडव राजकुमारांना धनुर्विद्या तसेच अस्त्र-शस्त्रांचे शिक्षण देण्यास प्रारंभ केला. तसं पाहता द्रोणांचे सगळेच शिष्य मेहनती होते; पण पांडव राजकुमार अर्जुनामध्ये काही तरी खास होतं. तो आम्हा सगळ्यांपेक्षा वेगळा आणि श्रेष्ठ होता. एक सर्वश्रेष्ठ धनुर्धारी बनण्यासाठी आवश्यक असलेले सगळे खास गुण त्याच्यामध्ये एकवटलेले होते. मेहनत, चिकाटी, एकाग्रता यांबाबतीत आम्हा सगळ्यांपेक्षा तो पुढे होता, त्यामुळेच लवकरच तो गुरू द्रोणांचा सर्वांत प्रिय शिष्य बनला.

द्रोणांना आता आचार्य पदवी मिळाली होती; पण गुरू असण्याच्या जोडीला ते माझे पितादेखील होते, तेव्हा गुरू या नात्याने सगळ्यांना एकसमान शिक्षण आणि वागणूक देणं त्यांना भाग होतं, तरीही स्वाभाविकपणे त्यांचं पित्याचं मन सदैव मला कौरव-पांडवांपेक्षा जास्त ज्ञान कसं देता येईल, याच खटपटीत असायचं. त्यासाठी त्यांनी एक युक्ती शोधून काढली. अभ्यासादरम्यान ते सगळ्या शिष्यांना पाणी आणण्यासाठी नदीवर पाठवायचे. पाणी भरून आणण्यासाठी प्रत्येकाला एक माठ दिलेला होता. त्यामध्ये क्लृप्ती अशी होती की, बाकी सगळ्यांना दिलेला माठ छोट्या तोंडाचा असून मला एकट्याला दिलेल्या माठाचं तोंड मोठं होतं, त्यामुळे बाकीच्यांच्या तुलनेत माझा माठ पटकन भरायचा आणि मी लवकर परत यायचो. मग बाकीचे शिष्य पाणी भरून परत यायच्या मधल्या वेळात पिता द्रोण मला काही खास विद्या, अस्त्रांबाबतचे काही गुप्त रहस्य शिकवत असत. हे ज्ञान बाकीच्यांना मिळत नसे.

मला पित्याचा खूप अभिमान होता; परंतु त्यांच्या स्वभावातील हा कपटीपणा, मनाची दुर्बलता जेव्हा माझ्या लक्षात आली तेव्हा मला खेद वाटला.

पण त्या वेळी मीही लहान होतो. जीवनाची समज कमी होती आणि वयाच्या अल्लडपणामुळे राजकुमारांपेक्षा श्रेष्ठ बनण्याचा स्वाभाविक मोह मनात होता, त्यामुळेच पित्याच्या या कपटी वर्तनाला मी मूक संमती दिली.

काही काळ हे असं निर्विघ्नपणे सुरू राहिलं; पण एक दिवस अर्जुनाच्या ते लक्षात आलं. त्याला आपल्या गुरूच्या अशा पक्षपाती वर्तनाचा राग नक्कीच आला असणार; पण आमच्यातील पिता–पुत्राचं नातं लक्षात घेऊन अर्जुनाने त्या गोष्टीचा गवगवा केला नसावा. सगळं कळूनही अर्जुनाने कधीही त्याची वाच्यता केली नाही की आपल्या गुरूबद्दल मन कलुषित करून घेतलं नाही म्हणूनच मी आधीही म्हणालो आणि कायम म्हणेन की, अर्जुन आम्हा सर्वांपेक्षा वेगळा आणि श्रेष्ठ होता. द्रोणांची तक्रार किंवा निंदा करण्याऐवजी त्याने त्यांच्या युक्तीवर मात करण्याची शक्कल लढवली. अर्जुनाने विशेष परिश्रम करून द्रोणांकडून वरुणास्त्र शिकून घेतलेलं होतं. त्याचा उपयोग करून अर्जुन आपला माठ झटदिशी पाण्याने भरू लागला आणि माझ्या जोडीनेच आश्रमात परतू लागला. का कोण जाणे पण या गोष्टीने मला आनंदच झाला. आपल्या पित्याचा कुटील डाव फसलेला बघून मी खूश होत होतो. चारित्र्याची शुचिता ही धनुर्विद्येपेक्षा श्रेष्ठ असते असे मी मानतो. खरं तर माझ्या पित्याची ती योजना फार काही विशेष होती असे नाही; पण ज्याप्रमाणे लिंबाच्या रसाचा एक थेंबसुद्धा संपूर्ण दूध नासवू शकतो, तसंच द्रोणांच्या या एका वर्तनामुळे माझ्या मनात त्यांच्याप्रती असलेल्या आदराला ठेच लागली होती.

६

त्या घटनेनंतर लगेचच अर्जुनाने आचार्य द्रोणांकडून शब्दभेदी बाण चालविण्याचे शिक्षण घ्यायला सुरुवात केली. बाकी सगळे जण झोपी गेल्यानंतर रात्रीच्या गडद अंधारात अर्जुन शब्दभेदी बाण चालविण्याचा सराव करायचा. हळूहळू द्रोणांच्या मनात अर्जुनाविषयीचं प्रेम अधिक दृढ होत गेलं. त्याच्या कौशल्याने प्रभावित होऊन भावनेच्या भरात एक दिवस ते म्हणाले, 'अर्जुना, मी प्रयत्न करेन की, समस्त जगात तुझ्यापेक्षा श्रेष्ठ धनुर्धर दुसरा कोणी होणार नाही.' हे वचन ऐकायला खूप छान वाटलं; पण त्याच्या पूर्ततेसाठी पुढे कळत-नकळत द्रोणांच्या हातून अनेक अपराध घडले. दुर्दैवाने मी त्या सगळ्याचा साक्षीदार आहे.

जसजसे आमचे शिक्षण पुढे सरकत गेले, द्रोणाचार्यांची कीर्ती चहुदिशांना पसरू लागली. दूरदूरच्या राज्यांतून अनेक राजकुमार शिक्षणासाठी त्यांच्याकडे येऊ लागले; परंतु कोणालाही शिष्य म्हणून स्वीकारण्याआधी द्रोणाचार्य त्याच्या हात धनुष्य देऊन त्याची पात्रता जोखायचे आणि मगच पुढील निर्णय घ्यायचे. त्यांच्या कसोटीला पार करणे म्हणजे सिंहाच्या तोंडून घास काढून घेण्याइतकेच कठीण होते. असंच एक दिवस एक युवक त्यांच्यापाशी आला.

'प्रणाम गुरुदेव!' तो युवक अतिशय नम्रपणे म्हणाला, 'मला तुमच्याकडून धनुर्विद्या शिकायची इच्छा आहे. कृपया, मला तुमचा शिष्य बनवा.'

'वत्सा, तू कोण आहेस?' द्रोणांनी विचारलं.

'मी भिल्लांचा सरदार निषादपती हिरण्यधनु याचा पुत्र एकलव्य आहे. मी तुमचं खूप नाव ऐकलं आहे. जर मला आपला शिष्य बनवलंत तर माझं जीवन धन्य होऊन जाईल.' तो युवक उत्तरला.

'वत्सा, मी नक्की तुला शिक्षण दिलं असतं; पण मला खेद वाटतो की, तुला कोणीतरी दुसरा गुरू शोधावा लागेल,' द्रोण म्हणाले.

'पण झालं काय गुरुदेव? माझं काही चुकलं का?' एकलव्यानं व्याकूळ स्वरात विचारलं.

'एकलव्या, तू जातीने भिल्ल आहेस आणि मी केवळ क्षत्रियांनाच शिक्षण देतो, त्यामुळे तुला शिकवणं हे माझ्या तत्त्वाच्या विरोधात आहे,' द्रोणांनी खुलासा केला.

हे ऐकून एकलव्याच्या चेहऱ्यावर घोर निराशा दाटून आली. तरी एक अखेरचा प्रयत्न करायचा म्हणून तो म्हणाला, 'गुरुदेव एकवार तुम्ही माझ्या धनुष्याची परीक्षा तरी घ्यावी. जर मी तुमच्या कसोटीवर उत्तीर्ण झालो नाही, तर मी आपणहून इथून निघून जाईन.' एकलव्याच्या स्वरातील आत्मविश्वास हे सांगत होता की, तो नक्कीच धनुष्य-बाण चालविण्यात कुशल आहे आणि खूप आशेने द्रोणाचार्यांकडे आला आहे; परंतु द्रोणांनी त्याच्या या विनंतीकडे दुर्लक्ष केलं आणि हाताच्या इशाऱ्यानेच त्याला जायला सांगितलं.

'तुम्ही भलेही मला तुमचा शिष्य म्हणून स्वीकारू नका; पण मी अंतःकरणापासून तुम्हालाच माझा गुरू मानतो. आज्ञा असावी गुरुदेव. येतो मी,' असं म्हणून प्रणाम करून एकलव्य तिथून निघून गेला. जाता जाता त्याने एकदाच वळून माझ्याकडे बघितलं. त्याच्या नजरेतील भाव बघून मी स्तब्ध झालो. क्षत्रिय कुमारांसोबत सुरू असलेलं माझं शिक्षण द्रोणांच्या तत्त्वानुसार होतं का? पुन्हा एकदा पुत्रमोहाने गुरुधर्माला मान खाली घालायला लावली नव्हती काय?

तो गेल्यावर मी पित्याकडे पाहिलं तर ते ओठ मुडपून हळूच हसताना दिसले. मी यापूर्वी कधीच त्यांना असं कुत्सित पद्धतीनं हसताना पाहिलं नव्हतं. त्यांच्या त्या हास्यामागे नक्की काय दडलं होतं? यामागे पण त्यांचा काही कुटील डाव होता की काय? आम्हाला नीतिशास्त्राचे शिक्षण देताना स्वतः गुरू द्रोणांनी सांगितलं होतं की, व्यक्ती जन्माने नव्हे तर कर्माने मोठा ठरतो; पण त्यांनी स्वतःच एकलव्याची संभावना त्याच्या कौशल्याऐवजी त्याच्या जन्माच्या आधारावर केली.

एकलव्याच्या त्या घटनेला बरेच दिवस उलटून गेले. एक दिवस आम्ही सगळे जण गुरू द्रोणाचार्यांबरोबर मृगयेसाठी निघालो. त्या वेळी एक कुत्रादेखील आमच्यासोबत होता. फिरता फिरता तो कुत्रा एकटाच पुढे निघून गेला. थोड्या वेळाने त्याच्या जोरजोरात भुंकण्याचा आवाज आम्ही ऐकला. काही वेळाने त्याचं भुंकणं एकदम बंद झालं आणि तो वेगानं माघारी पळत आला. त्याची अवस्था बघून आम्ही सगळे जण अचंबित झालो. त्याचं तोंड बाणांनी भरलेलं होतं, ज्यामुळे त्याचा आवाज बंद झाला होता; पण शरीरावर एकही जखम झाली नव्हती. नक्कीच कोणा अत्यंत कुशल धनुर्धराचं हे काम होतं. तो कुत्रा जेथून पळत आला होता, त्या दिशेने आम्ही सगळे धावत गेलो.

तिथे पोहोचताच आम्हाला दिसलं की, मृगचर्म परिधान केलेला, डोक्यावर जटा बांधलेला एक युवक तिथे उभा होता. समोरच्या झाडावर त्याने एक लक्ष्य टांगलेलं होतं. युवकाच्या डाव्या बाजूला कोणा ऋषीचा मातीपासून बनविलेला पुतळा होता आणि त्याच्या गळ्यात ताज्या फुलांचा एक हार घातलेला होता.

'कोण आहेस तू?' अर्जुनाने विचारलं. त्या युवकाची आमच्याकडे पाठ होती आणि धनुष्यावर बाण चढवून लक्ष्याच्या दिशेने त्याने प्रत्यंचा खेचलेली होती. अर्जुनाचा आवाज ऐकून त्याने अलगद प्रत्यंचा मागे घेतली आणि बाण हातात घेऊन आमच्या दिशेने वळला.

'अरे हा तर एकलव्य आहे,' मी नकळत आनंदाने ओरडलो.

आमच्या समवेत तिथे आलेले गुरू द्रोणाचार्य दिसताच एकलव्याने धनुष्य-बाण खाली ठेवले आणि वाकून द्रोणाचार्यांना प्रणाम केला. 'एकलव्य तू?' द्रोणाचार्य अचंबित होऊन म्हणाले. त्यांची दृष्टी जमिनीवर ठेवलेल्या त्या धनुष्य-बाणावर खिळली होती. मग त्यांची नजर शेजारच्या मातीच्या पुतळ्याकडे गेली आणि लक्षात आले की, ती त्यांचीच प्रतिमा होती.

'होय गुरुदेव!' एकलव्य उत्तरला, 'मी तुम्हाला म्हणालो होतो ना की, तुम्ही माझा शिष्य म्हणून स्वीकार केला नाहीत, तरी मी सदैव तुम्हालाच आपला गुरू मानून अभ्यास करेन. तुम्ही त्या दिवशी मला जायला सांगितलं आणि मी इथे वनात आलो. तुमचा पुतळा बनवला आणि त्याच्यापासून प्रेरणा घेऊन धनुर्विद्येचा अभ्यास सुरू केला.'

तुमच्याच कृपाआशीर्वादाने मी आता धनुर्विद्येत पारंगत झालो आहे. तुमच्या कोणाही शिष्यापेक्षा मी स्वतःला श्रेष्ठ सिद्ध करून दाखवू शकतो. एकलव्याच्या स्वरात आत्मविश्वास होता. आपली ही भक्ती आणि निष्ठा बघून गुरू द्रोण प्रसन्न होतील अशी त्याला आशा होती. तो भावभक्तीने त्यांच्याकडे पाहू लागला.

द्रोणाचार्य सोडून तिथे उपस्थित सर्व कौरव-पांडव राजकुमारांच्या नजरेत एकलव्याबद्दल अपार कौतुक दाटून आलं होतं. त्याची जिद्द, परिश्रम बघून सगळे जण प्रभावित झाले होते आणि त्याच्या कौशल्याकडे बघून चकितही झाले होते. अर्थात अर्जुन जरासा खट्टू दिसत होता. एकलव्य असताना आपण जगातील सर्वश्रेष्ठ धनुर्धर बनू शकणार नाही हे त्याला कळून चुकलं होतं. वास्तविक एकलव्याइतकीच प्रतिभा, चपळता, एकाग्रता अर्जुनाकडे होती; परंतु त्याच्या मनात ही भीती निर्माण झाली की, जो केवळ गुरूच्या मातीच्या पुतळ्यापासून प्रेरणा घेऊन एवढी सरस कामगिरी करू शकतो; त्याला खरोखर गुरूचा अनुग्रह प्राप्त झाला तर काय होईल? अर्जुनाच्या भावी महत्त्वाकांक्षी योजनांवर पाणी फिरवायला हा विचार पुरेसा होता.

अर्जुनानं व्याकूळ नजरेने द्रोणाचार्यांकडे बघितलं. त्या एका नजरेत त्याच्या मनातील नैराश्य द्रोणांच्या लक्षात आलं. त्याच वेळी आपण अर्जुनाला जगातील सर्वश्रेष्ठ धनुर्धर बनविण्याचं वचन दिलंय हेसुद्धा त्यांना आठवलं. त्याबरोबर त्यांच्या कपाळावर आठ्या उमटल्या. आपल्या पुतळ्याकडे बघत ते बराच वेळ शांतपणे उभे राहिले. माझ्या पित्याच्या चेहऱ्यावरील या भावांची एव्हाना मला चांगलीच ओळख झालेली होती. त्यांच्या मुद्रेवरील शांतता बघून त्यापाठोपाठ काहीतरी मोठं वादळ येणार हे मी लगेच ओळखलं. पुढच्या काही क्षणांतच त्यांची चर्या पालटली. चेहऱ्यावर स्मितहास्य उमटलं. ते एकलव्याकडे वळून म्हणाले, 'एकलव्य! तू खरोखर माझा सच्चा शिष्य आहेस. मला तुझा अभिमान वाटतो.'

हे ऐकताच अर्जुन सोडून बाकी सगळ्यांचे चेहरे उजळले. द्रोणांच्या या विनयाने सर्वांना जिंकून घेतलं. त्यांना वाटलं की, चला उशिरा का होईना; पण द्रोणांना शिष्याची खरी ओळख पटली आणि त्याचा स्वीकार करून त्यांनी आपली आधीची चूक दुरुस्त केली; पण मला मात्र वडिलांच्यातील हा बदल काहीतरी विचित्र वाटला. असं वाटलं की, अजून त्याचं बोलणं पूर्ण व्हायचंय. काही तरी महत्त्वाचं, काही तरी भयंकर अद्याप बाहेर यायचंय.

...आणि माझा कयास खरा ठरला. आपल्या पुतळ्याकडे बघत द्रोण म्हणाले, '...; परंतु एकलव्य, जर तू खरोखर मला स्वतःचा गुरू मानून ही विद्या शिकला असशील, तर नियमानुसार तू मला गुरुदक्षिणा द्यायला हवीस.'

'अवश्य गुरुदेव,' एकलव्य नतमस्तक होत म्हणाला, 'जे काही माझ्याजवळ आहे ते सगळं तुम्हीच दिलेलं आहे, तेव्हा निसंकोच दक्षिणा मागा. मी पूर्तता करीन.'

'फार छान. असं असेल तर मग गुरुदक्षिणा म्हणून मला तुझ्या डाव्या हाताचा अंगठा कापून दे,' द्रोणांनी अतिशय थंड आवाजात मागणी केली.

सगळे राजकुमार हे ऐकून स्तब्ध झाले. अर्जुनाला दिलेल्या वचनापोटी द्रोणांनी एका क्षणात एकलव्य नावाने निर्माण झालेला धोका समूळ नष्ट करून टाकला. पळभर अर्जुनाच्या अंगावर भीतीचा शहारा उमटला; पण पुढच्याच क्षणी त्याची जागा अभिलाषेच्या रोमांचानी घेतली. एकलव्याने जर ही मागणी पूर्ण केली तर तो जन्मभर पुन्हा कधीच बाण चालवू शकणार नव्हता.

द्रोणांचे बोल ऐकून एकलव्याने मान झुकवली जेणेकरून त्याच्या डोळ्यांतील अश्रू कोणाला दिसू नयेत. मग तो सावकाश द्रोणांच्या जवळ आला आणि त्यांच्या समोर गुडघे टेकून बसला. मान वर करून क्षणमात्र त्यांच्याकडे पाहिलं आणि झटक्यात कमरेला लटकणारा सुरा काढून आपल्या डाव्या हाताचा अंगठा कापला. धनुर्धर एकलव्याच्या रक्ताचे शिंतोडे द्रोणाचार्यांच्या पावलांवर तसेच शुभ्र वस्त्रांवर उडाले. मग एकलव्याने एकवार द्रोणाचार्यांना प्रणाम केला आणि पुन्हा कधीच तिथे न परतण्यासाठी निघून गेला.

माझ्या पित्यावर उडालेले ते निरपराध एकलव्याच्या रक्ताचे डाग कधी धुऊन निघतील का? या नृशंस कृत्यासाठी जग द्रोणाचार्यांना कधी माफ करू शकेल का? किमान मी तरी नाही करू शकणार.

७

द्रोणाचार्य रात्री झोपी जाण्यापूर्वी कधी कधी माझ्याशी गप्पा मारत. 'मुला अश्वत्था, तू लवकरात लवकर आपलं शिक्षण पूर्ण करावंस, अशी माझी इच्छा आहे,' एकदा ते म्हणाले.

'माझादेखील तसाच प्रयत्न सुरू आहे पिताजी. तुम्ही दिलेले ज्ञान जास्तीत जास्त चांगल्या पद्धतीने आणि लवकर आत्मसात करण्यासाठी मी कसून प्रयत्न करतो आहे; पण काय झालं? एखादी विशेष बाब तुम्हाला चिंतेत टाकत आहे का?' मी विचारलं.

'नाही… नाही… तसं काही नाही. बरं मला एक सांग. जर कोणी अगदी जवळच्या मित्राने तुझा अपमान केला तर तू काय करशील? अपमानाचा बदला घेशील की त्या मित्राला क्षमा करशील?' द्रोणांनी विचारलं.

'पिताजी, तुम्ही मला अस्त्र–शस्त्र विद्या यासाठी दिली आहे, की वेळप्रसंगी तिचा उपयोग करता यावा. क्षत्रिय धर्मात अपमानाचा बदला घेणे हाच योग्य न्याय मानला गेलेला आहे; परंतु मानवधर्म क्षमेचा पुरस्कार करतो. बदल्यापेक्षा क्षमेला श्रेष्ठ मानतो. मी युद्ध कौशल्यात निपुण असलो तरी माझं मन मला मानवधर्म निभावण्यास सांगतं, त्यामुळे मी त्या मित्राला माफ करेन. क्षमा केल्याने सुडाची भावना शांत तर होतेच; पण आत्मउद्धाराचासुद्धा तोच उत्तम मार्ग आहे.' मी प्रांजळपणे उत्तर दिलं.

'उत्तम,' माझ्या डोक्यावरून प्रेमाने हात फिरवत द्रोण म्हणाले, 'मला आवडलं तुझं उत्तर. असो, जा आता झोप शांतपणे.'

माझ्या पित्याच्या मनात नक्की काय चाललंय हे त्या वेळी मला समजू शकलं नाही.

दोन दिवसांनी द्रोणाचार्यांनी आपल्या सगळ्या शिष्यांना एकत्र बोलावलं.

'तुमचं शिक्षण आता पूर्ण झालेलं आहे. माझ्याकडे जे काही ज्ञान होतं ते मी दिलं. आता तुम्ही राजमहालात परत जाण्याची तयारी करा.'

यावर त्यांचा प्रिय शिष्य अर्जुन म्हणाला, 'गुरुदेव, तुम्हाला गुरुदक्षिणा दिल्याशिवाय आम्ही कसे जाणार? कृपया आज्ञा करा, तुम्हाला काय हवं आहे.'

अर्जुनाचे हे बोलणे ऐकून द्रोणाचार्यांचा चेहरा एवढा प्रसन्न झाला की, जणू कित्येक वर्षांपासून ते याच क्षणाची वाट बघत असावेत.

'प्रिय अर्जुना, मला तुझ्याकडून हीच अपेक्षा होती,' असं म्हणून द्रोणांनी दूर क्षितिजाकडे नजर टाकली. 'तुम्ही पांचाल नरेश द्रुपदाचे नाव तर ऐकले असेलच. माझी अशी इच्छा आहे की तुम्ही सगळ्यांनी पांचाल देशावर आक्रमण करावं आणि द्रुपदाला बंदी बनवून माझ्यापाशी घेऊन यावं.'

आपल्या गुरूने मागितलेली ही गुरुदक्षिणा ऐकून सगळे शिष्य स्तब्ध झाले. द्रुपदाने जेव्हा दरबारात माझ्या पित्याचा अपमान केला, तेव्हा मी खूप लहान असल्याने मला ते काही माहिती नव्हतं. एवढ्या वर्षांत त्यांच्या तोंडून द्रुपदाचं नावसुद्धा कधी आलं नव्हतं. मग द्रुपदाला बंदी बनविण्याचा विचार त्यांच्या मनात का आला असावा? द्रोण आणि द्रुपद यांचा एकमेकाशी काय संबंध होता? सगळ्यांच्या मनात या प्रश्नांनी फेर धरला; पण गुरूला उलट प्रश्न विचारण्याची कोणाचीच प्राज्ञा नव्हती. गुरूची आज्ञा शिरसावंद्य मानणे आणि त्याच्या आदेशाचे पालन करण्याखेरीज दुसरा पर्यायच नव्हता. द्रुपदाच्या घटनेचे काही संदर्भ मला ठाऊक नव्हते; पण मला हे कळत होतं की, कुटील वागण्याचा आणि अघोरी गुरुदक्षिणा मागण्याचा माझ्या पित्याचा नृशंस खेळ अद्याप संपलेला नव्हता.

पांचाल नरेश द्रुपदाने दिलेला अपमानाचा घाव आता पिकला होता. एवढ्या वर्षात द्रोणांनी मनातील सुडाची आग विझू दिली नाही.

काही वर्षांपूर्वी विहिरीतून चेंडू बाहेर काढून द्रोणांनी सूडनाट्याचा जो पट मांडला होता, त्यावर आज आपले मोहरे पुढे सरकविले होते. दुर्योधन आणि अर्जुन यांच्या नेतृत्वाखाली कौरव-पांडवांनी मिळून पांचाल देशावर

हल्ला चढवला आणि बघता बघता द्रुपदाच्या सैन्यात हाहाकार माजला. अल्पावधीतच अर्जुनाने द्रुपदाचे धनुष्य-बाण निष्प्रभ करून त्याला बंदी बनवलं.

'कोण आहात तुम्ही? आणि अशा प्रकारे अचानक आक्रमण करून मला बंदी बनविण्याचं कारण काय?' साखळदंडात अडकलेल्या द्रुपदाने क्रुद्ध होऊन विचारलं.

'मी पांडव राजकुमार अर्जुन आहे. माझं तुमच्याशी काही शत्रुत्व नाही. मी केवळ माझ्या गुरूच्या आज्ञेचं पालन करतोय. त्यांनी तुम्हाला बंदी बनवून आणण्याचा मला आदेश दिला आहे.'

'कोण हे तुमचे गुरू? आणि मला का बंदी बनवू इच्छितात?' द्रुपदाने चकित होऊन विचारलं.

'माझ्या गुरूंचे नाव आचार्य द्रोण आहे. तुमचं आणि त्यांचं काय शत्रुत्व आहे, याची मला कल्पना नाही आणि मला ते जाणूनही घ्यायचं नाही. त्यांचा शिष्य असल्यामुळे त्यांच्या आज्ञेचे पालन करणे माझे कर्तव्य आहे, तेव्हा मी तुम्हाला विनंती करतो की, माझ्यासोबत चलावे,' अर्जुन उत्तरला.

द्रोणाचे नाव ऐकताच द्रुपदाच्या पायाखालची जमीन सरकली. अनेक वर्षांपूर्वी दरबारात केलेल्या अपमानाचे स्मरण झाले. कालचक्राचा फेरा पूर्ण झाला होता. आता बाजी द्रोणाच्या हातात होती. द्रोणाला केवळ आपल्याला अपमानित करायचे आहे, याची द्रुपदाला खात्री होती. कारण, द्रोणाला द्रुपदाचा वध करायचा असता तर तो अर्जुनाकरवी केव्हाच घडून आला असता. द्रुपद काही क्षण एकटक अर्जुनाकडे बघत राहिला, आपल्यालाही याच्यासारखा एखादा पुत्र असता तर किती बरं झालं असतं, असा विचार त्याच्या मनात येऊन गेला.

काही क्षणातच त्या आज्ञाधारक शिष्यांनी द्रुपदाला बंदी बनवून द्रोणांसमोर हजर केलं आणि आपली गुरुदक्षिणा अर्पण केली.

आज दृश्य वेगळं होतं. आता द्रोण ताठ मानेने बघत होते, तर त्यांच्या पुढ्यात द्रुपद मान खाली घालून उभा होता. 'आठवतंय ना द्रुपद, काही वर्षांपूर्वी तू भिक्षुक म्हणून माझी हेटाळणी केली होतीस. आता सांग कोण आहे भिक्षुक?' द्रुपदाची मान अद्याप झुकलेलीच होती. त्याची नजर द्रोणाच्या पावलांवर खिळली होती. बहुधा, लवकरच आपल्याला या पावलांवर डोकं टेकवून क्षमायाचना करावी लागणार असा विचार त्याच्या मनात घोळत होता.

'युद्धात माझा विजय झालेला आहे,' द्रोण बोलू लागले. 'तुझं राज्य, संपत्ती, वैभव एवढच काय पण तुझं आयुष्यसुद्धा आता माझ्या स्वाधीन आहे. वाटलं तर उर्वरित आयुष्य तुला माझा गुलाम बनवून दररोज हरघडी अपमानित करू शकतो; पण असं वागून मी माझं ब्राह्मण्य कलंकित करू इच्छित नाही. अपमानाचा बदला अपमानाने घेणं खूप सोपं आहे; परंतु मानवाचा हा धर्म आहे की, त्याने क्षमेचा मार्ग अनुसरावा. कारण, क्षमा केल्याने सुडाची भावना शांत तर होतेच; पण आत्मउद्धाराचासुद्धा तोच उत्तम मार्ग आहे.'

पित्याचे हे बोलणे ऐकून मी चकित झालो. दोन दिवसांपूर्वी आमच्यात जे संभाषण झालं, त्याचा उगम मला आता लक्षात आला. पिता द्रोण माझ्याकडे बघून मंद स्मित करत होते. त्यांचं बोलणं अजून पूर्ण झालं नव्हतं, 'तुला आठवत असेल द्रुपद... तू स्वतःच म्हणाला होतास की, मैत्री बरोबरीच्या लोकांत होते. आज तुझ्याकडे काहीही नाही; पण तरीही मी आपली जुनी मैत्री तोडू इच्छित नाही, त्यामुळे मी फक्त तुला क्षमाच करत नाहीये तर आता माझ्या मालकीच्या असलेल्या पांचाल राज्याचा अर्धा भाग तुला परत करतो आहे. आजपासून तू गंगेच्या दक्षिण तीरावरील भागात राज्य करशील; तर गंगेच्या उत्तरेकडील भागाचे स्वामित्व माझ्याकडे असेल, त्यामुळे आता आपण दोघेही बरोबरीचे मित्र झालो आहोत.'

हे ऐकताच अर्जुन पुढे सरसावला आणि द्रुपदाच्या बेड्या खोलून त्याला बंधमुक्त केलं. द्रोणाने पुढे येऊन द्रुपदाला आलिंगन दिलं.

स्वतःच्या पित्याच्या स्वभावातील एवढे विषम पैलू बघून मी फारच थक्क झालो होतो. कोणीही व्यक्ती एकाच वेळी क्रोध, कुटिलता आणि क्षमा यामध्ये एवढी पारंगत कशी असू शकते?

या घटनेमुळे द्रोणांच्या मनातील घाव तर भरला; परंतु द्रोणाकरवी झालेल्या पराजयामुळे द्रुपदाच्या मनात द्वेषाचं नवीन बी रुजलं गेलं.

८

कौरव आणि पांडवांचं शिक्षण पूर्ण झालं होतं. द्रोणाचार्य धृतराष्ट्रांना म्हणाले, 'महाराज माझी अशी इच्छा आहे की, इतकी वर्षे राजकुमारांनी माझ्यापाशी अस्त्र-शस्त्रांचे जे शिक्षण घेतलं आहे, त्यातील कौशल्याचे प्रदर्शन सर्वांसमोर घडून यावे.' सर्वांनीच द्रोणांच्या या प्रस्तावाला मान्यता दिली.

राजाज्ञेनुसार नगरच्या मध्यवर्ती भागात एक रंगभूमी निर्माण करण्यात आली. नियोजित दिवशी हस्तिनापुरातील समस्त नागरिक राजकुमारांचे युद्ध कौशल्य बघण्यासाठी उत्साहाने एकत्र आले. राजा धृतराष्ट्र, पितामह भीष्म, माझे पिता द्रोणाचार्य, मामा कृपाचार्य तसेच अन्य सगळे जण आपापल्या आसनांवर बसले. राजपरिवारातील महिला आणि दासीवर्गाला बसण्यासाठी स्वतंत्र व्यवस्था करण्यात आली होती. कौरव आणि पांडव राजकुमारांनी तिथे प्रवेश करताच सगळे जण हर्षोल्हासाने त्यांच्याकडे बघू लागले.

थोड्याच वेळात कौशल्य प्रदर्शन कार्यक्रम सुरू झाला. आपल्या राजकुमारांचे कौशल्य, युद्धनिपुणता पाहून धृतराष्ट्र, भीष्म आदी भावविवश झाले, तर उपस्थित सर्व नगरजन अतिशय भारावून गेले. त्यांना पूर्ण खात्री पटली की, या श्रेष्ठ वीरांच्या हाती हस्तिनापुराच्या सर्व सीमा संपूर्ण सुरक्षित आहेत. वास्तविक मीदेखील तशीच अस्त्र आणि शस्त्रविद्या ग्रहण केली होती; परंतु नियमानुसार राज-रंगभूमीवर कौशल्य प्रदर्शनाचा अधिकार केवळ राजकुमारांनाच होता. मी ब्राह्मण असल्या कारणाने मला ती संधी मिळणे शक्य नव्हते. एव्हाना अर्जुन सोडून बाकी सगळ्यांनी आपापले कौशल्य दाखविले होते. द्रोणांनी अतिशय गर्वाने अर्जुनाकडे लक्ष वेधत घोषणा केली.

'आता मी माझा सर्वांत प्रिय शिष्य अर्जुन याला युद्ध कौशल्याचे प्रदर्शन करायला रंगभूमीवर आमंत्रित करतो.'

मला पित्याचे हे बोलणे अजिबात आवडले नाही. राजपरिवारातील सर्व जण तसेच समस्त प्रजाजन यांच्या समक्ष राजकुमारांमध्ये भेदभाव करणे योग्य नव्हते. एका गुरूने आपल्या एखाद्या शिष्याला बाकीच्या शिष्यांच्या तुलनेत अधिक जवळचा मानणे किंवा तसे जाहीर सांगणे मुळीच नीतीला धरून नव्हते. हे असं बोलणं माझ्या पित्याच्या तोंडून नकळत अभावितपणे निघून जायचं की ते मुद्दाम जाणीवपूर्वक काही रणनीती मनाशी योजून तसं वागायचे याचा उलगडा मला आजवर झालेला नाही. काही असो, मला त्यांचे हे वर्तन अजिबात आवडले नाही. मला जाणवलं की, ज्येष्ठ कौरवपुत्र दुर्योधन यालासुद्धा ते आवडलं नव्हतं. कारण, द्रोणांनी अर्जुनाचा विशेष उल्लेख करताच दुर्योधनाच्या चेहऱ्यावरील रंग पालटले. आपल्या मानेला एक झटका देऊन तो दुःशासनाच्या कानात काहीतरी बोलला.

इकडे अर्जुनाने अल्पावधीतच रंगभूमीचा ताबा घेतला. आपल्या अतुलनीय धनुर्विद्येचे सादरीकरण करून त्याने सगळ्यांचे मन मोहून टाकले. त्यानंतर त्याने अग्नेयास्त्राचा प्रयोग करून अग्नी उत्पन्न केला. लोक घाबरून चीत्कारू लागताच वरुणास्त्राचा उपयोग करून पाण्याचा वर्षाव केला, त्यामुळे ओलेचिंब झालेले लोक आपापल्या जागांवर जेमतेम बसतच होते की, त्याने वायवास्त्राचा प्रयोग केला. त्यायोगे जोरदार वारे वाहू लागले, वादळ निर्माण झाले. त्याला घाबरून लोक रंगभूमी सोडून पळून जाऊ लागले. त्याबरोबर अर्जुनाने पर्ज्यन्यास्त्राचा उपयोग करून ढग तयार केले. त्या ढगांनी वारे अडवले; वादळ शांत केले. त्यानंतर अर्जुनाने वेगवेळ्या विचित्र अस्त्रांचा प्रयोग करून सर्वांना आश्चर्यचकित करून टाकले. सारी रंगभूमी टाळ्यांच्या कडकडाटाने दुमदुमून गेली. द्रोणांनी अर्जुनाचं विशेष कौतुक करावं की नाही याबाबत वाद होऊ शकला असता; परंतु अर्जुनाने आपल्या कौशल्याचे जे प्रदर्शन केले, त्यानंतर अर्जुन हा निःसंशय सर्वश्रेष्ठ धनुर्धर आहे, याबाबत कोणाचेही दुमत झाले नाही. आम्हा सर्वांमध्ये तो निर्विवादपणे श्रेष्ठ होता म्हणूनच माझ्या पित्याचा सर्वांत प्रिय शिष्य होता. अगदी अखेरपर्यंत त्यांचा अर्जुनाप्रती असलेला विशेष स्नेह तीळमात्र कमी झाला नाही.

'शाब्बास अर्जुना!' द्रोण अतिशय आनंदित होऊन ओरडले. 'मला तुझा अभिमान वाटतो. निःसंशय तुझ्यापेक्षा श्रेष्ठ धनुर्धर या जगात दुसरा कोणी नाही.'

हे ऐकताच कुरू राजकुमारांच्या चेहऱ्यावर विषाद उमटला. दुर्योधन पुन्हा एकदा दुःशासनाच्या कानात काहीतरी पुटपुटला. मला अंदाज होता की, तो काय म्हणाला असेल. द्रोणांचे कौतुक ऐकून आम्हा सर्वांनाच त्याची आठवण आली, जो अर्जुनापेक्षा श्रेष्ठ नसेल कदाचित पण त्याच्यापेक्षा कणभरही कमी नव्हता. त्या दिवशी रंगभूमीवर एकलव्यसुद्धा असता तर? माझ्या पित्याने गुरुदक्षिणेच्या नावाखाली त्याला कायमचा अकार्यक्षम करून टाकला असला तरी आमच्या मनातील त्याची प्रतिमा सदैव उज्ज्वल राहणार होती. एकलव्याचा विचार मनात आला की, आजही मला त्याच्याबद्दल कणव आणि माझ्या पित्याबद्दल द्वेषाची भावना निर्माण होते. हाताचा डावा अंगठा नसल्यामुळे धनुर्धर होणे तर दूरच पण आपली नित्यकर्मे व्यवस्थितपणे पार पाडणे तरी एकलव्याला जमले असेल का? काहीही असो, माझं मन कायम एकलव्यालाच अर्जुनापेक्षा श्रेष्ठ धनुर्धर मानत आलं आहे.

माझं मन विचारांच्या आवर्तात बुडलेलं असताना तिकडे सारे प्रेक्षक अजूनही अर्जुनासाठी जोरजोरात टाळ्या वाजवतच होते. तितक्यात टाळ्यांच्या त्या कडकडाटाच्या वरताण एक आवाज तिथे घुमला. 'थांबा!'

हे ऐकताच सगळे जण एकदम शांत झाले आणि आवाजाच्या दिशेने पाहू लागले. त्या वेळी मी पिता द्रोण यांच्या अगदी शेजारीच उभा होतो. आम्हाला दिसलं की, एक उंचपुरा, बळकट शरीरयष्टी असलेला तेजस्वी युवक हातात धनुष्य–बाण घेऊन दमदार पावले टाकत तिथे येत होता. त्याच्या शरीरावर असलेले कवच आणि कानातील तेजस्वी कुंडले चमचम करत होती. त्याची चाल राजसी होती आणि त्यावरून तो कोणी सामान्य युवक नसल्याचे लगेच कळून येत होते; पण काहीतरी विरोधाभास होता. कारण, त्याच्या अंगावरील वस्त्रे पाहून मात्र तो अगदीच साध्या कुळातील वाटत होता. आम्ही सगळे अचंबित होऊन त्याचे निरीक्षण करत असताना तो अर्जुनाच्या शेजारी येऊन थांबला. उच्चासनावर बसलेल्या महाराज धृतराष्ट्रांना त्याने प्रणाम केला.

'हे युवका तू कोण आहेस आणि अशा प्रकारे रंगभूमीच्या मध्ये का आला आहेस?' द्रोणांनी विचारलं.

'आचार्य माझं नाव कर्ण आहे. अशा पद्धतीने अनाहूतपणे इथे आल्याबद्दल मी क्षमा मागतो. जर तुम्ही अर्जुन हा जगातील सर्वश्रेष्ठ धनुर्धर आहे, असे म्हटले नसते, तर मी हे औद्धत्य कधीच केले नसते. मी आत्ता इथे अर्जुनाला आव्हान देऊ इच्छितो. जर त्याने मला धनुर्विद्येत पराभूत केले तर मी हस्तिनापूर सोडून कायमचा निघून जाईन.'

कर्णाच्या बोलण्यातून केवळ आत्मविश्वासच नाही, तर एका साहसी योद्ध्याचा डौलदेखील प्रकट होत होता. त्याचे बोलणे ऐकून राजपरिवारातील सगळे जण आश्चर्यचकित झाले. मात्र एकट्या दुर्योधनाच्या चेहऱ्यावर आनंद आणि हास्य फुलले. जणू काही त्याने कुठलीतरी मोठी बाजी जिंकली असावी. कर्णाचे धैर्य आणि पौरुष पाहून दुर्योधनाच्या मनात एक अनोखी अभिलाषा निर्माण झाली. हस्तिनापुरात पांडवांना तोडीसतोड कोणी तरी आहे, हे पाहून त्याला आनंदाच्या उकळ्या फुटू लागल्या.

कर्णाचे बोलणे ऐकून अर्जुन आश्चर्याने त्याच्याकडे पाहू लागला. माझं लक्ष द्रोणाचार्यांकडे गेलं तर ते विचारमग्न होऊन एकटक कर्णाकडे बघत होते. त्यांच्या चेहऱ्यावर हुबेहूब तेच भाव होते, जे यापूर्वी एकलव्याला पाहून उमटले होते. माझ्या लक्षात आलं की, त्यांना कर्णात एकलव्याची छबी दिसत होती. त्यांनी गुरू असल्याचा फायदा घेऊन एकलव्याला निर्दयतेनं अर्जुनाच्या मार्गातून बाजूला केलं; पण ते कर्णाकडे ना गुरुदक्षिणा मागू शकत होते ना कर्णाने दिलेल्या आव्हानाला काही पळवाट त्यांना दिसत होती. त्यांनी वळून कृपाचार्यांकडे बघितलं. दोघांची नजरानजर झाली. द्रोणांनी कृपांना नेमके काय संकेत दिले मला अजिबात समजलं नाही; पण द्रोणांच्या मनात काय सुरू आहे ते कृपांच्या बरोबर लक्षात आलं. पुढच्या क्षणी द्रोण मागे सरले आणि त्यांची जागा कृपाचार्यांनी घेतली.

'प्रिय कर्ण आम्हाला आनंद झाला की, अर्जुनाला आव्हान देणारं कोणीतरी आमच्या राज्यात आहे; परंतु आपलं कौशल्य दाखविण्याआधी तुला स्वतःच्या कुळाचा परिचय द्यावा लागेल. इथे रंगभूमीत तुझा सामना कुरुवंशाच्या राजकुमाराशी होणार आहे. तुला कदाचित माहिती नसेल; पण राजकुमार कधीही कोणा अज्ञात किंवा हलक्या कुळातील व्यक्तीशी सामना करत नाहीत, त्यामुळे असा पुढे ये आणि उपस्थित सर्वांना तुझ्या कुळाची ओळख करून दे.'

आता मात्र पित्याचा हा नवा कुटील डाव पाहून मी थक्क झालो. कर्णाच्या वस्त्रांकडे पाहून त्यांनी अंदाज बांधला की, तो नक्कीच हलक्या कुळातील असावा. अर्जुनासाठी माझ्या पित्याने एवढे अपराध का केले असावेत? हे आजही माझ्यासाठी रहस्यच आहे.

कृपाचार्यांचे बोलणे ऐकून अचानक कर्णाचा चेहरा निस्तेज झाला. त्याबरोबर दुर्योधनाच्या लक्षात आलं की, नक्कीच कुळाच्या बाबत कर्णाची परिस्थिती काहीतरी वेगळी आहे. कर्णाचा हताशपणा दुर्योधनाच्या भावी योजनांवर पाणी फिरवू पाहत होता. या अडचणीचे निराकरण तातडीने करणे आवश्यक होते, त्यामुळे कर्णाने कृपांना काही उत्तर द्यायच्या आतच दुर्योधन उठला आणि म्हणाला, 'आचार्य जर अर्जुनाशी लढण्यासाठी कर्णाने राजवंशातील असणे अनिवार्य असेल, तर मी कर्णाला माझे अंग नामक राज्य बहाल करतो. कर्ण हा माझा जिवलग मित्र असून, आजपासून नव्हे आत्ता या क्षणापासून अंगदेशचा राजा झाला असे मी घोषित करतो.'

द्रोणांच्या संकेतानुसार आचार्य कृपांनी जो घाव कर्णावर घातला, त्यावर दुर्योधनाने अवचित आपल्या उदारतेचं आणि मैत्रीचं मलम लावलं. कर्णाने दुर्योधनाकडे पाहिलं. प्रत्यक्ष असो किंवा सांकेतिक, मैत्रीची भाषा कायमच अतिशय सशक्त असते. ती अगदी अलगद प्रेम आणि विश्वासाचा बंध निर्माण करते. कर्ण आणि दुर्योधनानं एकमेकांकडे बघून स्मितहास्य केलं. त्याबरोबर कौरव पक्षातून जयघोष सुरू झाला, 'महावीर कर्णाचा विजय असो. अंगराज कर्णाचा विजय असो.'

त्याच वेळी महाराज धृतराष्ट्र यांचा मुख्य सारथी अधिरथ हळूहळू चालत रंगभूमीपाशी आला. आता सारथ्याचे इथे काय काम? असा विचार मी करतच होतो, तोवर तो कर्णाच्या जवळ जाऊन उभा राहिला. त्याला बघतच कर्णाने हातातील धनुष्य-बाण खाली ठेवलं आणि वाकून अधिरथाच्या पायाला स्पर्श करून वंदन केलं. सगळे जण हे दृश्य बघून आश्चर्यचकित झाले.

धृतराष्ट्राकडे बघून वंदन करत अधिरथ हळुवार आवाजात म्हणाला, 'महाराजांचा विजय असो. महाराज, कर्ण माझा पुत्र आहे. तो अतिशय प्रतिभावान आहे. मला फार अभिमान वाटतो त्याचा.'

हे ऐकताच पांडवांच्या पक्षातून भीमाने केलेली एक जोरदार गर्जना ऐकू आली, 'सूतपुत्र! सूतपुत्र कर्ण!' भीमाचे हे बोल ऐकताच तत्क्षणी दुर्योधन खवळून ओरडला, 'भीम तू स्वतः महावीर आहेस. कर्णाबद्दल असे बोलणे

तुला शोभत नाही. शक्ती आणि साहस हेच क्षत्रियाच्या यशाचे खरे मापदंड असतात. शूरवीर आणि नदी यांचा उगम डोळ्यांना दिसतो तितका सहजसोपा कधीच नसतो. या तेजस्वी आणि सर्वगुणसंपन्न कर्णाकडे नीट निरखून पाहा. हा तुला हलक्या कुळातील वाटतो ? मला खात्री आहे, माझ्या सहयोगाने कर्ण अंगदेशावरच काय पण साऱ्या पृथ्वीवर अधिराज्य गाजवू शकतो.'

दुर्योधनाने कर्णाला अंग देशाचे राज्यपद बहाल करून राजनैतिक मैत्रीचे संबंध जोडले होतेच; पण कर्णानेदेखील तत्काळ त्याचा स्वीकार करून आपल्या मनातील सूतपुत्र असण्याचा न्यूनगंड काढून टाकला होता. एव्हाना सूर्यास्त होऊ लागला. रंगभूमीवरील कार्यक्रम पुढे नेणे शक्य नव्हते.

कर्णाने एकवार दीर्घ श्वास घेतला. त्याची दृष्टी अस्ताचलास निघालेल्या सूर्यावर पडली. का कोण जाणे तो बराच वेळ क्षितिजाकडे एकटक बघत राहिला. त्यानंतर पुढेही कर्ण जेव्हा जेव्हा हस्तिनापुरात आला मी अनेक वेळा त्याला सकाळ-संध्याकाळ नदीतटावर उभं राहून सूर्याला निरखताना पाहिलं. सूर्य त्याला एवढा आकृष्ट का करायचा याचा खुलासा मी पुढे करणारच आहे.

९

आता यापुढे या कहाणीत खूप रंजक चढ-उतार येणार आहेत, त्यामुळे आधी तुम्हाला कुरुवंशाबाबत काही महत्त्वपूर्ण गोष्टी आणि घटनांची माहिती देणे गरजेचे आहे.

धृतराष्ट्र कुरुवंशातील ज्येष्ठ पुत्र असल्याने हस्तिनापूर सिंहासनावर बसण्याचा अधिकार त्यांनाच होता; पण दुर्दैव असं की, अतिशय बलवान असूनसुद्धा ते जन्मांध होते, त्यामुळेच जेव्हा राज्याभिषेकाची वेळ आली, तेव्हा राजनैतिक संकेत आणि धृतराष्ट्राचं अपंगत्व दोन्ही त्याच्या राजा बनण्याच्या मार्गात आडवे आले. परिणामी धृतराष्ट्राचा धाकटा बंधू पांडू राजा घोषित झाला.

एक दिवस पांडू मृगयेसाठी जंगलात गेला होता. तिथे एका तळ्याकाठी कसलीशी चाहूल लागली. एखादे वन्य श्वापद असेल या समजुतीने त्याने शब्दभेदी बाण चालविला. नंतर त्याला समजलं की, तो बाण चुकून किंदम ऋषींना लागला आणि त्यांचा मृत्यू झाला. ब्रह्महत्येचे प्रायश्चित्त घेण्यासाठी पांडूने राज्यकारभाराचा त्याग केला आणि तो वनात निघून गेला. सोबत त्याच्या दोन्ही पत्नी कुंती आणि माद्रीदेखील होत्या. वनात असताना पांडूला कुंतीपासून तीन आणि माद्रीपासून दोन असे एकूण पाच पुत्र झाले. कालांतराने हस्तिनापुरात वार्ता येऊन थडकली की, पांडूचा वनातच मृत्यू झाला आणि त्याची पत्नी माद्री सती गेली.

त्यानंतर आपल्या पाचही पुत्रांना घेऊन कुंती हस्तिनापुरात परत आली. धाकटा बंधू राजा पांडू हयात नसल्याने ओघानेच राज्यकारभाराची जबाबदारी

ज्येष्ठ बंधू धृतराष्ट्राकडे आली. अनपेक्षित घडून आलेल्या या दैवयोगामुळे धृतराष्ट्र खुळावला. कोणी तरी आपलं पद, आपला मुकुट हिसकावून घेईल अशी भीती सतत त्याला वाटू लागली. राज्यपदाच्या आसक्तीने त्याचा एवढा ताबा घेतला होता की, रात्री झोपतानासुद्धा तो डोक्यावरील राजमुकुट काढून ठेवत नसे. नियतीच्या योगामुळे पदरात पडलेली ही सत्ता कुठल्याही परिस्थितीत त्याला गमवायची नव्हती. पुढे धृतराष्ट्राचा विवाह झाला. मंत्रिगण आणि प्रजाजन सर्वांनाच आशा वाटू लागली की, आता त्याची पत्नी गांधारी आपल्या पतीच्या दृष्टिहीन जीवनाला योग्य दिशा देईल आणि हस्तिनापूरचा राज्यकारभार सुरळीतपणे चालेल; पण नियतीने इथेसुद्धा धृतराष्ट्र आणि हस्तिनापूर दोघांची क्रूर चेष्टाच केली.

आपला पती अंधकारात बुडालेला असताना आपण राजविलास उपभोगावेत हे गांधारीला मान्य नव्हते. पतीबद्दल सहवेदना म्हणून तिनेदेखील आजन्म डोळ्यांना पट्टी बांधून नेत्रहीन जीवन जगायचा निश्चय केला. व्यक्तीशः मला असं वाटतं की, गांधारीने आपल्या पतीचे डोळे बनून आयुष्यभर त्याला योग्य मार्गक्रमणा करण्यासाठी, राज्यकारभाराचा गाडा सुरळीत हाकण्यासाठी सहयोग द्यायला हवा होता. स्वतःच्या डोळ्यांवर पट्टी बांधून तिने पतीची काय आणि कशा प्रकारे साथ दिली हे समजून घेणं कठीणच आहे; पण काळ या गोष्टीचा विचार न करता पुढे सरकत राहिला. दरम्यान, गांधारी आणि धृतराष्ट्राने शंभर पुत्रांना आणि दुःशला नामक कन्येला जन्म दिला. धृतराष्ट्राच्या या शंभर पुत्रांपैकी सर्वांत ज्येष्ठ पुत्र म्हणजेच दुर्योधन. यथावकाश कौरव आणि पांडव एकत्र वाढू लागले. त्यांचे शिक्षण एकत्र होऊ लागले. बघता बघता सगळ्यांनी तारुण्यात प्रवेश केला.

तिकडे माझे पिता द्रोण यांनी द्रुपदाला अर्धे राज्य परत करून त्याच्याशी पुन्हा मैत्री जोडली; पण त्या दोघांचा मूळ स्वभाव अगदी भिन्न होता. द्रोणांनी द्रुपदाला अर्धे राज्य मैत्रीच्या भावनेतून दिले असले तरी द्रुपदाने त्याचा स्वीकार भीक म्हणून केला. द्रुपदाने भरसभेत केलेला अपमान कालांतराने द्रोण विसरले; परंतु द्रोणांकडून झालेली मानहानी द्रुपदाच्या हृदयात एखाद्या काट्यासारखी खोल रुतून बसली. एक हात पुढे करून त्याने द्रोणांची मैत्री स्वीकारली; पण त्याचा दुसरा हात द्रोणांचा गळा आवळण्यासाठी शिवशिवत राहिला; पण कौरव-पांडवांसारखे महावीर द्रोणांचे पट्टशिष्य होते, त्यामुळे स्वतःच्या एकट्याच्या जीवावर

असले दुःसाहस करणे द्रुपदाला शक्यच नव्हते. अर्जुनाकडून बंदी होत असतानाच आपल्याला असा एक पराक्रमी पुत्र असायला हवा ही मनीषा द्रुपदाच्या मनात निर्माण झालीच होती. तसा एखादा पुत्र असता तर त्याने या अपमानाचा जरूर बदला घेतला असता.

अपत्यप्राप्तीसाठी द्रुपदाने पुत्रकामेष्टी यज्ञ करायचे ठरविले. त्यासाठी याज नावाच्या एका गुणी आणि ज्ञानी ब्राह्मणाला पाचारण करण्यात आले. यज्ञ पार पडला आणि त्याच्या अग्निकुंडातून एक दिव्य बालक आणि एक अतिशय सुंदर कन्या जन्माला आली. त्या बालकाचा वर्ण धगधगत्या आगीसारखा होता आणि जन्माला येताक्षणी त्याने भयंकर आवाजात गर्जना केली. याज ब्राह्मणाने दोन्ही बालकांकडे पाहिले आणि म्हणाला, 'हा पुत्र फारच धारिष्ट्यवान आहे. शिवाय त्याचा जन्म अग्नीच्या द्यूतीमधून झाला आहे, त्यामुळे याचे नाव 'धृष्टद्युम्न' ठेवावे. ही बालिका रंगाने सावळी असल्याने तिचे नाव 'कृष्णा' ठेवणे यथार्थ ठरेल.'

एक दिवस द्रोणाचार्य घरी परतले, तेव्हा त्यांचा चेहरा फारच गंभीर आणि चिंताग्रस्त दिसत होता. मी कारण विचारलं तेव्हा त्यांनी सांगितलं की, द्रुपदाच्या घरी एक मुलगा आणि एक मुलगी जन्माला आली आहे. द्रुपद कन्येबाबत ज्योतिषांनी असे भाकीत वर्तवले आहे की, तिचे भवितव्य खूपच उज्ज्वल आहे. तिच्या नशिबी राजयोग आहे; परंतु हीच कन्या पुढे भारतवर्षात होणाऱ्या सर्वाधिक भीषण युद्धाचे कारण बनणार आहे.

'ओह! हे भाकीत वाईटच आहे; पण त्यामुळे तुम्ही एवढे चिंताक्रांत का झाला आहात?' मी विचारलं.

'प्रिय अश्वत्था, माझ्या चिंतेचे कारण द्रुपदाचा मुलगा आहे,' द्रोण उत्तरले.

'ते का बरं?' मी गोंधळून विचारलं.

'ज्योतिषांनी अशी भविष्यवाणी केली आहे की, द्रुपदाचा पुत्र धृष्टद्युम्न माझ्यासाठी घातक ठरणार आहे,' द्रोण खोल आवाजात उत्तरले.

'तुम्ही अजिबात काळजी करू नका. तो धृष्टद्युम्न आत्ताशी एक नवजात शिशू आहे. त्याला मोठा व्हायला अजून खूप अवकाश आहे आणि तसंही मी असताना तुमच्यावर कोणतंही संकट येऊच शकणार नाही,' मी आश्वासक स्वरात त्यांना म्हणालो.

माझ्या या बोलण्यामुळे त्यांची व्याकूळता कमी झाली की नाही, कल्पना नाही; पण माझं बोलणं ऐकून त्यांनी अतिशय प्रेमाने माझ्या डोक्यावरून हात फिरवला. माझ्या सामर्थ्यावर त्यांना पूर्ण विश्वास असल्याचं मला त्या स्पर्शातून जाणवलं.

१०

सावत्र भावंडांत स्नेहाचे संबंध असेही फार कमी आणि क्वचितच निर्माण होतात. कालानुरूप कौरव आणि पांडव यांच्यातील मतभेदसुद्धा वाढू लागले. राजमहालात विविध विषयांवरून या चुलत भावंडांतील वादविवाद, भांडणं अगदी नित्याची बाब झाली. धृतराष्ट्राने वरकरणी कधी दाखवले नसले तरी मनातून त्याला पक्के ठाऊक होते की, आपल्या शंभर पुत्रांच्या तुलनेत पाच पांडव जास्त सामर्थ्यवान आहेत. तो सदैव आपला पुत्र दुर्योधन आणि पांडूपुत्र भीम यांची तुलना करत असे. शिवाय पांडूचा ज्येष्ठ पुत्र युधिष्ठिर हा दुर्योधनापेक्षा वयाने मोठा होता, त्यामुळे धृतराष्ट्राला सतत ही चिंता वाटे की, आपल्या पश्चात हस्तिनापुराचे सिंहासन दुर्योधनाला न मिळता युधिष्ठिराला मिळेल. नियतीने अनेक वर्षांपूर्वी आपल्याबाबत जो अन्याय केला तोच पुन्हा आपल्या मुलांच्या वाट्याला येणार ही चिंता दिवस-रात्र धृतराष्ट्राला सतावत असे.

रागाप्रमाणेच लोभ आणि ईर्ष्या हेसुद्धा व्यक्तीच्या आचरणाला भ्रष्ट करतात. नेत्रहीन धृतराष्ट्राच्या डोक्यात पांडवांना आपल्या पुत्रांच्या मार्गातून कसं दूर करता येईल, याच्या विविध योजना अहोरात्र घोळू लागल्या. तसे तर अनेक मार्ग होते; पण पांडवांना हटवणं तेवढं सोपं नव्हतं. त्याची तीन प्रमुख कारणं होती. एक म्हणजे पांडव नुसतेच शक्तिशाली नाही तर चतुर आणि विवेकीसुद्धा होते. दुसरं म्हणजे परिवारातील समस्त ज्येष्ठ व्यक्तींचे ते अतिशय लाडके होते आणि तिसरं म्हणजे तेसुद्धा राजपरिवारातील असल्याने अशा प्रकारच्या कुटील नीती आणि षडयंत्रांची त्यांनाही पुरेपूर कल्पना होती.

त्यामुळे धृतराष्ट्राला अशी काही तरी योजना आखायला हवी होती की, जी अगदी नैसर्गिक दुर्घटना वाटेल. अपघात वाटेल. धृतराष्ट्राच्या मनातील बेचैनी शिगेला पोहोचली. अशातच एक दिवस त्याने दुर्योधनाला आपल्या मनातील विचार स्पष्टपणे सांगून टाकला. प्रथम तर दुर्योधनाचा आपल्या पित्याच्या बोलण्यावर विश्वासच बसला नाही. कारण, मनातून दुर्योधनाचीसुद्धा अगदी तीच इच्छा होती. खूप वेळ विचार करून अखेर दुर्योधन म्हणाला की, पिताजी तुम्ही फक्त कसंही करून पांडवांना वारणावताला पाठवायची व्यवस्था करा. बाकीचं सगळं माझ्यावर सोपवा.

थोड्याच दिवसांनी धृतराष्ट्रानं पांडवांना बोलावून घेतलं. वारणावत कसं छान आहे. तिथे भरणारी जत्रा कशी अनोखी असते याचं वारेमाप कौतुक केलं आणि मग पांडवांनी यंदा तिथे जायला हवं असं सुचवलं.

'तुमची इच्छा म्हणजे आमच्यासाठी आज्ञाच आहे तातश्री,' युधिष्ठिर नम्रपणे म्हणाला. हे ऐकून दुर्योधन आणि धृतराष्ट्र असे खूश झाले, जणू अनेक वर्षांच्या दुष्काळानंतर एखाद्या शेतकऱ्याला आकाशात काळे ढग दिसले असावेत.

इकडे पांडवांनी वारणावताला जायची तयारी सुरू केली. तिकडे दुर्योधनाने आपला विश्वासू मंत्री पुरोचन याला बोलावून घेतलं. त्याला ताबडतोब वारणावतला जाऊन पांडवांच्या निवासाची सोय म्हणून एका खास प्रकारच्या भवनाची निर्मिती करायला सांगितली.

'पुरोचन! राळ, लाकूड, तेल, चरबी आणि लाख यांचं मिश्रण करून एक असं भवन निर्माण कर की, जे केवळ एका ठिणगीमुळेसुद्धा संपूर्ण भस्मसात होऊ शकेल,' दुर्योधनानं हळूच पुरोचनाच्या कानात सूचना दिली.

हे ऐकून पुरोचन भांबावलाच; पण मग लगेच त्याच्या लक्षात आलं की, तो दुर्योधनाशी बोलत होता. जो केवळ कपटीच नव्हता, तर हस्तिनापुराचा भावी सम्राटसुद्धा होता. त्यामुळे त्याच्या इच्छेचा मान न राखणं याचा अर्थ स्वतःचा जीव गमावणं. 'ठीक आहे राजकुमार. मी असं भवन तयार तर करेन परंतु आग? ती कशी लागणार?' पुरोचनानं सावधपणे विचारलं.

'तू प्रश्न फार विचारतोस पुरोचना!' दुर्योधन गालातल्या गालात हसत म्हणाला. 'ऐक! वारणावतात पांडवांच्या राहण्याची व्यवस्था त्याच लाक्षागृहात केली जाईल आणि मग रात्री जेव्हा सगळे जण झोपी जातील, तेव्हा संधी साधून ते शानदार भवन अग्नीच्या स्वाधीन केलं जाईल.'

'वा! योजना तर अगदी उत्तम आहे; पण आग लावण्याचं काम करणार कोण?' पुरोचनानं विचारलं.

'तू!' क्षणाचाही विलंब न लावता दुर्योधन ताडकन उत्तरला. 'भवन उभारण्याप्रमाणे हे कामसुद्धा तूच करायचं आहेस पुरोचन आणि लक्षात ठेव; याबाबतीत संपूर्ण गुप्तता बाळगायची आहे. कामगिरी फत्ते झाल्यानंतर मी स्वतः तुझा सम्मान करेन. जा पुरोचन. निघ पटकन... महामंत्री पद तुझी वाट बघतंय.'

दुर्योधनाचं हे बोलणं ऐकताच पुरोचनाचे डोळे चमकले. त्याच्या आणि महामंत्री पदाच्या मधे आता केवळ एक लाक्षागृह उभं असल्याचं दृश्य डोळ्यांसमोर तरळलं.

'जशी आज्ञा राजकुमार!' पुरोचनानं हसतमुखानं दुर्योधनासमोर मस्तक झुकवलं आणि तो तातडीने वारणावताला रवाना झाला.

धृतराष्ट्र आणि गांधारीचा विवाह झाला, तेव्हापासून गांधारीचा भाऊ शकुनी हस्तिनापुरात येऊन राहू लागला होता. नात्याने तो दुर्योधनाचा सख्खा मामा होता. त्याने छळ-कपट, धूर्तपणा आणी द्यूतक्रीडा याखेरीज दुसरं काहीही आपल्या भाच्याला म्हणजेच दुर्योधनाला शिकवलं नाही. शकुनीला कृतहस्त असा लौकिक प्राप्त होता. द्यूत खेळताना त्याच्या हातातील फासे सदैव त्याच्या इच्छेनुसारच पडत.

आजही विचार करताना मला असं वाटतं की, गांधारी सोबत शकुनी आलाच नसता किंवा विवाह झाल्यानंतर शकुनीला परत त्याच्या गांधार देशात पाठवून दिलं असतं, तर पुढचा सगळा अनर्थ जो त्याच्यामुळे सुरू झाला आणि अखेरपर्यंत होत राहिला तो नक्कीच टळला असता.

दुर्योधन कायम कपटीपणे आणि असूयेने वागत असला तरीही मला एका कारणासाठी आवडायचा. ते म्हणजे, तो अतिशय दिलदार आणि उदार मनाचा होता; पण त्याच्या स्वभावात एक दुर्गुणसुद्धा होता. तो म्हणजे कोणतीही गोष्ट त्याच्या पोटात टिकायची नाही. पांडवांच्या हत्येची योजना फक्त तिघांनाच ठाऊक होती – धृतराष्ट्र, दुर्योधन आणि पुरोचन; पण आपल्या स्वभावानुसार न राहवून दुर्योधनानं ही गोष्ट शकुनी मामाला सांगितली. हे ऐकताच शकुनी मामा प्रचंड खूश झाला. दुर्योधनाची पाठ थोपटत म्हणाला, 'वा रे माझ्या भाच्या! ही तर एकदम नामी योजना आखली आहेस. अखेर माझे सगळे डावपेच तू शिकलासच म्हणायचा.'

'मामा हा सगळा तुमच्याच आशीर्वादाचा परिणाम आहे बरं!' असं म्हणून दुर्योधन मोठमोठ्याने हसत सुटला.

पांडव जेव्हा वारणावताला जायला निघाले, तेव्हा त्यांना वेशीपर्यंत सोडण्याची जबाबदारी धृतराष्ट्रानी माझ्यावर सोपवली. त्या वेळी धृतराष्ट्राचे कनिष्ठ बंधू आणि पंडित महामंत्री विदुर यांनी अचानक आमच्यासमवेत सीमेपर्यंत येण्याची इच्छा व्यक्त केली. गेले दोन दिवस मला त्यांच्या चेहऱ्यावर भीती आणि दुःखाचे संमिश्र भाव दिसत होते. त्यांनी सीमेपर्यंत सोबतीची इच्छा व्यक्त केली, तेव्हा सगळ्यांनाच आश्चर्य वाटलं. कारण, राजकुमारांनी देशाटनाला जाणं यात नवीन असं काहीच नव्हतं आणि विदुरांनी असा सोबतीचा प्रस्ताव यापूर्वी एकदाही मांडला नव्हता. मला कुठेतरी आतून असं वाटलं की, महात्मा विदुरांना नक्कीच पांडवांना काहीतरी गुप्त खबर द्यायची आहे, जी राजमहालात किंवा बाकीचे लोक सोबत असताना बोलता येणार नाही. हे रहस्य काय आहे, ते जाणून घेण्यास मी आतुर झालो.

लवकरच आम्ही सगळे जण हस्तिनापूरच्या सीमेवर पोहोचलो. नगरातील अन्य लोकही पांडवांना निरोप देण्यासाठी आले होतेस त्यामुळे विदुरांना पांडवांशी एकांतात बोलण्याची संधीच मिळेना. अखेर सांकेतिक भाषेत ते युधिष्ठिराशी बोलले. त्या वेळी त्यांनी जे सांगितलं ते हजारो वर्षे उलटून गेली तरी आजही मला शब्दशः लक्षात आहे.

विदुर म्हणाले, 'वत्सा युधिष्ठिरा, तू मूर्तिमंत धर्माचा अवतार आहेस. अधर्माची एवढीशी चाहूलसुद्धा तुला सतर्क करते; पण तरीही कुठल्याही अज्ञात स्थळी जाण्याआधी तुला काही गोष्टी समजावून सांगणे हे तुझा हितचिंतक या नात्याने माझं कर्तव्य आहे. जर कोणी अचानक तुझ्याबद्दल स्नेह आणि उदारपणा दाखवू लागलं, तर तुला सावध व्हायला हवं.'

विदुर अद्याप विशेष असं काहीच बोलले नव्हते. मी काही तरी महत्त्वाचं कानावर पडण्याची वाट बघत होतो.

त्यानंतर विदुर पुढे बोलू लागले, 'एक वस्तू अशी आहे की, जी लोखंडाची नसते, पण शरीर नष्ट करू शकते. पंचतत्त्वांपैकी एक असं आहे की जे सारं जंगल, गवत आदीचा सहजतेने नाश करू शकते; पण बिळात राहणारे प्राणी त्याच्या कोपापासून वाचू शकतात. केवळ अंध व्यक्तीला मार्ग आणि दिशांचे ज्ञान नसते; परंतु ज्याची पंचेंद्रिये ताब्यात आणि सतर्क आहेत, त्याचं

कोणीच काही वाकडं करू शकत नाही,' एवढं बोलून विदुर थांबले आणि प्रेमभरल्या नजरेने युधिष्ठिराकडे बघू लागले.

'तातश्री तुम्ही अजिबात चिंता करू नका. तुम्हाला काय म्हणायचंय ते अगदी नेमकं माझ्या लक्षात आलेलं आहे,' एवढं बोलून युधिष्ठिराने वाकून विदुरांना प्रणाम केला आणि सगळे पांडव बंधू वारणावताच्या दिशेन जाऊ लागले.

दुर्योधन आणि पुरोचन यांनी आखलेल्या कपटी योजनेबद्दल मला तेव्हा काहीच कल्पना नव्हती, त्यामुळे विदुराने युधिष्ठिराला काय समजावून सांगितलं आणि त्यातून युधिष्ठिराच्या नेमकं काय लक्षात आलं, मला काहीच कळलं नाही. वारणावतात काही तरी वेगळं घडणार आहे आणि त्याबद्दल विदुराने युधिष्ठिराला सावध केलंय एवढं मात्र मला जाणवलं. परतीच्या मार्गावर मी त्याबद्दल विदुरांना विचारलं असता, त्यांनी मला 'थांब आणि पाहा. लवकरच तुला कळेल काय ते,' असं सांगितलं आणि ते दूर क्षितिजाकडे बघत राहिले. मग थोड्या वेळाने एकदम म्हणाले, 'अश्वत्थामा मला आनंद आहे की, मी युधिष्ठिराशी त्या विषयावर बोलत असताना तू तिथे हजर होतास. भविष्यात कधी इतिहास सांगायची वेळ आली, तर तू खात्रीने सर्वांना सांगू शकशील की, हस्तिनापुरात पांडवांविरुद्ध जो कट रचला गेला, त्यात या दासीपुत्र विदुराचा काहीही हात नव्हता. विदुराने कधीही अधर्माची बाजू घेतली नाही. विदुर हेसुद्धा सांकेतिक पद्धतीने बोलले, त्यामुळे आता वारणावताहून पुढील बातमी येईपर्यंत मला वाट बघणे भाग होते.

साधारण वर्षभरानंतर अचानक अशी बातमी आली की, वारणावतात पांडव आणि माता कुंती ज्या भवनात राहत होते, तिथे आग लागली. या दुर्घटनेत पाचही पांडव आणि कुंती माता जळून भस्मसात झाले. त्या ठिकाणी केवळ सात लोकांचे जळून ठिक्कर झालेले सापळे मिळाले. त्यांची ओळख पटणे अशक्य होते; पण असं सांगितलं गेलं की, त्या सातपैकी एक सापळा पुरोचनाचा होता.

पांडवांच्या या अकाली आणि दुर्दैवी मृत्यूची बातमी ऐकून सारं हस्तिनापूर शोकसागरात बुडून गेलं. युधिष्ठिर वारणावताहून परत येईल आणि युवराज बनेल अशी वाट बघणाऱ्यांवर तर आभाळच कोसळलं. सारा राजपरिवार शोकात बुडालेला होता. धृतराष्ट्र आणि दुर्योधन वरकरणी दुःखी असल्याचं दाखवत असले तरी मनातून त्यांना आनंदाच्या उकळ्या फुटत होत्या. शकुनीचा आनंद

तर गगनात मावेनासा झाला होता. अखेर धृतराष्ट्राच्या आदेशानुसार पाच पांडव आणि कुंतीचं श्राद्ध घालण्यात आलं. एवढं सगळं होऊनही माझ्या मनाला हे पटतच नव्हतं की, पांडवांसारख्या महावीरांना असा अपघाती मृत्यू येईल. शिवाय विदुरांनी युधिष्ठिराला आधीच सावध केलं असताना, ती सूचना व्यर्थ कशी जाऊ शकते? हा विचार मला बेचैन करत होता.

एक दिवस मी आपणहून विदुरांपाशी गेलो आणि म्हणालो, 'महात्मा विदुर तुम्हाला जे दिसतं ते पाहणं किंवा समजून घेणं कुणालाच शक्य नाही. कृपया, मला खरं काय ते सांगा. माता कुंती आणि पांडव खरोखर त्या लाक्षागृहात मृत्युमुखी पडले आहेत का?'

विदुरांनी माझ्या डोळ्यात रोखून पाहिलं. त्यामधील तळमळ जोखली. क्षणभर मनाशी विचार करून म्हणाले, 'अश्वत्थामा, मी कोणी भविष्यवेत्ता नाही; पण मला एवढं ठाऊक आहे की, पांडवांनी कधीही अनीती आणि अधर्माचे काम केलेले नाही. शिवाय अधर्म कितीही कुटील, निर्दयी असला तरी तो न्यायी आणि सद्धर्माने वागणाऱ्याचे नुकसान करू शकत नाही, त्याला स्पर्शही करू शकत नाही.' सांकेतिक भाषेत बोलण्यात विदुराचा हात कोणीही धरू शकत नाही. त्यांच्याकडून याहून अधिक स्पष्ट उत्तराची अपेक्षा करणेच व्यर्थ होते.

मला जी शंका भेडसावत होती, ती खरी असल्याचे संकेत मिळाले होते. पांडव नक्कीच जिवंत होते. त्या क्षणी मला एवढं समजलं तरी पुरेसं होतं. नक्कीच पांडव वेशांतर करून वारणावतापासून दूर कुठे तरी निघून गेले असणार. जेणेकरून दुर्योधनाला त्यांचा पत्ता लागू नये आणि आणखी एखादे षडयंत्र रचण्याची संधी मिळू नये.

ती रात्र माझ्यासाठी पार गोंधळाची होती. विमनस्क अवस्थेत विचार करत मी संपूर्ण रात्र जागून काढली. अधर्मी दुर्योधनाप्रती असलेली माझी निष्ठा आणि धर्मपरायण पांडवांबद्दल वाटत असलेली सहानुभूती यांच्यामध्ये माझं मन लंबकाप्रमाणे हेलकावे खात होतं. दुर्योधनाची बाजू घेऊन पांडव जिवंत असल्याची खबर त्याला सांगितली असती, तर त्याने तत्काळ सैनिक पाठवून त्यांचा शोध सुरू केला असता आणि पुन्हा त्यांना मारण्याचा प्रयत्न केला असता. दुसरीकडे, पांडवांची बाजू घेऊन त्यांना वाचवायचा प्रयत्न करायचा, तर दुर्योधनाचा विश्वासघात केल्यासारखं झालं असतं. कारण, मी आजवर सदैव दुर्योधनाच्या कृपेवर जगत आलो होतो.

मनाच्या या भीषण ऊहापोहानंतर अखेरीस एका क्षणी मी मन घट्ट केलं. पांडव जिवंत असल्याचं रहस्य दुर्योधनापाशी उघड न करण्याचा निर्णय घेतला. यामुळे इतिहास माझ्याबद्दल काय विचार करेल? दुर्योधनाचा विश्वासघात केल्याबद्दल कृतघ्न मानेल की पांडवांचं रक्षण केल्याबद्दल धर्मपालक मानेल, मला ठाऊक नाही. हा निर्णय मी विधिलिखित समजून इतिहासाकडेच सोपवून मोकळा होतो.

११

द्रुपदाची कन्या कृष्णा ही द्रौपदी या नावानेही ओळखली जायची. ती आता विवाहयोग्य झाली होती. द्रुपद तिच्यासाठी अशा पतीच्या शोधात होता, जो तिला सुखी ठेवेलच; पण त्यापलीकडे जाऊन द्रुपदाच्या राजकीय महत्त्वाकांक्षेची पूर्तता करण्यास साहाय्यदेखील करेल. एवढा काळ मधे लोटूनही द्रुपद अद्याप अर्जुनाला विसरू शकला नव्हता, त्यामुळे एक से एक महारथी सभोवती असूनही द्रुपदाच्या मनात अर्जुनाचे नाव रुतून बसले होते.

त्या काळी कन्येचा विवाह स्वयंवर रचून केला जात असे. स्वयंवरासाठी एक 'पण' (आव्हान) ठेवला जाई. पित्याच्या राजदरबारात उपस्थित जो राजकुमार ते आव्हान पूर्ण करेल, त्याला निवडण्याचे स्वातंत्र्य कन्येला मिळत असे, त्यामुळे आपला पुत्र धृष्टद्युम्न याच्या मदतीने द्रुपदाने द्रौपदीच्या विवाहासाठी एक महाकठीण आव्हान जाहीर केले. हे आव्हान एवढे अवघड होते की, त्यामध्ये भाग घेण्याचा विचारही कोण्या सामान्य राजकुमारच्या मनात आला नसता. द्रुपदाला का कोण जाणे; पण मनातून असं वाटत होतं की, हा 'पण' अर्जुनाखेरीज अन्य कोणीही जिंकू शकणार नाही.

स्वयंवर मंडपामध्ये मध्यभागी पाण्याने भरलेले एक मोठे पात्र ठेवण्यात आले. त्याच्या बरोबर वरती छतावर एक चकती होती. त्या चकतीवर धातूचा एक मासा बसविला होता. या माशाच्या डोळ्याचा वेध धनुष्य-बाणाने घेण्याचे आव्हान ठेवण्यात आले होते.

पण यामध्ये दोन अटी होत्या. पहिली म्हणजे बाण माशाकडे थेट वर न बघता खाली ठेवलेल्या पात्रातील पाण्यात त्याची प्रतिमा बघून मारायचा

आणि दुसरी अट म्हणजे त्यासाठी स्वतःचे धनुष्य-बाण वापरायचे नाही. स्वयंवरासाठी द्रुपदाने किंधार नावाचे जगातील सर्वांत अवजड धनुष्य आणले होते. ज्यावरून बाण सोडण्याआधी त्याला प्रत्यंचा चढविणे गरजेचे होते आणि माशाच्या डोळ्याचा लक्ष्यभेद करण्यासाठी जास्तीत जास्त पाच बाण चालविण्याची परवानगी होती. थोडक्यात काय, तर द्रुपद आपल्या कन्येच्या संसारासाठी पती नव्हे, तर स्वतःच्या मदतीसाठी जगातील सर्वश्रेष्ठ धनुर्धर शोधत होता, हे अगदी उघड कळत होतं.

स्वयंवरासाठी पांचाल नगरीच्या ईशान्य भागात एक सुंदर जागा तयार करण्यात आली. प्रत्यक्ष स्वयंवरापूर्वीचा सोहळा सोळा दिवस सुरू होता. स्वयंवराच्या दिवशी दुर्योधन, त्याचे अनेक भाऊ, कर्ण तसेच बृहद्बल, भोज, मणिमान, सहदेव, जयत्सेन, विराट, सुशर्मा, चेकितान, पौण्ड्रक, भगदत्त, शल्य, शिशुपाल, जरासंध इत्यादी अनेक पराक्रमी राजे पांचाल देशात हजर झाले. द्रौपदी रूपाने फारच सुंदर लावण्यवती होती, त्यामुळे तिची अभिलाषा मनात ठेवून केवळ क्षत्रिय राजेच नव्हे तर कित्येक ब्राह्मण आणि अन्य वंशाचे लोकदेखील तेथे आले होते. मी स्वतःही एक उत्तम धनुर्धारी असल्याने आपले नशीब आजमावण्यासाठी तिथे गेलो होतो; परंतु माझं संपूर्ण शिक्षण कौरव-पांडवांच्या सोबतच झालं असल्याने, स्वयंवराचा पण जिंकण्याची क्षमता केवळ अर्जुनातच आहे, याची मला खात्री होती. वारणावताच्या त्या घटनेनंतर पांडव जिवंत आहेत हे मला ठाऊक होतं. तथापि, त्यांचा नेमका ठावठिकाणा नव्हता, त्यामुळे साहजिकच अर्जुनाच्या अनुपस्थितीत स्वयंवर जिंकण्याची सर्वाधिक संधी फक्त कर्णालाच होती. ज्या आत्मविश्वासाने कर्णाने अर्जुनाला आव्हान दिले होते, ते लक्षात घेता इथेही कर्ण हा तुल्यबळ असणारच होता. अर्थात, भगदत्त, शल्य, शिशुपाल आणि जरासंध यांना कमी लेखून अजिबातच चालणार नव्हतं.

आता सर्वांची दृष्टी द्रुपदकन्या कृष्णेवर पडली. विविध उंची आभूषणांनी ती नटली होती आणि अतिशय सुरेखं वस्त्रे परिधान केली होती. हातात सोन्याची वरमाला घेऊन मंदगतीने पावले टाकत ती सभा मंडपाच्या दिशेने आली. आपला बंधू धृष्टद्युम्न याच्या शेजारी येऊन उभी राहिली. धृष्टद्युम्नाने एकवार आपल्या रूपवती भगिनीकडे नजर टाकली आणि मग गंभीर परंतु मुलायम आवाजात सर्वांना उद्देशून बोलू लागला, 'स्वयंवरासाठी आज येथे उपस्थित सर्व राजे आणि राजुकुमारांचे मी द्रुपदपुत्र धृष्टद्युम्न मनापासून स्वागत करतो. तुम्हाला

माहिती आहेच की, हे स्वयंवर माझी भगिनी आणि द्रुपदकन्या कृष्णा हिच्या विवाहाप्रीत्यर्थ आयोजिले आहे. कृष्णेने या विवाहासाठी एक आव्हान ठेवले आहे. इथे आपणासमोर हे प्रसिद्ध किंधार धनुष्य आणि काही बाण आहेत. त्याच्या साहाय्याने वर चक्रावर फिरत असलेल्या माशाच्या डोळ्याचा लक्ष्यभेद तुम्हाला करायचा आहे. त्यासाठी दोन अटी आहेत. एक म्हणजे तुम्ही वर माशाकडे थेट न बघता खाली ठेवलेल्या पात्रातील पाण्यात त्याची प्रतिमा बघून वेध घ्यायचा आहे आणि दुसरे म्हणजे प्रत्येकाला जास्तीत जास्त पाच वेळा बाण चालविण्याची संधी मिळेल. जो वीर कुलीन पुरुष हे आव्हान पार करून दाखवेल त्याची माझी प्रिय भगिनी द्रौपदी स्वतःचा पती म्हणून निवड करेल.

धृष्टद्युम्नाचे बोलणे संपताच सर्वांनी मान वर करून गरगर फिरणाऱ्या त्या चकतीकडे आणि त्यावरील माशाकडे पाहिले. 'याचा भेद करणे अशक्य आहे,' शिशुपाल जोरात ओरडला. द्रौपदीच्या अनुपम सौंदर्याने घायाळ झालेले राजे-राजकुमार तिला मिळविण्यासाठी बाहू सरसावून पुढे येत होते आणि समोर ठेवलेलं ते महा-अवजड किंधार धनुष्य बघून आणि वर फिरणारे ते 'मत्स्ययंत्र' बघून कच खाऊन मागे सरकत होते. द्रौपदीची अभिलाषा माझ्याही मनात उत्पन्न झाली होती; परंतु मला स्वतःच्या क्षमतांची पूर्ण जाणीव होती. किंधार धनुष्याला प्रत्यंचा जोडणे हेच मुळात महाकठीण काम होते आणि त्यानंतर मत्स्ययंत्राचा भेद करणे त्याहून अवघड.

त्यासाठी जबरदस्त आत्मविश्वास, उत्कृष्ट कौशल्य आणि पराकोटीची एकाग्रता आवश्यक होती आणि हे तिन्ही गुण एकट्या अर्जुनातच पुरेपूर भरलेले होते.

स्पर्धेला प्रारंभ झाला. एक एक करून सगळे जण पुढे सरसावले; पण लक्ष्यभेद सोडाच त्याआधी तिथे ठेवलेल्या किंधार धनुष्याला उचलणेसुद्धा त्यांना जमले नाही. जेव्हा शिशुपाल, जरासंध आणि दुर्योधनासारखे महाबलीसुद्धा अपयशी ठरले तेव्हा मी खिन्न झालो; परंतु सभेचा मान राखण्यासाठी मी पुढे सरसावलो. किंधार धनुष्याला स्पर्श करताच जणू त्याने माझ्यातील सारी शक्ती, सारी ऊर्जा स्वतःमध्ये खेचून घेतली. मला तत्क्षणी कळून चुकलं, हे उचलणं आपल्यासाठी अशक्य आहे. मी एकवार त्या धनुष्याला नम्र प्रणाम केला आणि जागेवर परत येऊन बसलो. यासाठी नंतर माझ्या पित्याने माझे कौतुक केले. कारण, आपल्या सामर्थ्याचा नेमका अंदाज असणे, एका योद्ध्याच्या दृष्टीने नितांत आवश्यक असते.

माझ्या नंतर कर्णाची पाळी होती. कर्णाचे सामर्थ्य आणि त्याचे धनुर्विद्येतील कौशल्य याबाबत मला पक्की खात्री होती. कर्ण आसनावरून उठला. तो किंधार धनुष्याच्या दिशेने जाणार तेवढ्यात धृष्टद्युम्नानं त्याला अडवलं.

'थांब कर्णा!' तो ओरडला, 'तू बहुतेक माझं बोलणं नीट ऐकलं नाहीस. मी सुरुवातीलाच सांगितलं आहे की, जो कुलीन महावीर हा 'पण' जिंकेल त्याच्याशी द्रौपदीचा विवाह होईल. कुलीनतेच्या मापदंडावर तू कुठे बसतोस हे सांगू शकशील का? मी असं ऐकलंय की, तुला रंगभूमीवरसुद्धा प्रवेश नाकारला होता; कारण तू सूतपुत्र आहेस.'

सगळ्यांसमोर झालेला हा अपमान ऐकताच कर्ण संतापाने पेटून उठला. त्याचे डोळे खदिरांगारासारखे लाल झाले; पण तरीही स्वतःवर नियंत्रण ठेवत तो म्हणाला, 'राजकुमार धृष्टद्युम्न! तुम्हाला बहुधा माहिती नसेल की, मी आता सूतपुत्र नाही. अंगराज कर्ण आहे. एका राज्याचा राजा असल्यामुळे मला राजकुमारी कृष्णेच्या स्वयंवरात सहभागी होण्याचा पूर्ण अधिकार आहे.'

धृष्टद्युम्नानं तुच्छ नजरेनं कर्णाकडे बघितलं आणि अपमानजनक स्वरात म्हणाला, 'कर्णा! मला सगळं माहिती आहे; पण बहुधा तू हे विसरतो आहेस की, ज्या देशाचा राजा म्हणून तू आज या सभेत बसला आहेस, ते राज्य ना तुला वारसाहक्काने मिळालं आहे ना तू स्व-पराक्रमाने जिंकलं आहेस. ते राज्य तुला भीक म्हणून देण्यात आलेलं आहे. दान म्हणून मिळालेल्या वस्तूमुळे भलेही तुमची दीनता दूर झाली तरी त्यामुळे तुम्ही कुलीन बनत नाही म्हणूनच पुन्हा सांगतो, मागे हो आणि मुकाट आपल्या जागेवर बस सूतपुत्र कर्णा.'

हे ऐकताच कर्णाचा ताबा सुटला. त्याने कमरेला बांधलेल्या तलवारीला हात घातला. तिकडे धृष्टद्युम्नानंसुद्धा आपली तलवार पेलली. त्याच वेळी मी बघितलं की, दुर्योधनानं डोळ्यांनीच संकेत करून कर्णाला शांत राहण्याची खूण केली. ते पाहून कर्ण शांतपणे जागेवर येऊन बसला. केवळ दुर्योधनाच्या अनुकंपेमुळे सिंहासारखा शूर कर्ण एखाद्या शेळीसारखा असाहाय्य वागताना पाहून मला खूप दुःख झालं. कर्ण जर दुर्योधनाच्या उदारतेचा अंकित नसता, तर त्या दिवशी राजसभेत द्रौपदीच्या पालखीऐवजी चार-दोन महावीरांची ताटी उचलली गेली असती.

द्रुपद भिरभिरत्या नजरेनं एक सारखा कोणाला तरी शोधत होता. मला पक्कं ठाऊक होतं की, त्याला अर्जुन दृष्टीस पडण्याची आस लागली होती; पण

अर्जुन त्या सभेत कसा असेल? त्यामुळे द्रुपद हताश होत चालला. अचानक सभेच्या सर्वांत मागच्या रांगेतून एक ब्राह्मण युवक उठला. उंचापुरा आणि बळकट शरीराचा तो युवक दमदारपणे चालत किंधार धनुष्यापाशी येऊन थांबला. त्याची वस्त्रे धुळीने माखलेली होती. कित्येक दिवसांत त्याने केसांचा भांग पाडलेला नव्हता. तो अनवाणी पावलांनी चालत आला आणि त्याच्या पायाला लागलेल्या चिखल-मातीमुळे त्या महालातील गालीचा पार खराब होऊन गेला.

'ब्राह्मण कुलीन वंशाचे असतात, त्यामुळे मला या स्पर्धेत उतरण्याचा पूर्ण अधिकार आहे,' त्या युवकाचे गंभीर आणि आत्मविश्वासपूर्ण बोलणे ऐकून सारी सभा अचंबित झाली. क्षणभरात सगळे जण भानावर आले आणि मग तिथे एकच हास्यकल्लोळ उडाला. सगळे जण त्या ब्राह्मण युवकाची कुचेष्टा करू लागले.

त्या युवकाने काही न बोलता एकवार साऱ्या सभेवरून नजर फिरवली. मग हात जोडून किंधार धनुष्याला प्रणाम केला. त्यानंतर विजेच्या चपळाईनं त्याने ते धनुष्य उचललं आणि निमिषार्धात त्याला प्रत्यंचा जोडली. मग तिथे ठेवलेला बाण उचलला आणि पुढच्या क्षणी खाली ठेवलेल्या जलपात्रात बघून वर फिरणाऱ्या मत्स्ययंत्रातील माशाच्या डोळ्याचा भेद केला. उपस्थित लोकांना काय घडतंय हे कळायच्या आत तो मासा खालच्या जलपात्रात पडलेला होता.

संपूर्ण सभेमध्ये घोर शांतता पसरली. द्रुपदासकट सगळेच राजे पार चकित झाले की, एका ब्राह्मणाने हे असंभव कार्य एवढ्या चपळाईने कसे काय पार पाडले?

'तुमची कन्या कृष्णा आजपासून माझी पत्नी झाली आहे,' ब्राह्मण त्या शांततेचा भंग करत म्हणाला. 'कृपया, तिच्या पाठवणीची तयारी करा. आजवर क्षत्रिय वातावरणात वाढलेली द्रौपदी एका ब्राह्मणाला पती म्हणून स्वीकारताना पुरती गोंधळून गेली; पण स्वयंवराच्या नियमानुसार त्याने 'पण' जिंकला होता, त्यामुळे आता तिच्या वरमालेवर त्याचा निर्विवाद अधिकार होता. द्रौपदीनं असाहाय्यपणे बंधू धृष्टद्युम्नाकडे पाहिलं. मग हळुवार पावलं टाकत ब्राह्मणापाशी गेली आणि त्याच्या गळ्यात वरमाला घातली.

'हा काय अनर्थ सुरू आहे?' राजा भगदत्त जोरात ओरडला, 'आमच्या सारखे कुलीन क्षत्रिय राजे हजर असताना द्रुपद आपल्या कन्येचा विवाह कोणा अनोळखी ब्राह्मण युवकाशी कसा लावून देऊ शकतो?'

'हा आम्हा सगळ्यांचा अपमान आहे. आम्ही तो मुळीच सहन करणार नाही,' असं म्हणून चेकितान आणि सुशर्मा यांनी आपापल्या तलवारी उपसल्या. ते पाहून दुर्योधन आणि बाकीच्या राजांना स्फुरण चढलं आणि ते सगळे जण आपल्या जागेवरून उठून ब्राह्मणाच्या अंगावर धावले. त्यापैकी काही जणांनी आपला मोर्चा द्रुपद आणि धृष्टद्युम्नाकडे वळवला.

या वेळी दुर्योधनानं माझ्याकडे अपेक्षेने पाहिलं. या बिनकामाच्या भांडणात मी त्याची साथ द्यावी, असं त्याला वाटत होतं; पण माझे स्वतःचे काही ठाम नियम होते. माझ्या मते त्या ब्राह्मण युवकाने काहीच अपराध केलेला नव्हता. कृष्णेचा पती बनण्याचा त्याला पूर्ण अधिकार होता.

त्यामुळे दुर्योधनाकडे दुर्लक्ष करून मी शांतपणे आसनावर बसून राहिलो. त्याच वेळी जे घडलं त्याची कोणीच कल्पना केली नव्हती. मागच्या रांगेतून एक महाकाय शरीरयष्टीचा ब्राह्मण वेशातील युवक उठला आणि कृष्णेच्या पतीच्या बचावासाठी सामोरा आला. तिथल्या एकूण गदारोळात कुणाच्या लक्षात आलं नाही; पण मागच्या रांगेत श्वेत वस्त्र परिधान केलेले आणखी तीन बळकट ब्राह्मण बसलेले होते. तत्क्षणी, माझ्या मनात विचार आला, हे पाच ब्राह्मण म्हणजे पांडव तर नाहीत?

तोपर्यंत त्या दोन्ही ब्राह्मणांनी विरोध करणाऱ्या सगळ्या राजांची खरपूस धुलाई सुरू केली होती. त्या दोघांनी मिळून बाकी सगळ्या राजांची जी हालत केली, त्याचे शब्दांत वर्णन करणेसुद्धा शक्य नाही. एकाही राजाला सावरण्याची संधी मिळाली नाही. बघता बघता गळ्यात वरमाला घातलेला तो ब्राह्मण द्रौपदीचा हात धरून तिला राजमहालाच्या बाहेर घेऊन गेलासुद्धा. त्या बरोबर बाकीचे चारही ब्राह्मण चुपचाप त्यांच्या मागे निघून गेले. तिथे माजलेल्या अभूतपूर्व गोंधळात हे कोणाच्या लक्षातच आलं नाही.

शंकाच नाही. ते नक्की पांडव होते. भर दरबारात येऊन दुर्योधनाच्या समोर ते द्रौपदीला घेऊन गेले. इतिहासात बहुधा प्रथमच असं झालं असेल की, कन्येचा विवाह नेमका कोणाशी झाला? तिचा पती कोण आहे? तो कुठून आला होता आणि तिला कुठे घेऊन गेला, हे तिच्या परिवाराला समजूच शकलं नाही.

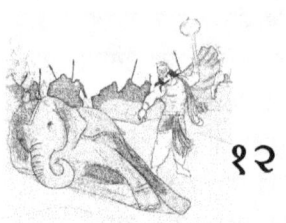

१२

पुढच्या काही दिवसांतच द्रुपदाच्या गुप्तहेरांनी ही पक्की खबर आणली की, ते पाच ब्राह्मण पांडवच होते. ते सगळे जण वेषांतर करून नगरीच्या बाहेर भिक्षुकाचे जीवन जगत होते.

द्रौपदीला घेऊन स्वयंवर मंडपातून बाहेर पडून पांडव माता कुंतीपाशी गेले. त्या वेळी कुंती आत कुटीमध्ये भोजनाची तयारी करत होती. तिला आपल्या पुत्रांची चाहूल लागताच ती म्हणाली, 'आज फारच वेळ लागला भिक्षा आणायला?'

त्यावर अर्जुन उत्तरला, 'माते, आज भिक्षेमध्ये आम्हाला खूप खास असं काही तरी मिळालंय. तू बघितलंस तर एकदम खूश होशील.'

कुंती त्या वेळी आपल्या कामात एवढी गर्क होती की, ती गडबडीने म्हणाली, 'त्यात काय बघायचं? जे काही मिळालं असेल, ते पाचही जण आपापसांत वाटून घ्या.'

हे ऐकून मागे उभ्या कृष्णेचं रक्तच गोठलं. कुंतीच्या बोलण्याचा अर्थ ती पाच भावांमध्ये वाटली जाणार होती.

मला पाच पतींसोबत राहावं लागणार की काय? ती विचार करू लागली. पाच जणांची पत्नी म्हणून जगण्यापेक्षा मरण परवडलं. द्रौपदीचा विचार योग्यच होता. त्याकाळी पुरुषाला एकापेक्षा अधिक स्त्रियांशी विवाह करण्याचा अधिकार होता; परंतु एकापेक्षा अधिक पुरुषांशी संग करणारीला वेश्या मानले जायचे. पाच जणांची पत्नी होण्याला द्रौपदीने विरोध केला; पण मातेची आज्ञा प्रमाण मानणाऱ्या मातृभक्त पांडवांनी तिचं काही एक ऐकलं नाही.

माझ्या मते द्रौपदीवर फक्त अर्जुनाचा हक्क होता. अर्जुनाने जर सगळी कहाणी कुंती मातेला नीट स्पष्ट करून समजावली असती, तर कुंतीने पाचही पुत्रांची पत्नी बनण्याची द्रौपदीला सक्ती केली नसती; पण पांडवांच्या हातून भयंकर मोठी चूक झाली होती. द्रौपदीवर घोर अन्याय झाला होता.

विवाहानंतर कृष्णा पांडवांसोबत राहू लागली. काही दिवसांतच ही बातमी हस्तिनापुरापर्यंत पोहोचली. ती ऐकून समस्त प्रजाजन तसेच भीष्म, द्रोण, कृप, विदुर यांना अत्यानंद झाला, तर धृतराष्ट्र, दुर्योधन, शकुनी आदी कपटी मंडळींना अतीव दुःख झालं.

'हे सगळं कसं काय झालं? असली कसली तुझी योजना?' शकुनीनं विचारलं.

'मी तरी काय करणार मामाश्री?' दुर्योधन खिन्न स्वरात म्हणाला, 'माझ्या परीने मी पांडवांचा नाश व्हावा, याची पुरेपूर तयारी केलेली होती; पण नियतीचं चक्र उलटं फिरलं, त्याला मी तरी काय करणार? तुम्हीसुद्धा एवढे दिवस माझ्या योजनेचं कौतुकच करत होतात आणि थोडीशी गडबड झाली तर लगेच तुम्ही मला टोमणे मारायला सुरुवात केली.'

'तुम्ही जरा आपापसांत वाद घालायचा सोडा आणि पुढे काय करायचं त्याचा विचार करा,' धृतराष्ट्र आपला मुकुट सावरत म्हणाला, 'आता पांडव जेव्हा हस्तिनापुरात पुन्हा येतील, तेव्हा प्रजेचा आणखी जास्त पाठिंबा आणि प्रेम त्यांना मिळेल. माझ्या राजमुकुटाची चिंता मला वाटू लागली आहे. युधिष्ठिर ज्येष्ठ पांडव आहे आणि वयाने दुर्योधनापेक्षा मोठाही आहे, तेव्हा युवराज पदावर पहिला हक्क त्याचा असणार.'

अशा प्रकारे धृतराष्ट्र, दुर्योधन आणि शकुनी रात्रभर खल करत बसले.

दुसऱ्या दिवशी राजदरबारी धृतराष्ट्र काही म्हणणार त्याआधी पितामह भीष्मांनी बोलायला सुरुवात केली. पाचही पांडव सुखरूप जिवंत असणे ही आपल्या सर्वांसाठीच अतिशय आनंद आणि समाधानाची बातमी आहे. एवढेच नाही तर स्वयंवर जिंकून पांचाल नरेश द्रुपदाची कन्या कृष्णा हिच्याशी त्यांचा विवाहदेखील पार पडला आहे. मला वाटतं की, हस्तिनापुराचा कारभार आता युधिष्ठिराच्या हाती सोपवण्याची वेळ आलेली आहे.

भीष्माचार्यांचे व्यक्तिमत्त्व अतिशय गौरवशाली आणि उदात्त होते, त्यामुळे हस्तिनापूरच काय पण संपूर्ण भारतवर्षात त्यांच्या बोलण्याला विरोध

करण्याचे धाडस कोणाच्यातही नव्हते. याला अपवाद होता तो फक्त एका दुर्योधनाचा. माता-पित्याच्या अतिरिक्त लाड आणि कोडकौतुकामुळे तो अत्यंत उद्धट आणि हट्टी बनलेला होता. भीष्मांचे बोलणे ऐकून तो तिरीमिरीत उठला आणि डोळे वटारून म्हणाला, 'पितामह अंध असल्यामुळे पूर्वी जो अन्याय माझ्या पित्यावर झाला, आता तुम्ही तोच पुन्हा माझ्यावर करू इच्छित आहात काय? पण लक्षात ठेवा, मी अंधही नाही आणि अपंगही.'

'नाही दुर्योधना. तुझ्यावर कसल्याही प्रकारचा अन्याय होणार नाही,' भीष्म शांत स्वरात म्हणाले, 'हस्तिनापुरावर असलेला तुझा अधिकार हिरावून घेण्याचा माझा हेतू नाही. माझा प्रस्ताव असा आहे की, राज्याचे दोन हिस्से करून अर्धा भाग पांडवांना द्यावा आणि अर्ध्या राज्यावर कौरवांचा हक्क असावा. या परिवारातील सर्वांत ज्येष्ठ असल्याच्या नात्याने मी हा आदेश देत आहे आणि त्याचे पालन झालेच पाहिजे. पांडवांना तत्काळ सन्मानपूर्वक हस्तिनापुरात बोलावून घ्या.'

भीष्मांचे बोलणे एवढे दृढनिश्चयी होते की त्याला दुजोरा देण्याखेरीज अन्य पर्यायच कोणापुढे नव्हता. दुर्योधनानेसुद्धा मान खाली घालून त्यांचे म्हणणे मान्य केले. कर्ण आणि दुर्योधनाच्या डोळ्यांमध्ये द्वेषाचा अंगार फुललेला मी पहिला. पांडवांना ते सुखासुखी जगू देणार नाहीत, असा माझा कयास होता; पण तो इतक्या लगेच खरा होईल, असं मला वाटलं नव्हतं.

पांडवांना हस्तिनापुरात पुन्हा घेऊन येण्याचं काम विदुरांवर सोपवण्यात आलं. त्यानुसार विदुर पाचही पांडव, द्रौपदी आणि कुंती मातेसह हस्तिनापुरात आले. सर्वांनी त्यांचे अतिशय आदराने स्वागत केले. सुयोग्य मुहूर्त पाहून हस्तिनापूरचे विभाजन झाले. आपल्याला मिळालेल्या अर्ध्या भागावर युधिष्ठिराने परिश्रमपूर्वक आपले राज्य स्थापन केले आणि त्याला नाव दिले – इंद्रप्रस्थ!

हस्तिनापूर आणि इंद्रप्रस्थ दरम्यान सदैव नागरिक आणि राजनैतिक अधिकाऱ्यांची ये-जा सुरू असायची. एक दिवस माझ्या कानावर आलं की, अर्जुन वनवासाला निघून गेला. मी दुर्योधनाचा निकटवर्तीय असलो तरी त्याच्यासारखी मला दुसऱ्याच्या व्यक्तिगत जीवनात लक्ष घालण्याची खोड अजिबात नव्हती; पण अर्जुनाची ही बातमी फारच आश्चर्य आणि कुतूहलाची बाब होती, त्यामुळे याबद्दल मी विदुरांकडे चौकशी करायचं ठरवलं.

विदुरांनी जे सांगितलं, त्यातून एक वेगळीच गोष्ट समजली.

पाच पतींच्या सोबत राहणं कोणाही स्त्रीसाठी सोपं नव्हतं. या विचित्र व्यवस्थेला शक्य तेवढं सुरळीत राखण्यासाठी तसेच पाचही जणांना द्रौपदीसमवेत पुरेसा वेळ मिळावा यासाठी महर्षी वेदव्यास यांनी काही विशेष नियम बनविले. त्यापैकी एक मुख्य नियम असा होता की, द्रौपदी एक वर्षभर एका पांडवाची पत्नी बनून राहणार आणि मग पुढच्या वर्षी दुसऱ्या पांडवाची. त्याशिवाय व्यासांनी द्रौपदीला असे वरदान दिले होते की, सर्वांबद्दल तिच्या मनात एकसमान प्रेम आणि स्नेहाची भावना राहील. पती-पत्नीमधील स्वाभाविक एकांताबाबत बाकीच्यांनी दक्षता घेणेदेखील अतिशय महत्त्वाचे होते, त्यामुळे असा नियम बनविण्यात आला की, ज्या वेळी द्रौपदी आपल्या पतीसमवेत दालनात एकटी असेल, त्या वेळी अन्य कोणताही भाऊ तिथे कदापि प्रवेश करणार नाही आणि या नियमाचं उल्लंघन करणाऱ्याला बारा वर्षे वनवासात जावे लागेल आणि अर्जुनाकडून नेमकी हीच चूक झाली होती. कोण्या ब्राह्मणाचे रक्षण करण्याच्या हेतूने आपली शस्त्रे घेण्यासाठी म्हणून तो घाईघाईने युधिष्ठिराच्या दालनात शिरला. त्या वेळी द्रौपदी युधिष्ठिरासोबत तिथे बसलेली होती. त्यांच्या एकांताचा भंग झाला, तेव्हा नियमानुसार अर्जुनाने बारा वर्षे वनवासात जाणे भाग होते. माझ्या माहितीनुसार संपूर्ण भारतवर्षाच्या इतिहासातील ही अशा प्रकारची एकमेव व्यवस्था असावी.

वनवासाच्या काळात अर्जुनाने वेगवेगळ्या ठिकाणी वास्तव्य केले. यादरम्यान त्याच्या जीवनात अनेकविध घटना घडल्या असतील. तथापि, मला त्याबद्दल फार माहिती नाही. एक घटना मात्र मला स्पष्ट आठवते, ज्याची तेव्हादेखील खूप चर्चा झाली होती.

वनवासात असताना रैवतक पर्वतावर योगायोगाने अर्जुनाची भेट श्रीकृष्णाशी झाली. त्याच्या समवेत अर्जुन द्वारकेला गेला. पांडवांची माता कुंती ही श्रीकृष्णाची आत्या असल्याने पांडव - श्रीकृष्णामध्ये भावंडाचे नाते आणि प्रेम होते. याखेरीज का कोण जाणे पण द्रोणांसारखाच श्रीकृष्णाचासुद्धा अर्जुनावर जास्त जीव होता, त्यामुळे कृष्णाची नगरी द्वारकेत त्याचे अत्यंत उल्हासात स्वागत झाले. कृष्णाला एक बहीण होती, जिचे नाव सुभद्रा. तिला बघताच अर्जुन दंग झाला. चतुर कृष्णाला त्यांच्या मनातील भावना लगेच लक्षात आली.

द्वारकेच्या वास्तव्यात अर्जुनाच्या मनातील बेचैनी दिवसेंदिवस वाढत चालली होती. ती हेरून एक दिवस कृष्ण त्याला म्हणाला, 'अर्जुना!

मला कळलंय की, तुझं सुभद्रेवर प्रेम जडलं आहे आणि तिच्याशी विवाह
करण्याची तुला इच्छा आहे; परंतु तुला तर ठाऊक आहेच की कन्येचा विवाह
स्वयंवराद्वारे होतो आणि जर सुभद्रेचं स्वयंवर आयोजित केलं तर ती तुझीच
निवड करेल याची खात्री नाही.'

'केशवा! मग मी काय करायला हवं?' अर्जुनानं विचारलं.

त्याबरोबर कृष्ण झटकन म्हणाला, 'तू सुभद्रेचं अपहरण करून तिला
घेऊन का जात नाहीस?'

'पण केशवा...' कृष्णाचे हे बोलणे ऐकून अर्जुन पार हैराण झाला,
'असं करणं अधर्माचं ठरेल. हे असं पळपुटेपणा करून मी तिला नेलं तर
लोक काय म्हणतील? जगातील सर्वश्रेष्ठ म्हणविणारा धनुर्धर एका कन्येला
बळजबरीने घेऊन फरार झाला. नाही! नाही! मी असं वागणार नाही.'

'ही वेळ धनुष्य उचलण्याची नाहीये,' कृष्ण हसत हसत म्हणाला. 'दर
वेळी काही झालं की, सारखा धनुष्याला हात नसतो घालायचा अर्जुना! कधी
तरी सामान्य पुरुषाप्रमाणे विचार करून बघ. जर तुझं खरोखर सुभद्रेवर प्रेम
जडले असेल आणि तिच्याशी विवाह करायचा असेल, तर हाच एक मार्ग
आहे.'

'सुभद्रा दररोज सकाळी रैवतक पर्वतावर पूजा करायला जाते.
एवढंच मी तुला सांगतो. शेवटी सुभद्रा माझी बहीण आहे. खुद्द बहिणीच्या
अपहरणाबाबत मी यापेक्षा जास्त काही बोलू शकत नाही,' कृष्ण गालातल्या
गालात हसत म्हणाला आणि अर्जुनाला विचारांच्या गर्तेत ढकलून निघून
गेला. एका भावाने स्वतःच्याच बहिणीच्या अपहरणाची योजना आखली.
तिला पळवून नेण्यासाठी स्वतःच्या मित्राला उकसवलं यावर कोणाचा विश्वास
तरी बसेल का? पण श्रीकृष्णाप्रमाणेच त्याच्या लीला अगाध आहेत.

अर्जुन रात्रभर कृष्णाच्या बोलण्यावर विचार करत राहिला. दुसऱ्या
दिवशी सकाळी रैवतक पर्वतावर गेला. संधी मिळताच सुभद्रेला उचलून रथात
घातली आणि तिथून पसार झाला. अवघ्या काही क्षणांतच साऱ्या द्वारकेत
ही खबर पोहोचली. यादव कुळात हाहाकार माजला. कृष्णाचा थोरला बंधू
बलराम याला सगळे जण शेषनागाचा अवतार मानत. तो या वार्तेने प्रक्षुब्ध
झाला. आपली गदा आणि नांगर उचलून अर्जुनाला मारण्यासाठी त्याच्या मागे
धावला; पण कृष्ण वेळेवर तिथे पोहोचला आणि त्याने परिस्थिती नियंत्रणात

आणली. कृष्ण एवढा कमालीचा संभाषण चतुर आणि व्यवहार कुशल होता की, त्याने केवळ बलरामाचा राग शांत केला नाही, तर त्यानंतर बलरामाने स्वतः सुभद्रा आणि अर्जुनाला आशीर्वाद देऊन त्यांची पाठवणी केली. याच वेळी अर्जुनाच्या वनवासाची बारा वर्षे संपलेली होती, त्यामुळे तो सुभद्रेला घेऊन इंद्रप्रस्थात परत आला.

माझ्या या जीवन कहाणीमध्ये नीती-निपुण आणि कुशल कृष्णाच्या युक्त्या आणि डावपेच यांची असंख्य उदाहरणे आहेत. धर्मपरायणतेच्या नावाखाली कृष्णाने अतिशय चतुराईने प्रसंगी कावेबाजपणे पांडवांची आजीवन मदत केली. मी अखेरपर्यंत कृष्णाचा निस्सीम चाहता राहिलो. कृष्णाचे चरित्र मी कधी नीट समजूच शकलो नाही. कालांतराने उलगडा झाला की, कृष्ण हा ईश्वराचेच रूप असून प्रत्यक्ष नारायणाचा अवतार होता.

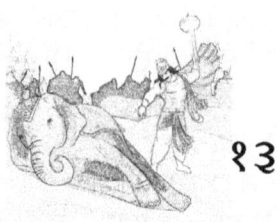

१३

तो काळ पांडव कुळाच्या वंशवृद्धीचा आणि चौफेर समृद्धीचा होता.

अर्जुन आणि सुभद्रेला पुत्र झाला. त्याचं नाव अभिमन्यू ठेवण्यात आलं. हा आपल्या पित्याप्रमाणेच तेजस्वी होता आणि पुढे एक कुशल धनुर्धारी बनला. द्रौपदीनेदेखील आपल्या पाच पतींपासून प्रत्येकी एक असा पाच पुत्रांना जन्म दिला. विधीसाठी आलेल्या ब्राह्मणांनी सांगितलेल्या गुणवैशिष्ट्यांनुसार या पाच पुत्रांचे नामकरण झाले.

युधिष्ठिराचा पुत्र शत्रूचा प्रहार झेलताना विंध्याचल पर्वतासारखा अढळ अविचल राहील म्हणून त्याचं नाव 'प्रतिविंध्य' ठेवलं. अपत्यप्राप्ती पूर्वी भीमाने एक हजार सोमयाग केले होते म्हणून त्याच्या पुत्राचं नाव 'सुतसोम' ठेवलं. अर्जुनाने आपल्या बारा वर्षांच्या काळात ऐकण्यासारखे अनेक पराक्रम केले होते म्हणून त्याच्या पुत्राचं नाव 'श्रुतकर्मा' ठेवलं. नकुल कुरुवंशातील एक राजा शतानीक याला खूप मानत असे, त्यामुळे त्याच्या इच्छेनुसार त्याच्या पुत्राचं नाव 'शतानीक' ठेवण्यात आलं. सहदेवाचा पुत्र कृतिका नक्षत्रावर जन्माला आल्याने त्याच्या पुत्राचं नाव 'श्रुतसेन' ठेवलं गेलं. कुरुवंशाच्या कथेमध्ये तसं बघता या मुलाचं प्रत्यक्ष योगदान काहीच नाहीये; पण माझ्या शापित जीवनाच्या काहाणीशी या पाचही जणांचा अगदी घनिष्ठ संबंध आहे. त्याबद्दल मी पुढे सविस्तर सांगेनच.

श्रीकृष्णाची कृपा आणि आपले बाहुबल दोन्हीच्या जोरावर अल्पावधीत पांडवांनी इंद्रप्रस्थाला एक समृद्ध आणि संपन्न राज्य बनवलं.

पाचही भावंडांनी दिग्विजय यात्रा पूर्ण केली आणि इंद्रप्रस्थाच्या वैभवाचा चहुदिशांनी विस्तार झाला. एक दिवस आम्ही सगळे जण धृतराष्ट्राच्या महालात

बसून हस्तिनापुराच्या कारभाराबाबत चर्चा करत होतो. त्या वेळी एक सेवक आला आणि प्रणाम करून म्हणाला, 'महाराजांचा विजय असो. पांडव कुमार नकुल आले असून तुम्हाला भेटण्याची अनुमती मागत आहेत.'

पांडवांचं नाव ऐकताच कर्ण, दुर्योधन आणि धृतराष्ट्राच्या कपाळावर आठ्या पडत. शकुनीच्या डोळ्यांतून ओसंडणारा विखार तर कुणापासूनच लपत नसे; पण भीष्म आणि द्रोणाचार्यांच्या उपस्थितीत पांडवांच्या विरुद्ध बोलायचे धाडस कोणी करत नसे.

'प्रणाम तातश्री!' नकुल तिथे येत म्हणाला.

'आयुष्मान भवं!' पितामह भीष्मांनी आशीर्वाद दिला आणि उठून नकुलाला छातीशी धरलं. 'आज इकडे कसं काय येणं केलंस?'

'युधिष्ठिराने तुम्हा सर्वांना नमस्कार सांगितला आहे पितामह,' नकुल म्हणाला. 'आपली दिग्विजय यात्रा पूर्ण झाल्यानंतर आता राजसूय यज्ञ करावा, अशी त्याची इच्छा आहे. त्या सोहळ्यासाठी इंद्रप्रस्थाला येण्याचे आमंत्रण त्याने तुम्हा सर्वांना दिले आहे.'

हे ऐकून भीष्मांच्या आनंदाला पारावार उरला नाही. 'अती उत्तम! युधिष्ठिराला सांग, आम्ही सगळे जण राजसूय यज्ञासाठी तिकडे अवश्य येऊ.'

त्यानुसार ठरल्या दिवशी आम्ही सगळे जण इंद्रप्रस्थात गेलो. पांडवांनी सर्वांचं यथास्थित स्वागत केलं. यज्ञाचा संपूर्ण सोहळा उत्तमरीत्या पार पडला. अखेरीस अभिषेक आणि सत्कार तेवढा बाकी होता. यज्ञासाठी जमलेले सर्व ब्राह्मण, महर्षी आणि वंदनीय लोक तिथे हजर होते.

आता युधिष्ठिराला पेच पडला की अग्रपूजेचा मान कोणाला द्यायचा? बराच वेळ विचार करूनही जेव्हा उत्तर सापडले नाही, तेव्हा तो पितामह भीष्मांपाशी आला.

'पितामह कृपया तुम्हीच सांगा, सर्वश्रेष्ठ अग्रपूजेसाठी कोण योग्य आहे? माझ्या दृष्टीने सगळेच जण पूजनीय आणि वंदनीय आहेत. मग हा मान कोणाला मिळायला हवा?' युधिष्ठिरानं विचारलं.

त्यावर क्षणभरही न दवडता गंगापुत्र भीष्म निःसंकोचपणे उत्तरले, 'हे धर्मराजा! इथे उपस्थित समस्त लोकांमध्ये एकच जण असा आहे, जो लाखो छोट्या ताऱ्यांमध्ये सूर्यासारखा देदीप्यमान आहे.'

'मी समजलो नाही पितामह. तुम्ही कोणाबद्दल बोलत आहात?' युधिष्ठिरानं गोंधळून विचारलं.

यावर कृष्णाकडे बघत भीष्म उत्तरले, 'पुत्र युधिष्ठिर! यदुवंश शिरोमणी श्रीकृष्ण इथे हजर आहे. माझ्या मते तोच सर्वश्रेष्ठ असून अग्रपूजेचा मान त्यालाच मिळायला हवा.'

जवळपास सगळ्यांनीच भीष्मांच्या या प्रस्तावाला मान्यता दर्शविली, त्यामुळे संतुष्ट होऊन युधिष्ठिर अग्रपूजेची सामग्री घेऊन कृष्णाच्या दिशेने जाऊ लागला. तेवढ्यात चेदिराज शिशुपाल चिडून ओरडला, 'युधिष्ठिर! एकापेक्षा एक मोठे महात्मा आणि राजर्षि इथे हजर असताना कृष्णाची अग्रपूजा करण्याचे कारणच काय? कृष्ण राजा नसतानाही राजे-महाराजांच्या उपस्थितीत त्याला हा सम्मान का म्हणून? तो वयाने ज्येष्ठ नाही, त्याचे पिता वसुदेव अद्याप हयात आहेत. मग असं असताना त्याची अग्रपूजा कशासाठी? जर आपला स्नेही म्हणून तू त्याची पूजा करत असशील तर राजा द्रुपदसुद्धा इथे आहेत. त्यांच्यापेक्षा तुला जवळचा आहे का हा कृष्ण? जर तू कृष्णाला स्वतःचा गुरू मानत असलास, तर गुरू द्रोणाचार्य इथे आहेत, त्यांच्यापेक्षा हा कृष्ण श्रेष्ठ झाला काय? जर ज्ञानी म्हणून त्याचा मान करायचा तर महर्षी वेदव्यास इथे हजर आहेत की! आणि सर्वांत महत्त्वाचे म्हणजे खुद्द गंगापुत्र पितामह भीष्म इथे उपस्थित असताना कृष्णाची अग्रपूजा करायचा विचार तरी तुझ्या मनात कसा आला?'

शिशुपालाचे हे वाक्ताडन ऐकून सगळे जण अस्वस्थ झाले. भीष्मांचा चेहरा क्रोधाने लालबुंद झाला. त्यांनी जळजळीत नजरेने शिशुपालाकडे पाहिले; पण त्याला काहीच फरक पडला नाही. कोणीच काही बोलत नाही असं दिसल्यावर त्यानं माझं नाव घेतलं.

'युधिष्ठिरा! अस्त्र आणि शास्त्र या दोन्हीमध्ये पूर्ण पारंगत असलेला महावीर अश्वत्थामा इथे हजर असताना कृष्णाची अग्रपूजा करणे हा समस्त महावीरांचा अपमान आहे. मी याचा तीव्र निषेध करतो,' शिशुपाल गरजला.

शिशुपाल उद्धट होताच; पण मूर्खही होता. माझं नाव घेऊन त्यानं या वादात अकारणच मला ओढलं. पिता द्रोण आणि मामा कृप विचित्र नजरेने माझ्याकडे बघू लागले. आता माझ्या निष्ठेचा प्रश्न निर्माण झाला होता. माझ्या गप्प बसण्यामुळे कोणाला उगाच असं वाटायला नको की, शिशुपालाच्या या बोलण्याला माझी सहमती आहे. किंबहुना, माझीच त्याला फूस आहे. असा विचार करून मी उठलो आणि शांतपणे बोललो, 'मी चेदिराज शिशुपाल यांच्या वक्तव्याशी अजिबात सहमत नाही. वासुदेव कृष्णाची अग्रपूजा करण्यास

माझा काहीही आक्षेप नाही.' हे ऐकताच माझ्या पित्याने प्रसन्न मुद्रेने हसून माझ्याकडे पाहिलं. त्या नजरेमध्ये समाधान आणि माझ्याबदल वाटणाऱ्या गर्वाची भावना स्पष्ट दिसत होती.

माझं समर्थन मिळविण्याचा आपला डाव वाया गेलेला पाहून शिशुपाल आणखीनच चवताळला. 'युधिष्ठिर! तुला राजाधिराज दुर्योधन, भरतवंशाचे कुलगुरू कृपाचार्य किंवा सर्वगुणसंपन्न आचार्य द्रुम दिसत नाहीयेत का? तुला जर अशी मनमानीच करायची होती तर उगाच या सगळ्या महात्म्यांना इथे बोलवायचा देखावा तरी कशाला केलास? स्वतःला धर्मराज म्हणवतोस आणि हा असला अधर्म कसा करतो आहेस?'

शिशुपाल शक्य तेवढं लोकांना भडकवण्यासाठी प्रयत्न करत होता. जेव्हा त्याच्या लक्षात आलं की, एवढं बोलूनसुद्धा कोणी काहीच प्रतिक्रिया देत नाहीये; तेव्हा अखेरीस त्यानं आपला मोर्चा कृष्णाकडे वळवला आणि ओरडला, 'अरे कृष्णा! त्या युधिष्ठिराने शेळपटपणा करून तुझी पूजा करायचा घाट घातलाय; पण आपली तेवढी लायकी नाहीये हे तुला समजत नाही का? एखादा कुत्रा जसा लपूनछपून संधी मिळेल तसा तूप चाटतो. त्याप्रमाणे तूसुद्धा या मूर्ख पांडवांच्या आडून स्वतःची हौस भागवून घेत आहेस. स्वतःला वंदनीय समजतोस? त्या गंगापुत्र भीष्मासारखी तुझीसुद्धा बुद्धी भ्रष्ट झालीये असं दिसतंय.'

युधिष्ठिराला कृष्णाचा हा अपमान सहन झाला नाही. तो म्हणाला, 'राजा शिशुपाल! आता तुम्ही मर्यादा सोडून बोलत आहात. या ठिकाणी पितामह भीष्मांपेक्षा मोठा तत्त्वज्ञ कोणीही नाही. जर त्यांनी स्वतःच कृष्णाचं नाव सुचवलं आहे, तर तुम्हाला काय अडचण आहे? या जगात ज्ञान आणि शक्ती दोन्ही बाबतीत कृष्णापेक्षा वरचढ कोणीही नाही हे तुम्हाला माहिती असायला हवं. समस्त सृष्टीची उत्पत्ती आणि प्रलय त्याच्या अधीन आहेत. कृष्ण जन्म-मृत्यू आदी भौतिक गोष्टींच्या पलीकडे आहे. तो आमचा आचार्य, गुरू आणि पिता आहे,' हे ऐकून भीम आणि सहदेवानेसुद्धा दुजोरा दिला.

दरम्यान, माझं लक्ष दुर्योधनाकडे गेलं. कृष्ण आणि युधिष्ठिराच्या अपमानामुळे तो खूश झालाय हे तर त्याच्या चेहऱ्याकडे बघून लगेच कळून येत होतं; पण पुढे येऊन शिशुपालाची बाजू घ्यावी, त्याच्या बोलण्याचं समर्थन करावं, एवढी हिंमत त्याच्यात नव्हती.

शिशुपालाच्या डोळ्यांत अंगार फुलला. त्याच्या डोक्यात जणू भूत संचारलं होतं. तो भीष्मांकडे वळला आणि ओरडला, 'या मूर्ख आणि घमेंडखोर कृष्णाची स्तुती करताना जीभ झडून कशी जात नाही तुमची? ज्याने लहानपणीच एका स्त्रीची (पूतना) हत्या केली, एका निर्दोष पक्षी (बकासुर), एक घोडा (कैशी) आणि एक बैल (वृषभासुर) यांना मारून टाकलं; त्याला तुम्ही जगत्पती म्हणता? असल्या निर्दयी खुन्याची तुम्हाला पूजा करायची आहे? ज्याने आपल्या मामाच्या घरचं मीठ खाल्लं आणि नंतर सत्तेसाठी त्याचाच खून केला, असल्या कृतघ्न व्यक्तीला तुम्ही अग्रपूजेच्या लायक तरी कसं समजता? आणि तुमचं तरी काय हो! स्वतःला मोठे ब्रह्मचारी म्हणवता; पण काशी नरेशाच्या तीन कन्या पळवून आणल्या. खरं सांगायचं तर तुमच्या सारख्या नपुंसक, पुरुषार्थहीन म्हाताऱ्यासोबत राहूनच पांडवांची बुद्धी भ्रष्ट झालेली आहे आणि म्हणूनच तुम्हाला या गवळ्याची पूजा करायचा चळ सुचतो आहे.'

'बस्स शिशुपाल. आता बास झालं!' कृष्णाच्या या कठोर आवाजाने सारी सभा दणाणून गेली. मग उपस्थित सर्वांना उद्देशून कृष्ण बोलू लागला, 'सत्य काय आहे ते आता मी तुम्हाला सांगतो.

'हा दुष्ट शिशुपाल जन्मापासूनच विकृत आहे. जन्माला आला तेव्हा याला तीन डोळे आणि चार हात होते. जन्म होताक्षणी हा गाढवासारखा आवाज काढून रेकू लागला. त्या वेळी आकाशवाणी झाली की, ज्याच्या मांडीवर ठेवताच याचे जास्तीचे दोन हात आणि तिसरा डोळा गळून पडतील, त्याच व्यक्तीच्या हातून याचा मृत्यू होईल. याची आई माझी आत्या असल्याने मी आणि बंधू बलराम त्याला बघायला गेलो होतो. योगायोग असा की, माझ्या मांडीत ठेवताच त्याचे जादाचे हात आणि डोळा नष्ट झाला. ते पाहून याच्या आईने माझ्याकडे त्याच्या प्राणांची भीक मागितली, तेव्हा मी तिला असं वचन दिलं की, ज्यासाठी याला मृत्युदंड मिळायला हवा असे शंभर अपराध मी माफ करीन.'

हे ऐकून शिशुपाल मोठमोठ्याने हसू लागला आणि म्हणाला, 'अच्छा कृष्णा! म्हणजे तू मला मारणार आहेस हे सांगून घाबरवतो आहेस का?'

त्यावर आपला मोहरा शिशुपालाकडे वळवून कृष्ण म्हणाला, 'शिशुपाला! यदुवंशीयांचा नाश करण्याची एकही संधी तू आजवर सोडलेली नाहीस. मी प्राग्ज्योतीषपुराला गेल्यानंतर तू मागे द्वारकानागरी जाळून भस्म

करायचं कारस्थान आखलंस. माझ्या पित्याने अश्वमेध यज्ञ आयोजित केल्यावर त्या यज्ञाचा घोडा तू पकडलास आणि यज्ञात विघ्न आणलंस. यदुवंशातील तपस्वी वभ्रू यांच्या पत्नीचं तू अपहरण केलंस. तुझी मामेबहीण भद्रा तपश्चर्या करत असताना तू वेश बदलून तिथे गेलास आणि तिचंही अपहरण केलंस. आजही तुझे अतिशय निंदनीय बोलणं मी केव्हापासून ऐकतो आहे. मी तुला घाबरवत नाहीये शिशुपाला, सावध करतोय. तू पितामह भीष्म आणि अनेक वंदनीय आणि ज्येष्ठ व्यक्तींचा अवमान केला आहेस. आतापावेतो तुझे नव्याण्णव अपराध झालेत. केवळ एकच अपराध तुला माफ आहे, तेव्हा सांभाळ स्वतःला. आणखी एक जरी चूक केलीस तर...'

पण कृष्णाचं बोलणं मध्येच तोडत आणि छद्मीपणे हसत शिशुपाल म्हणाला, 'अरे मूर्ख कृष्णा! तुझ्यासारख्या गर्विष्ठ गवळ्याला मी कवडीइतकी किंमत देत नाही. तू रागावलास तरी मी भीत नाही...' शिशुपालाचं बोलणं पूर्ण व्हायच्या आतच एक अद्भुत गोष्ट घडली. कृष्णाच्या हातात तेजस्वी सुदर्शन चक्र प्रकट झालं. शिशुपालाच्या दिशेने वेगाने जात त्या चक्राने वेध घेतला आणि पुढच्या क्षणी शिशुपालाचं शीर धडापासून अलग होऊन जमिनीवर पडलं.

नक्की काय झालं हे कुणाला समजायच्या आतच जमिनीवर लोळणाऱ्या त्या मस्तकातून एक चमचम करणारी ज्योत बाहेर पडली आणि श्रीकृष्णाच्या हृदयात विलीन झाली. श्रीकृष्णाच्या दैवी रूपाची मी घेतलेली ही पहिली अनुभूती.

दुर्योधन एकदम स्तब्ध झाला होता. काही काळ आश्चर्याने अचंबित असलेला त्याचा चेहरा एकदम शांत झाला. आपण शिशुपालाची बाजू घेतली नाही ते बरंच झालं, असा विचार त्यानं केला असणार.

थोड्याच वेळात युधिष्ठिराने शास्त्रोक्त पद्धतीने कृष्णाची अग्रपूजा केली.

१४

युधिष्ठिराला एकीकडे आपला राजसूय यज्ञ पार पडल्याचा आनंद होताच; पण सोहळ्याचा शेवट रक्तपाताने झाल्याचं त्याला दुःखही होतं. सोहळा संपल्यावर सगळे जण आपापल्या राज्यात परत निघून गेले; पण दुर्योधन आणि शकुनी यांनी आणखी काही दिवस तिथेच मुक्काम करून पांडवांचा राजमहाल आणि इंद्रप्रस्थाचं एकूण वैभव पाहण्याचा निश्चय केला.

युधिष्ठिराचा राजमहाल सामान्य महाल नव्हता. सर्वसाधारणपणे राजमहालात जे वैभव, सौंदर्य दिसून येतं त्या पलीकडे तिथे काहीतरी खास होतं. त्या महालात असलेल्या वस्तूंचे रंग आणि जागा आपोआप बदलत असत, त्यामुळे तिथे तोचतोचपणा अजिबात नव्हता. तो महाल दररोज नवीन वाटायचा. महालातील ये-जा करायच्या सगळ्या मार्गांवर एवढी रत्ने जडवलेली होती की रात्री उजेडासाठी वेगळी दिव्यांची व्यवस्था करायची गरजच नव्हती. महालाच्या भिंती स्फटिकासारख्या आणि अतिशय नितळ होत्या, त्यामुळे समोर भिंत आहे हे पटकन जाणवायचे नाही. नवीन माणूस हमखास तिथे धडकत असे. शिवाय मुख्य अंगणही स्फटिकाचे बनविले असल्याने तिथे पाण्याचा तलाव आहे, असा भास व्हायचा. पहिल्यांदाच येणारा प्रत्येक जण अंगण ओलांडताना वस्त्रे भिजू नयेत म्हणून ती वर उचलून जपून चालायचा.

त्याखेरीज महालाच्या मागील भागात एक उद्यान होतं. तिथे एकेठिकाणी जमीन आहे असं दिसायचं; पण प्रत्यक्षात तिथे एक तलाव होता, त्यामुळे नवीन माणूस बेधडक त्या जमिनीवरून पुढे चालत जायचा आणि धप्पकन

तलावात पडायचा. त्या उद्यानाच्या समोर एक बुरुज होता त्याच्या सज्जात बसलेल्या राण्या किंवा दासी हे दृश्य बघून हसायच्या. या महालाची निर्मिती करणाऱ्याने प्रत्येक गोष्टीवर एक जादुई थर दिलेला होता. जो दिसायचा तर नाही; पण कोणीच त्याच्या मायावी प्रभावापासून वाचू शकत नसे. पांडवांचा हा मायावी महाल 'मयसभा' नावाने प्रसिद्ध झाला होता आणि लोकांच्या करमणुकीचे साधन बनला होता.

दुर्योधन आणि शकुनी रोज सगळीकडे फिरत. तिथलं एक एक वैशिष्ट्य आणि आश्चर्य बघून मनातल्या मनात कुढत असत. एक दिवस उद्यानात फिरताना दुर्योधन आणि शकुनी यांची फसगत झाली. दोघेही जमीन समजून तलावात पडले. योगायोगाने द्रौपदी आणि तिच्या सख्या फेरफटका मारण्यासाठी तिथे आल्या होत्या. हे दृश्य बघून द्रौपदीला हसू आवरलं नाही. मोठ्याने हसत ती आपल्या सख्यांना म्हणाली, 'बघितलं? अंधाचा पुत्रसुद्धा अंधच.' नंतर कदाचित तिला असं बोलणं चूक असल्याचं जाणवलंही असेल; पण तेव्हा ती अगदीच खेळकर मनःस्थितीत असल्याने तिने त्या विषयाला फार महत्त्व दिलं नाही किंवा दुर्योधनाची माफी मागावी असंही तिला वाटलं नाही.

चिंब झालेले दुर्योधन आणि शकुनी तलावातून बाहेर आले. ओली झालेली वस्त्रे बदलणं अगदी शक्य होतं; पण द्रौपदीच्या तोंडून निघून गेलेले शब्द बदलणं कदापि शक्य नव्हतं. या कुचेष्टेमुळे दुर्योधनाच्या काळजावर जोरदार घाव घातला गेला होता. 'आता क्षणभरही इथे थांबायचं नाही. आपण हस्तिनापुरात परत जाऊ या,' दुर्योधन शकुनी मामाला म्हणाला.

'खरंय माझ्या भाच्या! एवढा अवमान झाल्यानंतर इथे थांबण्याचं आता काही प्रयोजनच उरलेलं नाही,' शकुनीने अलगद आगीत तेल ओतलं.

'पण मामा, जाण्यापूर्वी मला हे जाणून घ्यायचं आहे की, हा मायावी महाल निर्माण केला तरी कुणी?' दुर्योधन म्हणाला.

दुसऱ्या दिवशी दुर्योधन आणि शकुनी युधिष्ठिराकडे गेले. दुर्योधन म्हणाला, 'महाराज युधिष्ठिर! आम्ही बरेच दिवस येथे अतिशय आनंदात घालवले; परंतु आता आम्हाला आज्ञा द्या. आम्ही हस्तिनापूरला परत जाऊ इच्छितो. जाण्यापूर्वी कृपा करून एक सांगाल का? तुमच्या या शानदार आणि आश्चर्यजनक महालाची निर्मिती कोणी केली आहे?'

युधिष्ठिर गालातल्या गालात हसला आणि म्हणाला, 'प्रिय दुर्योधना! तू आणखी काही दिवस इथे थांबलास तर आम्हाला आनंदच झाला असता;

पण मी समजू शकतो की, तिकडे तुझे पिताश्री एकटे आहेत, त्यामुळे मी तुला फार आग्रह करणार नाही. आता या महालाबद्दल सांगायचं तर त्याचे निर्माण देवांचे स्थापत्यविशारद विश्वकर्मा आणि दानव मयासुर यांनी केले आहे. काही काळापूर्वी कृष्ण आणि अर्जुनाने मिळून खांडव वन जाळून भस्मसात केलं. त्या वेळी मयासुर तिथे लपून बसलेला होता. त्याने अर्जुनाकडे प्राणांचं रक्षण करण्याची याचना केली, तसेच कृष्णानेही अग्नीला पूर्वी इंद्रदेवाच्या प्रकोपापासून वाचवलं होतं. त्या उपकारांची परतफेड म्हणून विश्वकर्मा आणि मयासुर दोघांनी मिळून या मयसभेचे निर्माण केले. शिवाय अग्निदेवाने प्रसन्न होऊन अर्जुनाला आपले गांडीव नामक धनुष्य दिले. अग्निदेवानेच कृष्णाला त्याचे सुदर्शन चक्र दिले आहे, त्याची धार आणि प्रखरता तू नुकतीच पाहिली आहेसच.'

पांडवांना मिळालेल्या एवढ्या साऱ्या सुविधा बघून दुर्योधन आणि शकुनी असूयेने पेटून उठले. युधिष्ठिराला नमस्कार करून एक शब्दही न बोलता इंद्रप्रस्थातून निघून गेले. परतीच्या वाटेवर दुर्योधनाच्या मनात दोन आकांक्षांनी फेर धरला - एक म्हणजे द्रौपदीने केलेल्या अपमानाचा सूड घेणे आणि दुसरे पांडवांचं राज्य तसंच तो मायावी महाल हडपणे.

शकुनी द्यूत खेळण्यात जेवढा प्रवीण होता, तेवढाच समोरील व्यक्तीच्या मनातील विचार ओळखण्यातही कुशल होता. दुर्योधनाचा चेहरा आणि हावभाव बघून त्यानं ओळखलं की, अपमानाचे शल्य त्याला बोचत असून त्याची बुद्धी भ्रष्ट करण्यासाठी हीच सर्वोत्तम वेळ आहे.

आता असा प्रश्न पडतो की, दुर्योधनाला वाममार्गाला लावून, फूस लावून शकुनीला काय फायदा? मला असं वाटतं की, आपली भगिनी गांधारी हिने नेत्रहीन धृतराष्ट्राशी विवाह करणं शकुनीला अजिबात मान्य नसावं, त्यामुळे दुर्योधनाला भडकवून, कुरुवंशात भाऊबंदकी निर्माण करून, गृहकलह पेटवून त्याच्या मनाला थोडी शांती मिळत असावी. धृतराष्ट्राशी विवाह झाल्याने जन्मभर डोळ्याला पट्टी बांधून संसार करावा लागणे हा गांधारीवर अन्याय असल्याचे शकुनीचे मत असावे. कौरव पुत्रांच्या जन्मानंतर शकुनी हस्तिनापुरात कायमचा वास्तव्याला आला. बालवयातच दुर्योधनाच्या मनात पांडव बंधूंबाबत असलेली द्वेषाची ठिणगी शकुनीला जाणवली असणार, त्यामुळे नंतरच्या काळात सतत त्या ठिणगीला फुलवून त्यापासून वणवा कसा पेटवून देता येईल हेच शकुनीने पाहिले. आपल्या बहिणीवर झालेल्या

अन्यायाचा बदला घेण्याचा शकुनीचा हा मार्ग अत्यंत विकृत आणि हीन पातळीचा होता.

शकुनी आपले घुबडासारखे डोळे गरागरा फिरवत म्हणाला, 'दुर्योधना! तुझ्या मनात पेटलेला क्षोभ मी समजू शकतो; पण तू अजिबात काळजी करू नकोस. तुझ्या या वेदनेला सुखामध्ये परिवर्तित करायचा एक उपाय मला सुचला आहे. ज्या दोन इच्छा तुझ्या मनात घोळत आहेत, त्या लवकरच पूर्ण होतील.'

'जाऊ दे मामाजी,' दुर्योधन ताडकन म्हणाला, 'तुम्ही फक्त वल्गना करता. तुमच्याच्याने काही होणार नाहीये.'

'प्रिय दुर्योधना!' शकुनी आपला राग गिळत म्हणाला, 'तू कसंही करून पिता धृतराष्ट्राकरवी पांडवांना द्यूत खेळण्यासाठी हस्तिनापुरात येण्याचं आमंत्रण मिळेल, अशी व्यवस्था कर आणि मग बघ माझी कमाल.'

'...पण मामाजी!' दुर्योधन अडखळत म्हणाला, 'मी पांडवांशी द्यूत कसा खेळणार? मला तर फासेसुद्धा नीट टाकता येत नाहीत.'

'अरे, मी आहे ना!' शकुनी ओठ चावत म्हणाला. 'बाजी तू लाव आणि तुझ्या वतीने फासे मी टाकेन.'

दुर्योधन मूर्ख होता; पण इतकाही नाही की शकुनीच्या या बोलण्यातील आशय त्याच्या लक्षात येऊ नये. ही योजना ऐकून त्याचा चेहरा एकदम खुलला. हस्तिनापूरला पोहोचता क्षणी लगेच दुर्योधनानं धृतराष्ट्राची भेट घेतली. पांडवांचं वैभव आणि द्रौपदीचा उद्दामपणा यांचं तिखटमीठ लावून वर्णन केलं.

ते ऐकून धृतराष्ट्राचा पारा चढू लागला. ती संधी साधून दुर्योधनानं अलगद द्यूताची कल्पना मांडली. धृतराष्ट्राला अर्थातच ती पसंत पडली. त्यानं तातडीनं विदुराला बोलावून घेतलं आणि इंद्रप्रस्थाला जाऊन पांडवांना आमंत्रित करायला सांगितलं. विदुराला काही ते रुचलं नाही; परंतु राजाज्ञेपुढे त्याचे काही चालले नाही. विदुर महाचाणाक्ष होते. मला खात्री आहे की, इंद्रप्रस्थाला पोहोचल्यावर त्यांनी नक्कीच द्यूताच्या खेळामागे दडलेले षडयंत्र पांडवांना समजावून सांगितले असणार; पण युधिष्ठिर सरळ मनाचा होता, त्यामुळे महाराज धृतराष्ट्राची आज्ञा मोडणे त्याला मान्य झाले नाही. मनाविरुद्ध का होईना; पण सर्व पांडव हस्तिनापुरात आले.

खेळ सुरू होण्यापूर्वी दुर्योधनानं सर्वांना स्पष्टपणे सांगितलं की, बाजी मी लावेन; परंतु माझ्या वतीने फासे टाकण्याचं काम माझे मामा शकुनी करतील. अशा प्रकारे खेळण्याचा किंवा न खेळण्याचा कुठला नियम नव्हता, त्यामुळे धृतराष्ट्रानं मान डोलावून त्याला संमती दिली आणि खेळ सुरू झाला.

शकुनी कृतहस्त होता. फासे त्याला वश होते. त्याला जसं हवं तसेच फासे पडायचे, त्यामुळे शकुनी फासे फेकत राहिला आणि युधिष्ठिर हरत गेला. पहिल्या डावाला युधिष्ठिराने आपला मणिहार आणि सोन्याच्या सगळ्या मोहरा पणाला लावल्या आणि हरला. मग त्यानं कोषागारातील आपली सगळी धनसंपत्ती पणाला लावली आणि हरला. शकुनीच्या फाशांनी अवघ्या काही डावांतच युधिष्ठिराला पुरता कंगाल करून टाकला. त्याचं सगळं धन, संपत्ती, वैभव दुर्योधनानं जिंकून घेतलं.

आपलं सर्वस्व हरल्यानंतर युधिष्ठिर उठू लागला, तेव्हा शकुनीने पुन्हा त्याला उकसावलं. 'युधिष्ठिरा! अरे हा द्यूताचा खेळ आहे. यात बाजी वर-खाली होत असते. इतका वेळ तू हरलास तरी पुन्हा खेळून बघ. जिंकूही शकतोस तू.'

'पण माझ्याकडे पणाला लावण्यासारखं आता काहीच शिल्लक नाहीये,' युधिष्ठिर असाहाय्यपणे म्हणाला.

'असं कसं म्हणतोस?' शकुनीच्या कपटीपणाने आता कळस गाठला होता. तुझा तो मायावी महाल आणि एवढं मोठं इंद्रप्रस्थाचं राज्य आहे की.

हे ऐकून भीमाने इशाऱ्यानेच युधिष्ठिराला अडवायचा प्रयत्न केला; पण तोवर युधिष्ठिर शकुनीच्या जाळ्यात अडकला होता. त्याने प्रस्तावाला होकार दिला. क्षणाचाही विलंब न लावता शकुनीने फासे फेकले आणि युधिष्ठिर आपला महाल, इंद्रप्रस्थाचं राज्य गमावून बसला. दुर्योधनाची एक इच्छा पूर्ण झाली.

द्यूताचा मनोरंजक खेळ हळूहळू आक्राळविक्राळ रूप धारण करू लागला होता. विदुर आणि भीष्मांनी वारंवार युधिष्ठिराला खेळ बास करून निघून जाण्याचा इशारा दिला; पण काही वेळासाठी युधिष्ठिराची मती फिरली होती. खेळ थांबविण्याचा आदेश द्यावा यासाठी विदुराने महाराज धृतराष्ट्राला गळ घातली; परंतु महाराज बंद नेत्रांनी आणि स्वस्थ चित्ताने आपल्या पुत्राचा आनंद पाहत बसले.

शकुनीने प्रेमभराने युधिष्ठिराच्या डोक्यावरून हात फिरवला आणि मायाळू स्वरात म्हणाला, 'अरे! असं अवसान गाळू नकोस. तू एक महान आणि पराक्रमी राजा आहेस. ज्याच्याकडे धैर्य आणि हिंमत असते त्याचाच द्यूतात विजय होतो आणि तू तर धैर्याचे मूर्तिमंत रूप आहेस.'

'पण आता बाजी लावण्यासाठी माझ्यापाशी काहीही शिल्लक नाहीये. मी खेळणार कसा?' युधिष्ठिर म्हणाला.

यावर कुटील हसत शकुनीनं दुर्योधनाकडे एकवार पाहिलं आणि म्हणाला, 'आपल्या या महापराक्रमी बंधूना विसरलास काय युधिष्ठिरा? अरे जोवर हे आहेत तोवर तू हरू कसा शकतोस? तू यांना पणाला लावू शकतोस. बघ विचार कर. फक्त एक डाव जिंकलास तरी गमावलेलं सगळं परत मिळवू शकशील.'

अर्जुन काही बोलणार तेवढ्यात युधिष्ठिराने या प्रस्तावाला होकार देऊन टाकला. शकुनीने चटकन फासे टाकले आणि तेच झालं जे इतका वेळ सुरू होतं. हा डावसुद्धा युधिष्ठिर हरला, त्यामुळे युधिष्ठिर स्वतः आणि त्याचे चारही बंधू दुर्योधनाच्या मालमत्तेचा एक हिस्सा झाले.

'मी माझा पराभव मान्य करतो. आजपासून मी आणि माझे चारही बंधू दुर्योधनाचे दास आहोत,' युधिष्ठिर खोल आवाजात म्हणाला. खूप प्रयत्न करूनही त्याला आपले अश्रू आवरेनात.

'युधिष्ठिरा! एवढा निराश होऊ नकोस. अरे शेवटी हा खेळ आहे. यात हार–जीत चालायचीच. द्यूतात तर मनुष्य सगळं काही हरून पुन्हा सगळं परत मिळवू शकतो... आणि तू तर अद्याप सगळं काही हरलेला नाहीस. द्रौपदी आहे अजून तुझ्यापाशी,' शकुनीने नीचपणाचा कळस गाठला.

या नंतर तिथे जे घडलं ते आठवून आज हजारो वर्षांनंतरही मला लाज वाटते. निराशेच्या गर्तेत गळ्यापर्यंत बुडालेल्या युधिष्ठिराने या गोष्टीलाही संमती दिली. काही तरी चमत्कार होईल आणि आपण जिंकू ही वेडी आशा त्याला वाटत होती; पण जोवर फासे शकुनीच्या हातात असतात, चमत्काराला काही वाव नसतो हे त्याला ठाऊक नव्हतं, तेव्हा जे व्हायचं तेच झालं. युधिष्ठिर हरला आणि द्रौपदी दुर्योधनाची संपत्ती झाली. त्या वेळी युधिष्ठिरापेक्षा जास्त कंगाल मनुष्य बहुधा अवघ्या भूतलावर कोणी नसेल.

वास्तविक या सगळ्या अधमपणामध्ये माझी काहीच भूमिका किंवा सहभाग नव्हता; पण हे घडलं तेव्हा मी तिथे उपस्थित होतो. काही न करता

नुसता बघत राहणारा आणि अन्याय घडू देणारादेखील त्या अन्यायासाठी तितकाच दोषी असतो, त्यामुळे आजही मी स्वतःला त्या घटनेपासून अलग करू शकत नाही.

'दुःशासना! जा आणि ताबडतोब त्या द्रौपदीला असेल तशी फरफटत इथे घेऊन ये,' दुर्योधन गरजला. यावर कोणी काही म्हणायच्या आत दुःशासन उठला आणि वेगाने द्रौपदीच्या निवासाकडे पळाला.

तिथे त्या दोघांच्यात काय बोलणं झालं मला ठाऊक नाही; पण थोड्याच वेळात सगळ्यांनी पाहिलं की, दुःशासन द्रौपदीच्या केसांना धरून ओढत अक्षरशः फरफटत तिला घेऊन आला. जेव्हा सभेत आली त्या वेळी द्रौपदी नखशिखांत थरथरत होती. तिने आपले अवघे शरीर संकोचून घेतले होते आणि किंचाळत होती, 'अरे नीच दुःशासना! मी रजःस्वला आहे आणि एकवस्त्रा आहे. काही तरी शरम बाळग रे.'

द्रौपदीची आर्त किंकाळी ऐकून भीम त्वेषाने उठला; पण युधिष्ठिराने हात धरून त्याला अडवलं, 'आपण दुर्योधनाचे दास आहोत भीमा. शांत आपल्या जागेवर बस.'

तिकडे द्रौपदीचं किंचाळणं ऐकून दुर्योधन जोरात ओरडला, 'तोंड बंद ठेव तुझं. सगळ्यांसमोर मला आंधळा म्हणालीस, तेव्हा नाही लाज वाटली तुला! हा तुझा मूर्ख पती द्यूतात सर्वस्व हरलेला आहे. तुलासुद्धा पणाला लावलं आणि हरला. आता तू रजःस्वला असो की एकवस्त्रा असो. तू माझी दासी आहेस.'

मग दुःशासनाकडे बघत दुर्योधनानं आदेश दिला, 'दुःशासना या माजोरड्या स्त्रीच्या अंगावरचं एकमेव वस्त्रसुद्धा फेडून टाक. तिला नग्न कर आणि माझ्या मांडीवर बसव. किती दिवस झाले हिने केलेल्या अपमानाच्या आगीत मी जळत आहे. हिचं रूप जवळून बघू दे मला. कदाचित, काही शांती लाभेल.'

अशा प्रकारे शकुनीने आपल्या फाशांच्या साहाय्याने दुर्योधनाची दुसरी मनीषादेखील पूर्ण केली होती.

दुर्योधनाचा हा आदेश ऐकताच दुःशासनानं द्रौपदीच्या पदराला हात घातला. ती जोरजोरात आक्रोश करू लागली. दुःशासन जेवढा जोर लावून पदर खेचत होता, तेवढ्या निकराने द्रौपदीनं तो घट्ट पकडून ठेवला होता.

आता केवळ त्या एका वस्त्रावर कुरुवंशाची मर्यादा टिकून होती. भीष्माचार्य पाणावल्या डोळ्यांनी मान खाली घालून बसले होते. सारी राजसभा दुर्योधन, कर्ण आणि शकुनीच्या निर्लज्ज शेरेबाजीने आणि हसण्याने ओशाळून गेली होती. विदुराच्या डोळ्यांतून अश्रूंच्या धारा लागल्या होत्या आणि ते पुनःपुन्हा हा सगळा प्रकार थांबविण्यासाठी दुर्योधनाला विनंती करत होते. पुत्रमोह आणि राजमुकुटाची लालसा यांमुळे आधीच अंध असलेला धृतराष्ट्र आता मुका आणि बहिरासुद्धा झाला होता. राजाचे अंकित असल्याने द्रोण आणि कृप हेसुद्धा मान खाली घालून बसून राहिले होते.

जेव्हा भीष्म आणि द्रोणांसारखे अतिरथी वीर मान खाली घालून निष्क्रिय बसलेले पाहिले, तेव्हा आपला सखा श्रीकृष्ण याचा धावा करण्याखेरीज तिच्यापुढे पर्याय उरला नाही. एवढा वेळ जीवाच्या कराराने जे वस्त्र तिने उराशी धरून ठेवले होते, ते तिने सोडून दिले आणि दोन्ही हात जोडून ती श्रीकृष्णाला समर्पित झाली.

असे म्हणतात की, परमेश्वराला केवळ निस्सीम समपर्ण अपेक्षित असते. मनुष्याने जर स्वतःला पूर्ण मनोभावे ईश्वराच्या अधीन सोपवलं, तर असे दहा दुर्योधन एकत्र येऊनही त्याचं काहीच वाकडं करू शकत नाहीत. कुरू राजसभेत तेच झालं. द्रौपदीनं वस्त्राची तमा सोडून श्रीकृष्णाचं स्मरण केलं; त्या नंतर जे घडलं आणि माझ्यासकट साऱ्या राजसभेनं जे पाहिलं, त्याची कल्पनासुद्धा करणं अशक्य आहे.

दुःशासन दोन्ही हातांनी द्रौपदीची साडी खेचत होता. साडी उलगडत होती. द्रौपदी हात जोडून, डोळे मिटून श्रीकृष्ण श्रीकृष्ण जप करत होती. दुःशासन साडी ओढेल तशी गोल गोल फिरत होती.

दुःशासन खेचत राहिला... द्रौपदी फिरत राहिली... साडी उलगडत राहिली..; पण ती संपेचना. साडी खेचून खेचून अखेर दुःशासनाचे हात दुखू लागले. टळटळीत उन्हात फिरून यावं तसा तो घामाघूम झाला; पण द्रौपदीच्या अंगावरील ती साडी संपेचना. राजसभेत कापडाचा भलामोठा ढीग जमा झाला. त्या दिवशी मी दुसऱ्यांदा कृष्णाचं ईश्वरी रूप पाहिलं.

भीम रागाने थरथरत होता. अचानक तो ओरडला, 'दुःशासना ऐक! आज मी अशी प्रतिज्ञा करतो की, एक ना एक दिवस समरांगणावर मी तुझी छाती फोडून तुझं रक्त पिऊन तहान भागवेन.' भीमाची ही प्रतिज्ञा ऐकून सगळ्यांचा थरकाप उडाला; पण भीमाचा राग अजून संपला नव्हता. तो पुन्हा

ओरडला, 'दुर्योधना! द्रौपदीला ज्या मांडीवर बसायला तू सांगत होतास, ती मांडी जर मी माझ्या गदेने फोडून छिन्नविछिन्न केली नाही, तर मला कधीच मोक्ष लाभणार नाही.' भीमाने केलेल्या या अघोरी प्रतिज्ञेमुळे दुर्योधन आणि दुःशासन भयभीत झाले. परिस्थिती एव्हाना पार चिघळली होती. भीमाचा क्रोध पराकोटीला पोहोचला होता आणि पांडवांना कृष्णाकडून सदोदित मिळणाऱ्या सहयोगामुळे कौरव कमालीचे हताश झाले होते.

अखेर भीष्मांच्या आग्रहावरून धृतराष्ट्राने हस्तक्षेप केला. त्याने घडलेल्या अपमानाबद्दल द्रौपदीची क्षमा मागितली. 'मुली, या सभेत तुझा घोर अपमान झाला आहे. केवळ क्षमा मागून या पापाची फेड होणार नाही. तुला जे हवं ते माग. तुझी इच्छा पूर्ण होईल, असं मी तुला वचन देतो.'

'महाराज!' द्रौपदी भरल्या गळ्याने उत्तरली, 'तुमच्या राजसभेत तुमच्याच पुत्रांकडून तुमच्या स्नुषेची अब्रू लुटण्याचा लाजीरवाणा प्रयत्न झाला आहे. या अपमानाचा बदला म्हणून मी पातिव्रत्याच्या सामर्थ्याने तुमच्या सगळ्या पुत्रांना भस्म केलं, तरी पुरेसं होणार नाही. तुम्ही माझ्या पित्यासमान आहात, तेव्हा एवढंच करा की, मला आणि माझ्या पाचही पतींना तुमच्या पुत्राच्या दास्यातून मुक्त करा आणि आम्हाला आमचं राज्य परत देऊन टाका.'

'इंद्रप्रस्थाची महाराणी द्रौपदीच्या इच्छेचं तत्काळ पालन करा!' धृतराष्ट्राने थरथरत्या आवाजात आदेश दिला. मी आयुष्यात प्रथमच धृतराष्ट्राला असं सर्वांसमोर भयभीत झालेलं पाहिलं.

एवढा अक्षम्य अपराध घडूनसुद्धा दुर्योधन आणि दुःशासनासारख्या नीच, हीन लोकांना शिक्षा न करता सोडून दिलं गेलं. मला वाटतं की, हे द्रौपदीचं सौजन्य आणि कौरवांचं अहोभाग्य होतं. ज्या सभेत राजपरिवारातील स्नुषेचा तिच्या पतीच्या समोर अपमान झाला आहे; ज्या सभेत राजा आणि ज्येष्ठ व्यक्तींच्या समोर एका पतिव्रता रजःस्वला स्त्रीचे केस धरून तिला फरफटत आणलं आहे; तिला नग्न करण्याचा प्रयत्न झाला आहे; त्या सभेत उपस्थित सगळ्या लोकांची छाती फाडून त्यांच्या रक्ताने जरी त्या स्त्रीचे केस धुतले, तरीही ती हृदयविदारक घटना भारतवर्षाच्या इतिहासातून कधीच पुसली जाणार नाही.

१५

भीष्मांचे दडपण आणि कृष्णाची चमत्कारी लीला यामुळे त्या कपट-क्रीडेचा शेवट पांडवांना त्यांचं राज्य परत मिळण्यामध्ये झाला. ते शांतपणे इंद्रप्रस्थाला परत आले. सगळं संपलं तरी दोन प्रश्न माझ्या मनात फेर धरून होते. पहिला म्हणजे कौरवसभेत झालेला घोर अपमान पांडव विसरू शकतील का? आणि दुसरा म्हणजे द्यूतात जिंकूनसुद्धा भीष्मांनी सक्तीने लादलेला पराभव पचवणं दुर्योधन आणि शकुनीला शक्य होईल का? दोन्ही प्रश्नांचं एकच स्पष्ट उत्तर होतं - नाही!

तिकडे इंद्रप्रस्थाला पोहोचल्यावर भीमाला आणखी स्फुरण चढलं. दुर्योधनाची मांडी फोडणं आणि दुष्ट दुःशासनाची छाती फाडून त्याचं रक्त प्राशन करणं या दोन्ही प्रतिज्ञा पूर्ण करण्यासाठी तो तळमळू लागला. इकडे हस्तिनापुरात दुर्योधन आणि शकुनी अहोरात्र धृतराष्ट्राबरोबर बसून पांडवांना कसं नेस्तनाबूत करता येईल, याच्या नवनव्या योजना आखण्यात दंग झाले होते.

एक दिवस माझ्या कानावर आलं की, युधिष्ठिर पुन्हा आपल्या भावांसोबत द्यूत खेळण्यासाठी हस्तिनापुरात येणार आहे. मागच्या वेळी झालेली गडबड लक्षात घेऊन या वेळी खेळाचे नियम बदलण्यात आले आहेत. या वेळी कोणीही आपले धन-संपत्ती, राज्य इत्यादीची बाजी लावू शकणार नाही. तथापि, एकच डाव खेळला जाईल आणि जो हरेल त्याला बारा वर्षे वनवासात आणि एक वर्ष अज्ञातवासात जावे लागेल. जर अज्ञातवासाच्या कालावधीत ओळख उघड झाली, तर पुन्हा बारा वर्षे वनवास भोगावा लागेल. मला असंही कळलं की, युधिष्ठिराला जरी फासे

नीट फेकता यायचे नाहीत, तरी द्यूत खेळणं त्याला फार आवडायचं. जणू व्यसनच होतं म्हणा ना. त्याच्या याच स्वभावाचा फायदा घेऊन दुर्योधनानं बरोबर त्याला पुन्हा आपल्या जाळ्यात खेचलं.

या वेळी त्याने अतिशय धूर्त विचार करून खेळाची अट ठरविली होती. पांडवांना वनवासात पाठवून इकडे त्यांचं राज्य हडप करायचा त्याचा विचार आहे, हे तर उघड कळत होतं. युधिष्ठिर एवढा मूर्खपणाने कसा वागू शकतो? एकदा एवढा भयंकर अपमानजनक आणि लज्जास्पद अनुभव येऊनसुद्धा पुन्हा त्याच वाटेने जायचा विचार तरी कसा करू शकतो? हे मला समजेना. शकुनीसारख्या 'कृतहस्त' व्यक्तीच्या विरुद्ध फाशांचा खेळ जिंकणे निव्वळ अशक्य होते.

मी रात्रभर याचा विचार करत बसलो की, युधिष्ठिर पुन्हा एकदा द्यूत खेळायला का तयार झाला असेल? काही केल्या उत्तर सुचेना. शेवटी भल्या पहाटेच मी विदुरांकडे गेलो. आम्ही दोघे बरेच वेळा कौरव-पांडव या विषयावर चर्चा करायचो. मी कधी स्पष्ट बोललो नव्हतो, तरीही विदुरांना हे पक्कं ठाऊक होतं की, दुर्योधनाच्या बाजूने उभं राहणं हा केवळ माझा नाइलाज होता. गुरू द्रोणाचार्यांचा पुत्र असल्याच्या नात्याने माझी निष्ठा राजसिंहासनाशी बांधली गेली होती. विदुर सांकेतिक पद्धतीनेच परंतु निःसंकोच माझे प्रश्न आणि शंकांची उत्तरे देत.

माझे पिता द्रोणाचार्य आणि मामा कृपाचार्य धृतराष्ट्राच्या उपकारांच्या ओझ्याखाली एवढे दबलेले होते की, राजकारणाव्यतिरिक्त अन्य कोणत्याही वैयक्तिक बाबतीत त्यांच्याशी काही बोलणं शक्य नव्हतं. मी कधीही अंध धृतराष्ट्र आणि त्याचे अविचारी पुत्र यांच्याबद्दल पिता अथवा मामा यांच्याशी काहीही बोलायला लागलो की, ते मला कर्तव्य आणि निष्ठा यांचे लांबलचक व्याख्यान देऊन गप्प बसवत. हीच स्थिती विदुराची होती. अनेक वेळा त्यांच्यासोबत झालेल्या चर्चांमधून मला स्पष्ट कळून चुकलं होतं की, कौरवांचे वर्तन आणि विचार त्यांना अजिबात पसंत नव्हते. तथापि, धृतराष्ट्राचे धाकटे बंधू असल्यामुळे त्या विरुद्ध आवाज उठवणे त्यांना शक्य होत नव्हते म्हणूनच बहुधा माझ्यासमोर ते पांडवांबद्दल वाटणारा स्नेह व्यक्त करून दाखवत, त्यामुळे त्यांचे मन हलके होत असावे. हे जाणूनच त्या दिवशी पांडवांनी दुर्योधनाच्या कपटाला बळी पडून पुन्हा हस्तिनापुरात येण्याबाबत माझ्या मनातील गोंधळ मी त्यांच्या पुढे मांडला.

विदुरांनी स्मितहास्य केलं आणि शांतपणे म्हणाले, 'काळ खूप शक्तिशाली असतो अश्वत्थामा! त्याचा वेग कितीही संथ असला तरी प्रत्येक पावलासोबत तो धरतीवर विध्वंस आणि नवनिर्माण दोन्हीची छाप सोडत असतो. कुठे लोक त्याच्या भव्यतेखाली दबून इतिहासजमा होतात, तर कुठे त्याची पदचिन्हे नवीन संस्कृती आणि सभ्यतेचे उगमस्थान बनतात. मला खात्री आहे की, हे युधिष्ठिरालासुद्धा पक्कं ठाऊक आहे आणि म्हणूनच तो द्यूत खेळायला पुन्हा येतोय. काळचक्र आता दिशा बदलून फिरायला सुरुवात करणार आहे. यापुढे तू आणि मी दोघेही हस्तिनापुरात होणारा विध्वंस आणि नवनिर्माण याचे साक्षीदार असणार आहोत. पुढे काय काय होतंय ते फक्त पाहत राहा अश्वत्थामा!'

विदुराचे बोलणे आणि शकुनीची लबाडी दोन्ही समजून घेणे फार अवघड होते. मला एवढच समजून चुकलं होतं की, द्यूताचा हा खेळ म्हणजे नियतीने फार पूर्वीपासून रचलेल्या एका नाटकाच्या खेळाचा एक छोटासा अंश आहे. त्याचे सगळे फासे खरेतर नियतीच फेकणार आहे आणि यामध्ये आपली भूमिका फार मोलाची असल्याचं युधिष्ठिराला नक्की माहिती आहे.

हस्तिनापुराच्या राजसभेत पुन्हा एकदा द्यूत खेळलं गेलं. या वेळी काही चमत्कार घडायची शक्यता नव्हती आणि घडलाही नाही. युधिष्ठिर हरणारच होता आणि तो हरला. त्याने आपले बंधू आणि पत्नी यांच्यासमवेत बारा वर्षांचा वनवास पत्करला. दुर्योधन, शकुनी आणि धृतराष्ट्र यांना आनंदाच्या उकळ्या फुटत होत्या. आपला डाव एवढ्या सहजतेने सफल होईल, असं त्यांना वाटलं नव्हतं.

हे सगळं मला रंगमंचावर सुरू असणाऱ्या एखाद्या नाटकासारखं वाटत होतं. जिथे प्रत्येक पात्राला आपली भूमिका आणि संवाद माहिती असतात. दुर्योधनाचा कुटील डाव खरोखर सफल झाला होता का? युधिष्ठिर जाणूनबुजून या डावाला बळी पडला होता का? कालचक्राला नक्की कशाचा विध्वंस करायची आणि कसलं नवं निर्माण करण्याची आस लागली होती? विदुराने सांगितल्याप्रमाणे या सगळ्या प्रश्नांची उत्तरे मिळविण्यासाठी वाट बघत बसण्याखेरीज माझ्याकडे पर्याय नव्हता.

पांडव वनवासाला निघून गेल्यानंतरही दुर्योधन आणि धृतराष्ट्राच्या मनातील द्वेष संपलेला नव्हता. दुर्योधनाचे गुप्तहेर नियमितपणे पांडवांच्या मागावर असायचे आणि त्यांची खबरबात हस्तिनापुरात पोहोचवायचे. त्या काळात पांडव द्वैतवनात एक पर्णकुटी बांधून राहत होते.

एक दिवस दुर्योधनानं विहारासाठी द्वैतवनात जाण्याचा बेत आखला. कर्णाला आणि मलासुद्धा त्याने सोबत घेतलं. तिथे जाऊन दुर्योधन पुन्हा पांडवांना त्रास देणार, या विचाराने मी मनातून खट्टू झालो खरा; पण पित्याची इच्छा आणि राजाज्ञा यामुळे मला तिथे जावेच लागणार होते.

द्वैतवनात पोहोचल्यावर आम्हाला एक अतिशय सुंदर सरोवर दिसलं. दुर्योधनाला त्यामध्ये उतरून जलक्रीडा करायचा मोह झाला; परंतु गंधर्वांचा राजा चित्रसेन तिथे आधीपासूनच जलक्रीडा करत होता, त्यामुळे चित्रसेनाच्या सैनिकांनी दुर्योधनाला अडवलं आणि सरोवराकडे जायला मनाई केली. दुर्योधन रागावला आणि त्यांच्याशी वाद घालू लागला. दुर्योधनामध्ये अनेक दुर्गुण होते. तो नुसताच गर्विष्ठ नव्हता, तर छोट्या छोट्या गोष्टींना प्रतिष्ठेचा मुद्दा बनवण्याची वाईट खोड त्याला होती.

तो खवळून गंधर्व सैनिकांना म्हणाला, 'जा आणि सांगा त्या चित्रसेनाला. म्हणावं जर सरोवरात स्नान करायचं असेल, तर आधी बाहेर येऊन माझ्याशी युद्ध कर आणि मला हरवून दाखव.'

आता मात्र दुर्योधनाच्या या मूर्खपणाचा मला राग आला. मी म्हणालो, 'दुर्योधना! अरे आपण इथे आनंदाने विहार करण्यासाठी आलो आहोत. आपण दुसऱ्या एखाद्या सरोवरापाशी जलक्रीडेला जाऊ या.'

पण दुर्योधनाला एवढी समज असती, तर अजून काय पाहिजे होतं? दुर्योधनाच्या या आगाऊपणामुळे गंधर्व चिडले आणि त्यांनी आमच्यावर हल्ला चढवला. आम्ही द्वैतवनात मौजमजेसाठी गेलो असल्याने सोबत फार काही शस्त्रास्त्रे नव्हती. पाहता पाहता गंधर्वांनी आमच्यासोबत आलेल्या छोट्याशा सैन्यतुकडीची दाणादाण उडवली. दुर्योधनासोबत मला आणि कर्णालासुद्धा बंदी बनवलं. दरम्यान, आमच्या सैनिकांपैकी काही जण तिथून पळाले आणि पांडवांच्या कुटीत जाऊन पोहोचले. त्यांना सारी हकिकत सांगितली.

माझा अंदाज आहे की युधिष्ठिर वगळता सगळे भाऊ असेच म्हणाले असणार की, 'जाऊ दे बरं झालं. दुर्योधनासारख्या दुष्टाला अशीच अद्दल घडायला हवी.' पण युधिष्ठिर अतिशय उदार मनाचा आणि क्षमाशील होता, त्यामुळेच दुर्योधनाची दरवेळी संकटातून अलगद सुटका होत असे.

थोड्याच वेळात पांडव आपली अस्त्र-शस्त्र घेऊन तिथे पोहोचले. गंधर्वांशी युद्ध करून त्यांचा पराभव केला. युधिष्ठिराच्या सूचनेनुसार चित्रसेनाने आम्हाला बंधमुक्त केलं.

या सगळ्या घटनेमुळे दुर्योधन आणखीनच खिन्न झाला. पांडवांनी अपमानाचा हा फार मोठा घाव त्याच्यावर घातला होता. ज्या पांडवांना नेस्तनाबूत करण्याचा वारंवार प्रयत्न दुर्योधनाने केला, त्यांनीच आज दुर्योधनाचे प्राण वाचवले होते. त्याने द्वैतवनात अन्न–पाण्याचा त्याग केला. मी आणि कर्णाने कशीबशी समजूत घालून त्याला हस्तिनापुरात परत आणले. तिथे विदुरांची भेट घेऊन मी सारा प्रकार कथन केला. दुर्योधनाच्या मूर्खपणावर आणि फजितीवर आम्ही दोघेही मनमुराद हसलो. एवढी चांगली अद्दल घडल्यावर आता तरी दुर्योधन पांडवांच्या वाटेला जाणार नाही, असं आम्हाला वाटत होतं.

या घटनेनंतर काही दिवसांनी महर्षी दुर्वास आपल्या शिष्यगणांसमवेत हस्तिनापुरात आले. महर्षी दुर्वास आपल्या कोपिष्ट स्वभावासाठी ओळखले जायचे. त्यांची मर्जी सांभाळणे म्हणजे मुठीत वाळू धरून ठेवण्यासारखे कठीण काम. शाप तर सदैव त्यांच्या जिभेच्या टोकावरच विलसत असायचा. राग आला रे आला की, पुढच्या क्षणी तोंडून शापवाणी निघत असे. हस्तिनापुरात आलेल्या दुर्वास मुनींना बघून दुर्योधनाच्या कुटील डोक्यात एक नवीन शक्कल आली. महर्षी दुर्वासांना मोहरा बनवून त्यांच्याकरवी पांडवांना अद्दल घडविण्याची योजना त्याने आखली.

दुर्योधनाने हरप्रयत्नाने दुर्वास मुनींची सेवा, आदरातिथ्य करून त्यांना प्रसन्न करून घेतलं. हस्तिनापुरातून निघतेसमयी दुर्वास दुर्योधनाला म्हणाले, 'पुत्र दुर्योधना! मी तुझ्या सेवेमुळे प्रसन्न झालो आहे. माग! तुला जे काही हवं ते माग.'

हे ऐकून दुर्योधनाचं जणू भाग्यच उजळलं. याच क्षणाची तर तो वाट बघत होता.

'ऋषिवर!' दुर्योधन पराकोटीच्या नम्रतेचा आव आणत म्हणाला, 'तुमच्या सेवेची संधी मिळाली हेच माझे परमभाग्य आहे. तुम्हाला तर ठाऊक आहेच की, आमच्या कुळात युधिष्ठिर सर्वांत ज्येष्ठ बंधू आहे. तो सध्या आपल्या भावंडांसमवेत द्वैतवनात वास्तव्यास आहे. मला खूप दुःख होत आहे की, वनवासामुळे तो तुमच्यासारख्या महर्षींची सेवा करण्याचे पुण्य मिळविण्यापासून वंचित राहिला. जर मी केलेल्या सेवेमुळे तुम्ही खरोखर प्रसन्न झाला असलात आणि मला काही तरी वरदान द्यावेसे वाटत असेल; तर माझी एवढीच नम्र विनंती आहे की, एकदा तुम्ही आपल्या सगळ्या शिष्यगणांसमवेत

द्वैतवनात जाऊन माझ्या ज्येष्ठ बंधू युधिष्ठिराला तुमची सेवा करण्याची सुसंधी प्रदान करावी.'

'अवश्य दुर्योधना!' दुर्वास मुनी भोळेपणाने उत्तरले.

'ऋषिवर!' दुर्योधन म्हणाला, 'माझी आणखी एक इच्छा अशी आहे की, आपण युधिष्ठिराकडे अशा वेळी पोहोचावे जेव्हा त्या पाचही बंधूंचे भोजन झाले असेल आणि त्यांची पत्नी द्रौपदी स्वतःसुद्धा भोजन करून निश्चिंत झाली असेल. जेणेकरून त्यांना तुमची यथोचित सेवा करायला वेळ मिळेल.'

'तू फार चांगल्या स्वभावाचा आणि उदार मनाचा आहेस दुर्योधना!' दुर्वास ऋषी म्हणाले. 'आपल्या भावांवर असलेलं तुझं प्रेम पाहून मी प्रसन्न झालो. तुझी ही इच्छा मी अवश्य पूर्ण करेन. मी आत्ता लगेचच द्वैतवनात जातो. तुझे कल्याण असो!' असा आशीर्वाद देऊन दुर्वास मुनी आपल्या शिष्यगणांचा मोठा लवाजमा घेऊन हस्तिनापुरातून बाहेर पडले.

दुर्योधनाचा आनंद गगनात मावेनासा झाला. त्याला खात्री होती की, त्या जंगलात दुर्वासांचे नीट आदरातिथ्य करणे युधिष्ठिराला शक्य होणार नाही, त्यामुळे निश्चितच दुर्वास मुनी नाराज होतील. त्यांना शाप देतील. या शापामुळे कदाचित पांडवांचे फार मोठे नुकसान होणार नाही; पण त्यांचे मनोधैर्य नक्कीच खचेल. दुर्वास मुनी गेल्यानंतर दुर्योधन खदाखदा हसत सुटला. पांडवांना आता दुर्वासांच्या क्रोधापासून कोणीही वाचवू शकत नाही, याची त्याला खात्री होती.

संधी मिळताच क्षणी आपल्या शत्रूचे अहित करणे आणि त्याचे नुकसान होईल, अशी योजना आखणे, हे दुष्ट पापी मनुष्याचे ब्रीद असते. दुर्योधन असे वागला यात नवल नाही; पण मला आश्चर्य या गोष्टीचं वाटलं की, दुर्वासांसारख्या परम ज्ञानी महर्षीलासुद्धा दुर्योधनाच्या खोटेपणाचा आणि कपटाचा सुगावा कसा लागला नाही?

दुर्वासांकरवी पांडवांची होणारी वाताहत समजावी यासाठी दुर्योधनानं तातडीने आपले गुप्तहेर द्वैतवनात धाडले. या गुप्तहेरांनी परत येऊन जे काही सांगितले, ते ऐकून दुर्योधनासकट समस्त कौरव बंधू तसेच धृतराष्ट्र आणि शकुनी मामा सुन्न होऊन बसले.

दुर्योधनाला दिलेल्या आशीर्वचनानुसार दुर्वास मुनी आणि त्यांचे शिष्यगण द्वैतवनात गेले. पांडव आणि द्रौपदीचे भोजन झाल्याचे वृत्त दुर्वासांनी

गुप्तपणे जाणून घेतले. मग ते सर्व जण युधिष्ठिराच्या कुटीपाशी पोहोचले. युधिष्ठिर आणि सर्व पांडवांनी त्यांना नम्र प्रणाम केला. 'ऋषिवर, आज तुमच्या चरणस्पर्शाने आमची पर्णकुटी पावन झाली हे आमचे अहोभाग्य आहे.'

त्यावर दुर्वास म्हणाले, 'तुझे कल्याण असो युधिष्ठिर! दुर्योधनाच्या घरी आतिथ्य स्वीकारल्यानंतर त्याच्या इच्छेनुसार मी येथे आलो आहे. त्याची अशी इच्छा आहे की, तुलादेखील माझे आदरातिथ्य करण्याची संधी मिळावी. आत्ता मला आणि सर्व शिष्यांना खूप भूक लागली आहे, तेव्हा तू आमच्यासाठी भोजनाची व्यवस्था कर.'

तत्काळ युधिष्ठिराच्या लक्षात आलं की, अतिशय धूर्तपणे दुर्योधनानं हा डाव टाकला आहे; पण युधिष्ठिर न डगमगता म्हणाला, 'अवश्य मुनिवर! आपण सर्व जण स्नान करून या, तोपर्यंत आम्ही भोजनाची सिद्धता करतो.'

'अति उत्तम!' असे म्हणून दुर्वास आणि सर्व शिष्यगण नदीवर स्नानासाठी गेले. ते जाताच पाचही भावंडांनी व्यथित मुद्रेने एकमेकांकडे पाहिले. एवढ्या कमी वेळात, एवढ्या मोठ्या संख्येने आलेल्या लोकांसाठी भोजनाची व्यवस्था कशी होणार? आणि जर दुर्वास मुनी संतुष्ट झाले नाहीत, तर त्याचे काय गंभीर परिणाम होऊ शकतात, याची त्या सर्वांना पूर्ण कल्पना होती.

'आपण दुर्योधनाला गंधर्वांच्या संकटातून सोडवलं; पण तरीही त्याच्या नीच वर्तणुकीत काही सुधारणा नाही. बघा आज कसं संकटात टाकलंय त्यानं आपल्याला,' भीम संतापून म्हणाला.

युधिष्ठिराने द्रौपदीला विचारलं, 'द्रौपदी तुझं अक्षयपात्र आपल्या उपयोगी पडू शकेल ना...'

'नाही महाराज!' द्रौपदी खिन्न आवाजात उत्तरली, ते पात्र मला सूर्यदेवाने प्रसन्न होऊन दिले आहे. त्यामध्ये तयार केलेले भोजन कितीही जणांना वाढले तरी संपत नाही; पण असे फक्त तेव्हाच होऊ शकते, जोवर मी त्यामधून अन्न घेऊन भोजन करत नाही. एकदा का माझे भोजन झाले की, ते पात्र दुसऱ्या दिवशीपर्यंत काही कामाचे नाही आणि दुर्दैव म्हणजे मी नुकतेच भोजन करून ते पात्र धुऊन जागेवर ठेवून दिले आहे.

'अरे देवा! हे तर फार मोठे संकट उद्भवले आहे आज. शक्य तेवढ्या लवकर जंगलातून फळे आणि भाज्या गोळा करून आणणे आणि त्या शिजवून भोजन तयार करणे एवढा एकच मार्ग आपल्यापुढे उरला आहे; पण दुर्वास

आणि त्यांच्या शिष्यांची संख्या खूप आहे. आपण सगळ्यांना कसे पुरे पडणार?' युधिष्ठिर धास्तावून म्हणाला.

सगळे पांडव मिळतील तेवढी फळे आणि भाज्या गोळा करायला जंगलाकडे धावले. तोवर इकडे द्रौपदीने चूल पेटवली. एकीकडे मनात तिने आपला सखा कृष्णाचा धावा सुरू केला. पाचही महाबली पांडव धास्तावले होते; पण द्रौपदी शांत होती. तिला खात्री होती की, तिचा सखा कृष्ण नेहमीप्रमाणे आजही या संकटातून तिची अलगद मुक्तता करेल. तिचा हा विश्वास एवढा दृढ होता की, पांडव जंगलात जाताच काही अवधीत कृष्ण पर्णकुटीत दाखल झाला.

कृष्णाला अचानक समोर आलेला बघून द्रौपदी दचकली. आश्चर्यचकित होऊन विचारलं, 'अरे! तू एकदम इकडे कसे काय आलास?'

'मी असंच काही कामानिमित्त द्वैतवनातून जात होतो. अचानक मला खूप भूक लागली. मग म्हटलं चला तुमच्या सोबत भोजन करून पुढे जावे,' कृष्ण नेहमीसारखा मंद स्मित करत उत्तरला.

'कृपया, माझी थट्टा करू नकोस कृष्णा! तुला कदाचित माझ्यापुढची अडचण माहिती नसेल; पण तुला देण्यासाठी माझ्यापाशी अन्नाचा कणही शिल्लक नाहीये.' द्रौपदी वैतागून म्हणाली.

'तुझी अडचण काय आहे त्याचा विचार आपण नंतर करू या. मला खूप भूक लागलीये, तेव्हा आधी मला खायला दे काहीतरी. तुझं अक्षयपात्र बघू जरा. कदाचित, थोडं फार अन्न शिल्लक असेल त्यात,' कृष्णानं आग्रह केला.

'माझ्यावर विश्वास नाहीये का तुझा? घे मग स्वतःच्या डोळ्यांनी बघ,' असं म्हणून द्रौपदीनं आपलं अक्षयपात्र कृष्णाच्या हातात ठेवलं.

'हां! हे बघ तुझं खोटं बोलणं उघडकीस आलं,' कृष्ण खोडसाळपणे म्हणाला. त्या पात्राच्या कडेला भाताचं एक शीत चिकटलेलं होतं. कृष्णाने अलगद ते आपल्या बोटावर उचलून घेतलं. 'काय गं! तू तर म्हणत होतीस की, मला द्यायला अन्नाचा कणही शिल्लक नाहीये? मग हे शीत कुठून आलं?'

'अरे! पण... ते एक शीत...' द्रौपदीला काय बोलावं काही सुचेनासं झालं.

श्रीकृष्णाने तिच्याकडे लक्ष न देता, भाताचं ते एक शीत स्वतःच्या मुखात घातलं आणि चावून खाल्लं. मग लोटाभर पाणी प्यायला आणि एक

जोरदार ढेकर दिली. 'वा! उत्तम भोजन झालं. मजा आली. माझ्यासारखेच या समस्त दुनियेतील लोक पोटभर जेऊन तृप्त होवोत.'

कृष्णाचं जे काही सुरू होतं ते पाहून द्रौपदीच्या चेहऱ्यावर राग आणि आश्चर्य असे संमिश्र भाव उमटले होते. कृष्ण खरोखर तृप्त झालाय की त्याने तिची चेष्टा आरंभली आहे, हे कळतच नव्हतं.

'इकडे महर्षी दुर्वासांच्या क्रोधाच्या कल्पनेने माझा जीव जायची वेळ आलीये आणि तुला थट्टा सुचते...' असं द्रौपदी बोलतच होती, तोवर पांडव तिथे आले. त्यांच्या हातात वाळलेल्या काटक्या आणि बरीचशी फळे होती.

'काय रे! महर्षी दुर्वासांना कुठे सोडून आलात भीमा?' कृष्णानं गालातल्या गालात हसत विचारलं.

'एक फारच विचित्र गोष्ट घडली,' भीम चकित स्वरात सांगू लागला. 'जंगलातून परत येताना आम्हाला नदीपाशी दुर्वास मुनी आणि त्यांचे शिष्यगण भेटले. ते आपल्या पर्णकुटीपासून दुसऱ्या दिशेने चालत निघाले होते. मी त्यांना दुसरीकडे जाण्याचं कारण विचारलं आणि आमच्यासमवेत कुटीत भोजनाला यावं अशी विनंती केली; पण ते म्हणाले की, त्याचं पोट भरलं आहे. मग त्यांनी जोरात एक ढेकर दिला आणि सगळ्या शिष्यांना घेऊन ते निघून गेले.'

हे ऐकून द्रौपदीचा स्वतःच्या कानांवर विश्वासच बसला नाही.

पुन्हा एकदा श्रीकृष्णाने पांडवांवर आलेलं मोठं संकट लीलया टाळलं होतं. मला जेव्हा हे समजलं, कृष्णाबाबत मला वाटणारी आस्था आणखी दृढ झाली. त्याच वेळी दुर्योधनाबद्दलच माझं मत आणखी जास्त नकारात्मक झालं.

१६

त्या कालावधीत महारथी कर्ण हस्तिनापुरात आलेला होता. माझ्या बघण्यात कर्ण हा कौरव पक्षातील एकमेव योद्धा असा होता ज्याने दुर्योधनाच्या कपटी स्वभावाची आणि दुराचारी वर्तनाची पूर्ण जाणीव असूनही एकदासुद्धा त्याचा विरोध केला नाही. किंबहुना, त्याच्या प्रत्येक कुकर्मामध्ये हिरिरीने साथ दिली.

एक दिवस मी नदीतटावर एकटाच बसलो होतो. मनामध्ये कौरव-पांडवांच्यात सुरू असलेल्या विवादांचा आणि राजकीय समीकरणांचा विचार सुरू होता. तेवढ्यात काही अंतरावर नदीतून स्नान करून बाहेर पडणारा कर्ण मला दिसला. त्याच्या शरीरावरील कवच आणि कानातील कुंडलं सूर्यासारखी तेजाने चमचम करत होती. असं म्हणतात की, कर्णाच्या जन्मापासून ती कवचकुंडले त्याच्यापाशी होती. त्यांच्यामुळे कर्णाचे हरप्रकारच्या घाव आणि वारापासून संरक्षण व्हायचे. कवचकुंडले असेपर्यंत कर्णाला कोणीही मारू शकणार नाही, अशी वदंता होती. त्याखेरीज कर्ण आपल्या दानशूरपणासाठीदेखील खूप प्रसिद्ध होता. स्नान-संध्या करून परत येताना कोणीही त्याच्याकडे काहीही मागितले तरी कर्ण ते लगेच दान करून टाकत असे, त्यामुळेच त्याच्या स्नान-समयी नदीतीरावर याचकांची गर्दी दिसून येत असे. लोक आपल्याला हवे ते दान पदरात पाडून घ्यायचे आणि संतुष्ट होऊन परत जायचे.

त्या दिवशीही असंच झालं. भोवती जमलेल्या याचकांना दान देऊन झाल्यावर कर्ण पुढे निघाला. तेवढ्यात वाटेत एका ब्राह्मणाने त्याचा रस्ता

अडवला. कर्णाने त्याला प्रणाम केला आणि विचारलं, 'हे ब्राह्मण देवता, सांगा मी तुमच्यासाठी काय करू शकतो?'

'यशस्वी भवं!' ब्राह्मणाने आशीर्वाद दिला आणि म्हणाला, 'मी असं ऐकलंय की, तू कोणाही याचकाला विन्मुख पाठवत नाहीस. जे हवं ते देतोस! मीसुद्धा आज तुझ्यापाशी काही मागायला आलो आहे.'

'आज्ञा करा ब्राह्मण देवता!' कर्ण उत्तरला, 'तुम्हाला निराश न करण्याचा मी पूर्ण प्रयत्न करेन.'

'मला तुझे दिव्य कवच आणि कुंडले हवी आहेत. माझी ही इच्छा पूर्ण होऊ शकेल का?' ब्राह्मणानं विचारलं.

'क्षमा करा! पण...' कर्ण ती विपरीत इच्छा ऐकून दचकला. त्याला बोलायला पटकन काही सुचेना. 'जन्मापासून ही कवचकुंडले माझ्या शरीराचं अविभाज्य अंग आहेत. ती कशी देऊ तुम्हाला? त्याखेरीज आणखी काय वाटेल ते मागा...'

त्यावर ब्राह्मण म्हणाला, 'मी असं ऐकलं होतं की, या भूतलावर तुझ्यापेक्षा श्रेष्ठ दानवीर अन्य कोणीही नाही. बहुधा, मी चुकीचं ऐकलं असावं. हरकत नाही कर्णा. मला दुसरं काही नको. जातो मी.'

यावर क्षणभर विचार करून कर्ण म्हणाला, 'थांबा ब्राह्मण देवा! मी ओळखलं तुम्हाला. नक्कीच तुम्ही देवराज इंद्रदेव आहात. माझी कवचकुंडले काढून घेऊन मला शक्तिहीन बनविण्यासाठी आला आहात. वास्तविक मी तुम्हाला ती द्यायला नकार देऊ शकतो; पण कर्णाला स्वतःच्या प्राणापेक्षा त्याचं वचन जास्त मोलाचं आहे. 'कर्णाने प्राण वाचविण्यासाठी वचन मोडलं', अशी कधीही जगाने माझी कुचेष्टा करता कामा नये.' एवढं बोलून कर्णाने झटकन आपल्या कमरेच्या शेल्यातून सुरा उपसला आणि शरीरावरील कवचकुंडले कापून काढली. क्षणभरातच त्याचं शरीर रक्ताने थबथबलं. ते दृश्य पाहून साक्षात इंद्रदेवाच्या नेत्रातही आसवं तरळली.

'मी तुझ्यावर अतिशय प्रसन्न आहे दानवीर कर्णा! माझं वज्र सोडून तुला जे हवं ते काहीही माग,' इंद्र म्हणाला.

'प्रभू!' कर्ण विनम्रतेने म्हणाला, 'माझ्या प्राणांचं रक्षण करणारी वस्तू मी तुम्हाला देऊन टाकली आहे, तेव्हा आता त्याच्या तोडीचं एखादं दिव्य अस्त्र आपण मला द्यावं अशी प्रार्थना आहे.'

'तथास्तु! मी तुला माझी अमोघ शक्ती देत आहे. ती अचूक असून तिचा वापर केल्यास शत्रूचा अंत निश्चित आहे; पण लक्षात ठेव केवळ एकदाच तुला तिचा उपयोग करता येईल,' एवढं बोलून ती अमोघ शक्ती कर्णाहाती सोपवली आणि कवचकुंडले घेऊन इंद्रदेव अंतर्धान पावले.

एव्हाना माझ्या लक्षात आलं होतं की, इंद्राने हे कपट मुद्दाम खेळलं होतं. युद्धात अर्जुनाला पराभूत करण्याची क्षमता केवळ कर्णात होती.

...आणि कर्णाच्या अंगावर कवचकुंडले असताना त्याला मारणे केवळ अशक्य होते. अर्जुनाचा विजय निश्चित व्हावा या हेतूनेच इंद्राने हा सगळा डाव रचला. आता प्रश्न असा होता की, अर्जुनासाठी इंद्राने एवढं सगळं करण्याचं काय कारण? अर्जुन आणि इंद्रामध्ये असा काय परस्परसंबंध होता? याचं उत्तर मिळविण्यासाठी माझ्यापाशी एकच जागा होती.

मी तत्काळ विदुरांकडे धाव घेतली. त्यांना घडलेली सारी हकिकत सांगितली. अर्जुन आणि इंद्राच्या संबंधांबाबत विचारताच, ते मला घेऊन महालाबाहेर पडले. त्याचा अर्थ ती खूप जास्त गोपनीय बाब होती. महालाबाहेरील उद्यानात एके ठिकाणी ते थांबले आणि सांगू लागले, 'अर्जुन हा वास्तविक देवराज इंद्राचा पुत्र आहे. इंद्राने कपटाने कर्णाकडून कवचकुंडले काढून घेऊन आपल्या पुत्राच्या विजयाचा मार्ग निश्चित केला आहे.'

दरवेळी असंच होत असे. माझ्या एका प्रश्नाचं उत्तर देताना विदुर असं काहीतरी सांगत की, त्यामधून अनेक नवे प्रश्न निर्माण होत आणि त्यांच्या उत्तरासाठी मला पुन्हा विदुरांपाशीच यावं लागे. आताही मी विचारात पडलो. कुंतीचा पती पांडू होता. मग अर्जुनाचा पिता खुद्द इंद्रदेव कसा? मी हा प्रश्न विचारताच विदुरांकडून मला अशी माहिती मिळाली, जिची मी कधी कल्पनाही केली नव्हती.

विदुरांनी सांगितलं की, पांडूचा बाण लागून रतिक्रीडेत मग्न असलेल्या किंदम ऋषींचा मृत्यू झाला. त्या वेळी मरताना त्यांनी पांडूला शाप दिला की, तो कधीही संभोगसुख घेऊ शकणार नाही. ज्या क्षणी समागमासाठी तो पत्नीजवळ जाईल, त्या क्षणी त्याचा मृत्यू होईल. किंदम मुनींच्या हत्येचं प्रायश्चित्त घेण्यासाठी पांडू राजत्याग करून वनात राहू लागला. दिवसामागून दिवस जात होते. त्याच्या मनात अपत्यप्राप्तीची इच्छा बळावत होती; पण शापभयाने तो काही करू शकत नव्हता. तो सदैव खिन्न राहू लागला. त्याची ही अवस्था पाहून एक दिवस पत्नी कुंतीने त्याला सांगितले की, किशोरवयीन

असताना महर्षी दुर्वासांनी कुंतीला वरदान म्हणून एक मंत्र दिला होता. त्यानुसार कुंती हवे तेव्हा एका देवतेचे आवाहन करू शकत होती. हे ऐकून पांडू खूश झाला. त्याने कुंतीला आग्रह केला की, त्या मंत्राचा वापर करून तिने एखाद्या देवतेचे आवाहन करावे आणि त्यांच्याकडे पुत्र मागावा.

पांडूच्या आग्रहाखातर कुंतीने मंत्राद्वारे धर्मराजाचे आवाहन केले आणि युधिष्ठिराचा जन्म झाला. त्यानंतर एक एक करत त्या मंत्राद्वारे पवनदेवापासून भीम, देवराज इंद्रापासून अर्जुन यांचा जन्म झाला. मग कुंतीने तो मंत्र पांडूची दुसरी पत्नी माद्रीला दिला. तिने त्याद्वारे अश्विनीकुमारांचे आवाहन केले आणि नकुल–सहदेव जन्माला आले. अशा प्रकारे कुंतीचे तीन आणि माद्रीचे दोन मिळून पांडू पाच पुत्रांचा पिता झाला.

अपत्यप्राप्तीमुळे पांडूचा मानसिक तणाव तर संपला; परंतु शरीरधर्म त्याला चुकला नाही. एक दिवस कामातुर होऊन तो माद्रीच्या जवळ गेला आणि शापाच्या प्रभावाने त्याचा तत्काळ अंत झाला. पांडूच्या मृत्यूला आपण कारणीभूत झालो असे मानून माद्री सती गेली. त्यानंतर पाच अबोध कुमारांना घेऊन हस्तिनापुरात परत येण्यावाचून कुंतीला गत्यंतर नव्हते.

किंदम मुनींच्या शापाची कहाणी इथे कोणालाच माहिती नव्हती, त्यामुळे पांडू समागम करण्यास असमर्थ असतानाही कुंतीला पुत्र कसे झाले, यावरून हस्तिनापुरात काही गदारोळ माजला नाही.

कुंतीला मिळालेल्या वरदानामुळे इंद्र आणि अर्जुनाचा परस्परसंबंध मला समजला. तथापि, काही वेळा, वरदान हे अवचित अभिशाप बनते. ही बाब मला तेव्हा समजली, जेव्हा पांडवांच्या जन्माशी निगडित आणखी एक मोठे रहस्य मला समजले; पण ते मी आत्ता लगेच सांगणार नाही. कारण, या साऱ्या कथेतील तो एक अतिशय गहन आणि महत्त्वाचा दुवा आहे. आत्ताच ते रहस्य उघड केले, तर कथेतील थरार संपून जाईल.

१७

मला आत्ता अशीच एक घटना आठवत आहे. वास्तविक त्यातून माझा मूर्खपणाच दिसून येतो; पण आयुष्याच्या अशा टप्प्यावर मी आहे की माझ्यावर हसणारे, टिंगल करणारे लोकसुद्धा भेटत नाहीयेत, त्यामुळे मीच स्वतःच्या भल्या-बुऱ्याचा ऊहापोह करत बसलोय. या महागाथेचं कथन करताना माझ्या बाबतीतली ती एक घटना म्हणजे जणू महासागरातील लोटाभर पाणी.

पांडव जेव्हा वनवासात होते, त्यादरम्यान मी एकदा द्वारकेत वास्तव्यास गेलो होतो. तेथील वृष्णीवंशीयांनी माझं खूप स्वागत, आदरातिथ्य केलं. द्वारकेत राहत असताना माझ्या मनात विचार आला की, या जगात श्रीकृष्ण सोडून दुसरा कोणीच अजिंक्य नाही आणि कृष्ण अजेय आहे. कारण, त्याच्याजवळ सुदर्शनचक्र आहे. मला वाटलं जर ते सुदर्शनचक्र मला मिळालं तर मी या समस्त भूतलावरील अजिंक्य व्यक्ती बनेन. हा विचार मनात येताच क्षणी मी मूर्खासारखा ते चक्र मिळविण्यासाठी श्रीकृष्णाकडे गेलो.

'हे गोविंदा!' अतिशय मधुर आवाजात मी म्हणालो, 'माझे पिता द्रोण यांनी घोर तपश्चर्या करून महामुनी अगस्ती यांच्याकडून ब्रह्मास्त्र प्राप्त करून घेतलं. आता ते अस्त्र माझ्याकडे असून त्याचा वापर कसा करायचा ती विद्या पित्याने मला दिलेली आहे; पण त्याच वेळी कधीही त्याचा वापर न करण्याचा इशाराही दिलेला आहे. कारण त्याच्या वापराने समस्त पृथ्वी नष्ट होऊ शकते. मला नाही वाटत की, मला त्याचा वापर करावा लागेल, अशी कधी वेळ येईल, त्यामुळे मला त्या ब्रह्मास्त्राचा काहीच उपयोग नाही.'

यावर श्रीकृष्ण मंद स्मित करत म्हणाले, 'मला हे ठाऊक आहे अश्वत्थामा. ते अस्त्र खरोखर दिव्य आणि अतिशय शक्तिशाली आहे. तुझ्याकडे ते अस्त्र आहे आणि त्याचा वापर कसा करायचा त्याचे ज्ञानही आहे हे खूप भाग्याची बाब आहे; पण हे सगळं तू मला का सांगतो आहेस?'

त्यावर मी उत्तरलो, 'माधवा! मी हे तुम्हाला यासाठी सांगतोय की, तुमच्याकडे तर अशी कितीतरी दिव्य आणि प्रभावी शस्त्रास्त्रे आहेत, ज्यामुळे चुटकीसरशी शत्रूचा नाश होऊ शकतो, त्यामुळे माझी अशी इच्छा आहे की, तुमचे सुदर्शनचक्र तुम्ही मला द्या. हवं तर त्या बदल्यात मी माझं ब्रह्मास्त्र तुम्हाला देतो.'

माझं बोलणं ऐकून क्षणभर श्रीकृष्णाचा चेहरा गंभीर झाला; पण पळभरातच ते पुन्हा सौम्य झाले. मला आता फक्त त्यांचा होकार ऐकायचा होता.

'प्रिय अश्वत्था!' कृष्ण मृदू स्वरात बोलू लागले, 'तू दुर्योधनाच्या बाजूने आहेस आणि तुला ठाऊक आहेच की मला पांडव अधिक प्रिय आहेत, त्यामुळे खरे पाहता मी तुझी ही मागणी धुडकावून लावायला हवी. कारण, तुला सुदर्शनचक्र देणे पांडवांसाठी अतिशय घातक ठरू शकते; पण माझ्या स्वभावात एक दोष आहे. तो म्हणजे मी समर्पण भावनेने माझ्यापाशी आलेल्या कोणालाही निराश करत नाही; रिक्त हस्ताने परत पाठवत नाही, त्यामुळे तुझी इच्छा मला पूर्ण केलीच पाहिजे. ठीक आहे! माझ्यापाशी धनुष्य – शक्ती – चक्र – गदा अशी चार अस्त्रे आहेत. यांपैकी तुला जे हवे ते घेऊ शकतोस.'

माझ्या आनंदाला पारावार उरला नाही. मी तत्परतेने पुढे झालो. तिथे ठेवलेल्या सुदर्शनचक्राला उचलण्यासाठी हात घातला; पण ते एवढं कमालीचं अवजड होतं की, माझ्याच्याने हलेचना. एकदा डाव्या मग उजव्या मग दोन्ही हातांनी प्रयत्न करून पाहिला. अंगात होती नव्हती तेवढी सगळी शक्ती–जोर लावून प्रयत्न केला. माझा चेहरा लालबुंद झाला. कपाळावरून घामाच्या धारा वाहू लागल्या; पण श्रीकृष्णाचं ते एक हजार दाते आणि वज्राची नाभी असलेलं चक्र तसूभरही हललं नाही. उभ्या आयुष्यात मला एवढं लाजिरवाणं यापूर्वी कधीच वाटलं नव्हतं. निराश होऊन मी मागे सरकलो आणि मान खाली घालून उभा राहिलो.

'अश्वत्थामा!' श्रीकृष्ण म्हणाले, 'मी हिमालयात बारा वर्षे कठोर ब्रह्मचर्य व्रताचे पालन करून हे चक्र प्राप्त करून घेतले आहे, त्यामुळेच तुझ्याच्याने ते हललेसुद्धा नाही. मला तुला एक विचारायचं आहे. ज्याच्या ध्वजावर हनुमान

आहे आणि ज्याने द्वंद्वयुद्धात प्रत्यक्ष भगवान शंकरांना प्रसन्न केले आहे, अशा गांडीव धनुष्यधारी अर्जुनाने आजवर कधी सुदर्शनचक्र मिळविण्याचा विचार केला नाही. माझी सहधर्मचारिणी रुक्मिणीच्या गर्भातून उत्पन्न झालेला पुत्र प्रद्युम्न याने कधी चक्राची मागणी केली नाही. तू भरतवंशी आचार्य द्रोणांचा पुत्र आहेस. सर्व यादव तुझा सन्मान करतात. अशा परिस्थितीत सुदर्शनचक्र मिळविण्याची अभिलाषा तुझ्या मनात का निर्माण झाली? हे चक्र घेऊन तू कोणाशी युद्ध करणार आहेस?'

जे घडलं त्यामुळे मला आधीच खूप लाजिरवाणं वाटत होतं. त्यात कृष्णाचे हे बोलणे ऐकून माझा स्वाभिमान पुरता धुळीला मिळाला. अतिशय हळू आवाजत मी उत्तरलो, 'माधवा! मला माहिती आहे की तुम्ही जगातील एकमेव अजिंक्य आहात आणि त्यामागे या सुदर्शनचक्राचा मोठा हात आहे, त्यामुळेच मला ते हवं होतं. त्याच्या साहाय्याने तुमच्याशी युद्ध करून आणि तुम्हाला पराभूत करून जगातील एकमेव अजिंक्य बनायची माझी मनीषा होती.'

एवढं बोलून मी श्रीकृष्णाला वाकून प्रणाम केला आणि माझ्या मूर्खपणावर हसणाऱ्या कृष्णाला एकटा सोडून द्वारकेतून परत निघून आलो.

१८

पांडवांच्या बारा वर्षांच्या वनवासातील शेवटचं वर्ष सुरू होतं. एक दिवस वनात फिरताना पांडवांना तहान लागली म्हणून सगळे जण एका झाडाखाली बसले. द्रौपदीने नकुलाला पाणी घेऊन येण्यास सांगितलं. बराच वेळ झाला तरी नकुल परत आला नाही म्हणून त्याच्या पाठीमागे सहदेवाला पाठवलं. दोघेही परतले नाहीत, तेव्हा युधिष्ठिराने त्यांना शोधून आणण्यासाठी अर्जुनाला पाठवलं. आश्चर्य म्हणजे अर्जुन जो गेला, तोही परत आला नाही. मग अर्थातच भीम त्यांच्या मागावर गेला. हजार हत्तींचे बळ असलेला भीमसुद्धा जेव्हा परत आला नाही, तेव्हा मात्र द्रौपदी आणि युधिष्ठिराला काळजी वाटू लागली.

द्रौपदी युधिष्ठिराला म्हणाली, 'जगातील सर्वश्रेष्ठ धनुर्धर आणि सर्वांत शक्तिशाली पुरुषाला एक फुलपात्र भरून पाणी आणण्यासाठी एवढा वेळ का लागावा? मला काळजी वाटते आहे. तुम्ही स्वतः जाऊन बघा काय झालंय. मला वाटतं ते चौघे कुठल्यातरी संकटात सापडले आहेत.'

युधिष्ठिराच्या मनातही तोच विचार सुरू होता. आपल्या भावांचा शोध घेत तो एका सरोवरापाशी पोहोचला. त्याला दिसलं की, चौघे भाऊ जमिनीवर निश्चेष्ट पडले आहेत. जवळ जाऊन बघताच युधिष्ठिराचं रक्त गोठलं. ते चौघेही मृत झाले होते. युधिष्ठिराचं हृदय विदीर्ण झालं; पण आपल्या वीर भावांना असा अकस्मात मृत्यू कसा काय आला असावा, हे त्याला समजेना. इकडेतिकडे बघत तो सरोवरात उतरू लागला.

तेवढ्यात त्या सरोवरातून आवाज आला, 'थांब! मी यक्ष आहे आणि या तलावाचा रक्षक आहे. मीच तुझ्या चारही भावांना ठार मारले आहे.'

'परंतु माझ्या भावांकडून अपराध तरी काय घडला?' युधिष्ठिरानं विचारलं.

'मी त्यांना या तलावातील पाणी पिण्यास मनाई केली; परंतु माझे सांगणे धुडकावून लावत त्यांनी सरोवरात उतरण्याचे धारिष्ट्य केले. माझ्या अवज्ञेची शिक्षा म्हणून मी त्यांना ठार केले.'

'माझ्या भावांकडून घडलेल्या अपराधाबद्दल मी क्षमा मागतो. कृपया, त्यांना पुन्हा जीवित करण्याचा काही मार्ग दाखवा,' युधिष्ठिरानं कातर स्वरात यक्षाला विनंती केली.

'ठीक आहे! मी तुला काही प्रश्न विचारेन. जर तू त्यांची समाधानकारक उत्तरे दिलीस तर मी या सगळ्यांना जिवंत करेन. अन्यथा, आपल्या भावांसोबत तुलासुद्धा यमलोकी धाडून देईन. तत्पूर्वी तुला हवं तर तू स्वतःचा जीव वाचवू शकतोस. प्रश्नोत्तरांच्या फंदात न पडता या चौघांना असंच सोडून इथून निघून जाऊ शकतोस,' यक्ष म्हणाला.

वास्तविक युधिष्ठिर ज्ञानी होता; पण एका जरी प्रश्नाचं उत्तर चुकलं असतं तर जीवावर बेतणार होतं. युधिष्ठिराने एकवार तिथे पडलेल्या आपल्या भावांकडे नजर टाकली आणि म्हणाला, 'मला तुमचे आव्हान मान्य आहे.'

'सूर्याला प्रदीप्त कोण करते?' यक्षाने पहिला प्रश्न विचारला.

'सूर्याला ब्रह्म प्रदीप्त करते,' युधिष्ठिर आत्मविश्वासाने उत्तरला.

'सूर्याच्या चारही बाजूंनी कोण चालतात?'

'सूर्याच्या चारही बाजूंनी देवता चालतात!'

'सूर्याचा अस्त कोण करते?'

'सूर्याचा अस्त धर्म करतो!'

'सूर्य कशामध्ये स्थित आहे?'

'सूर्य सत्यामध्ये स्थित आहे!'

त्यानंतर यक्षाने अध्यात्मातील अत्यंत गूढ विषयांपासून ते सामान्य ज्ञानापर्यंत अनेकविध प्रश्न विचारले.

पृथ्वीपेक्षा जड कोण आहे? आकाशापेक्षा उंच कोण आहे? वायूपेक्षा वेगवान कोण आहे? गवताच्या पेंडीपेक्षा जास्त संख्या कशाची असते?

'माता पृथ्वीपेक्षा जड असते,' जेवढे भराभर यक्ष प्रश्न विचारू लागला, युधिष्ठिर तेवढाच विनाविलंब उत्तरे देऊ लागला. यक्षाचे प्रश्न अधिकाधिक

अवघड होत चालले, तरी न डगमगता युधिष्ठिर अतिशय शांतपणे आणि विचारपूर्ण उत्तरे देत होता. अशा प्रकारे नव्याण्णव प्रश्न झाले तेव्हा यक्ष म्हणाला, 'हा माझा शेवटचा प्रश्न आहे. अतिशय विचारपूर्वक उत्तर दे.'

'होय. तुम्ही प्रश्न विचारा,' युधिष्ठिर नम्रपणे म्हणाला.

'या जगातील सर्वांत मोठे आश्चर्य कोणते?'

एक क्षणभरच विचार करून युधिष्ठिर उत्तरला, 'दररोज प्रत्येक क्षणाला असंख्य लोक मृत्युमुखी पडत असतात; पण तरीही उरलेले लोक जिवंत राहण्याची आस धरून असतात. हेच या जगातील सर्वांत मोठे आश्चर्य आहे.'

'फार छान युधिष्ठिर! तू माझ्या सर्व प्रश्नांची समर्पक उत्तरे दिलीस. मी प्रसन्न झालो. तुझ्या चारही भावंना मी जिवंत करेनच; पण त्याजोडीला तुला दोन वरदानंसुद्धा देतो. काय हवं ते माग,' यक्ष म्हणाला.

जरा वेळ विचार करून युधिष्ठिर म्हणाला, आमचा बारा वर्षांचा वनवास संपत आला आहे. आता एक वर्ष अज्ञातवासात काढावयाचे आहे. या एक वर्षात ओळखले गेलो तर पुन्हा बारा वर्षे वनवास भोगावा लागेल, तेव्हा महाराज मला असे वरदान द्या की अज्ञातवासाच्या काळात कोणी आम्हाला ओळखू शकणार नाही.'

'तथास्तु! आता दुसरा वर माग,' यक्ष म्हणाला.

'दुसरा वर असा द्या की, मी सदैव लोभ, मोह आणि क्रोधावर विजय मिळवेन. तसेच दान, तपस्या आणि सत्य हीच कायम माझी प्रवृत्ती असेल,' युधिष्ठिर विनम्रपणे म्हणाला.

'तुझी कामना पूर्ण होईल,' असे म्हणून यक्षाने चारही पांडवांना जिवंत केलं आणि तो अंतर्धान पावला.

आपले तेजस्वी रूप आणि विलक्षण प्रतिभा यामुळे अज्ञातवासाच्या काळात कोणाला न समजता लपून राहणे पांडवांना एरव्ही अशक्य होते; परंतु यक्षाने दिलेल्या वरदानामुळे आता त्यांना जणू अभेद्य कवच बहाल झाले होते. अज्ञातवासाचा काळ घालविण्यासाठी पांडवांनी मत्स्यदेशाची निवड केली. तेथील राजा विराट अतिशय बलशाली होताच शिवाय पांडुवंशाबद्दल त्याच्या मनात स्नेह होता. पाचही पांडव आणि द्रौपदी वेषांतर करून वेगवेगळ्या दिवशी विराटाकडे गेले आणि त्याला खूश करून स्वतःसाठी काम पदरात पाडून घेतले. अर्जुन वगळता सर्वांनाच अनुकूल काम मिळाले.

युधिष्ठिराला द्यूत खेळायला आवडायचं त्यामुळे त्याने 'कंक' नावाच्या ब्राह्मणाचं रूप घेतलं आणि विराट राजाच्या सभेत त्याचे मनोरंजन करण्याचे काम पत्करले. भीमसेन खाण्यापिण्याचा शौकीन असल्याने त्याने 'बल्लव' असे नाव धारण करून विराटाच्या मुदपाकखान्यात आचाऱ्याची नोकरी धरली. नकुलाला घोड्यांचे आणि सहदेवाला गायींचे खूप चांगले ज्ञान असल्याने ते दोघे अनुक्रमे 'ग्रांथिक' आणि 'तंतिपाल' नावाने विराटाच्या अश्वशाळेत आणि गोशाळेत काम करू लागले. द्रौपदीने 'सैरंध्री' नाव धारण केले आणि ती विराट राजाच्या पत्नीची दासी म्हणून रुजू झाली.

सर्वांची सोय झाली. तथापि, आपण नेमके काय नाव आणि काम स्वीकारावे हे अर्जुनाला समजत नव्हते. बराच वेळ विचार केल्यानंतर तो म्हणाला, मी 'बृहन्नडा' या नावाने नपुंसक बनून विराटाच्या नृत्यशाळेत संगीत आणि नृत्य शिकविण्याचे काम करेन.

'नपुंसक! अरे अर्जुना तू हे काय बोलतो आहेस? तू नपुंसक बनून कसा राहू शकतोस? जगातील सर्वश्रेष्ठ धनुर्धारी असलेला तू नाच-गाण्यात कसा रमणार?' युधिष्ठिर उद्विग्न होऊन म्हणाला.

'दादा, यामागेसुद्धा एक रहस्य आहे, जे मी आजवर कोणालाच सांगितले नव्हते.' अर्जुन सांगू लागला, 'एक दिवस दिव्य अस्त्रांच्या शोधात मी इंद्रलोकात गेलो. तिथे चित्रसेनाकडून मी संगीत शिकलो. तिथल्या वास्तव्यात माझी ओळख उर्वशी नामक एका अप्सरेशी झाली. ती माझ्यावर मोहित झाली आणि प्रेमाचा प्रस्ताव मांडला; परंतु मी त्या काळात ब्रह्मचर्य व्रताचे पालन करत असल्याने मी तिला विवाह करण्यास नकार दिला. त्यावर उर्वशी हसून म्हणाली की, आम्ही अप्सरा कधी कोणाशी विवाह करत नसतो. मी तुझ्या व्यक्तिमत्त्वावर भाळले आहे. मला कामज्वराने पीडित केले आहे. माझ्यासमवेत समागम करून तू मला शांत कर.

'मी हरप्रकारे उर्वशीची समजूत घालण्याचा प्रयत्न केला,' अर्जुन सांगत होता, 'अखेर मी तिला म्हणालो की, जसे कुंती, माद्री आणि इंद्रपत्नी शची माझ्या माता आहेत. तशीच तूसुद्धा मला मातेसमान आहेस.

'हे ऐकताच उर्वशीला भयंकर राग आला. ती म्हणाली की, अर्जुना! मी कामविव्हल होऊन आशेने तुझ्यापाशी आले होते. एका स्त्रीची तळमळ शांत करण्याऐवजी तू ती आणखी वाढवली आहेस. मी तुला शाप देते. एक वेळ अशी येईल की, तुला स्त्रियांच्या गराड्यात राहायला मिळेल; पण तिथे

तुझं पौरुष निरुपयोगी ठरेल. तू नपुंसक बनून केवळ गाण्याबजावण्याचं काम करशील. स्वतःच्या ज्या पौरुषाचा तुला एवढा अभिमान वाटतो ते कुचकामी ठरेल.'

हे ऐकून युधिष्ठिराला फार आश्चर्य वाटलं. त्याने पुढे काय झालं ते सविस्तर सांग असं म्हणताच अर्जुन बोलू लागला, 'उर्वशीच्या शापाचा प्रभाव लगेच जाणवू लागला. मी दुबळा पडू लागलो. असं वाटलं की, कुठलीतरी अज्ञात शक्ती माझं पौरुष खच्ची करत आहे. मी घाबरलो आणि चित्रसेनाकडे गेलो. त्याला सगळा वृत्तांत सांगितला. तो ऐकून चित्रसेन हसला. बहुधा इंद्रलोकात हे असं घडणं नवीन नसावं. घाबरू नकोस अर्जुना! मी उर्वशीने दिलेला शाप पूर्णपणे मागे तर नाही घेऊ शकत; पण त्याचा कालावधी कमी करून एक वर्षापुरता ठेवतो. शिवाय तुला एक उःशाप असा देतो की, तुला हवं ते एक वर्ष तू तो शाप भोगू शकशील.'

'ओह! मग तू आत्ता घेतलेला निर्णय अगदी योग्य आहे. विराटाच्या नृत्यशाळेत राहून हा शाप भोगून संपवणे अगदी योग्य ठरेल,' युधिष्ठिर सुटकेचा निःश्वास टाकत म्हणाला.

अशा प्रकारे पांडवांनी द्रौपदीसमवेत मत्स्यदेशात प्रवेश केला आणि ठरल्याप्रमाणे आपापली भूमिका वठवू लागले. युधिष्ठिर दररोज राजासमवेत द्यूत खेळून त्याचे मनोरंजन करू लागला. सैरंध्रीच्या रूपात सेवा करून द्रौपदीने विराटपत्नी सुदेष्णा हिचे मन जिंकून घेतले. भीम, नकुल, सहदेव हेसुद्धा आपापले काम उत्तमपणे पार पडू लागले. आपापल्या कामात ते सर्वच जण एवढे पारंगत होते की, राजा विराटाला कसलीही शंका आली नाही.

पांडवांमध्ये सर्वांत दयनीय अवस्था अर्जुनाची झाली होती. शापाच्या प्रभावामुळे त्याचे केस लांबसडक होऊन कंबरेपर्यंत आले. चेहऱ्यावरील रुबाबदार मिश्या गायब झाल्या. डोक्यावर मोठ्ठी बिंदी लावून रेशमी साडी नेसून एक हात कंबरेवर ठेवून दुसरा हवेत हेलकावत चालण्याची वेळ आली. या सगळ्या साज-शृंगारसह तो जेव्हा लचकत मुरडत विराटाच्या राणीवशात प्रवेश करायचा तेव्हा द्रौपदी आपले अश्रू लपवू शकत नसे.

अर्जुनाचा विचार केला की, असं वाटतं माझ्यासाठी अशा प्रकारच्या जीवनाची कल्पनासुद्धा शक्य नाहीये. एखादा सामान्य मनुष्य असता, तर असल्या शापामुळे संत्रस्त होऊन स्वतःबरोबर आपल्या पत्नी आणि भावंडांचं आयुष्यसुद्धा नरक बनवलं असतं; पण अर्जुनाने आपली बुद्धी आणि धैर्य

यांच्या साहाय्याने त्या शापाचे रूपांतरसुद्धा वरदानात करून टाकले. उर्वशीचा तो विचित्र शाप हसतमुखाने झेललाच आणि चतुराईने त्याचा उपयोग अज्ञातवासात आपली ओळख लपविण्यासाठी करून घेतला. एवढा मोठा वीर धनुर्धर असूनही नपुंसकाचं जीवन जगला आणि सगळ्यांकडून टिंगलटवाळी सहन केली. आपल्या या विलक्षण व्यक्तिमत्त्वामुळेच तो द्रोणाचार्य, पितामह भीष्म आणि श्रीकृष्णाचा इतका प्रिय होता, यात शंका नाही.

पांडवांचा अज्ञातवास संपत आला होता. एक दिवस मी, कर्ण आणि दुर्योधन चर्चा करत बसलो होतो. पांडव परत येताक्षणी आपलं राज्य मागतील असा विषय सुरू होता. तेवढ्यात एक दूत खबर घेऊन आला. मत्स्यनरेशाचा आचारी बल्लव याने महाराणी सुदेष्णा हिचा बंधू कीचक याचा वध केला. नंतर असं कळलं की, कीचकाची सैरंध्रीच्या रूपातील द्रौपदीवर वाईट नजर होती. तिचं शील हरण करण्याचा त्याने प्रयत्न केला, त्यामुळे संतापून बल्लवाने कीचकाला ठार मारले. ही नक्कीच असाधारण खबर होती. राजाच्या सेवकाने राणीच्या सेविकेची बाजू घेऊन खुद्द राणीच्या बंधूची अशी हत्या करणे ही साधी बाब नव्हती.

कीचक एवढा बलशाली होता की, त्याला ठार मारणे तर सोडाच पण त्याच्याशी युद्ध करण्याची कोणाची हिंमत झाली नसती. दुर्योधनाला शंका आली की, यात नक्कीच काहीतरी काळेबेरे आहे. त्याने आपल्या गुप्तहेरांना कामाला लावले आणि त्यांनी काही काळातच दुर्योधनाच्या शंकेची पुष्टी केली. त्यांनी पक्की खबर आणली की, मत्स्यदेशाच्या राजाचा आचारी बल्लव हा वास्तविक भीमसेनच आहे.

राज्यकारभारापेक्षा कधी-केव्हा-कसा कोणाचा बदला घेता येईल, याकडेच दुर्योधनाचं अधिक लक्ष असायचं. त्याच्या मठ्ठ डोक्यात हे शिरायचंच नाही की जीवनात शांतीपेक्षा अधिक मोल अन्य कशाचे नसते. दूतांनी आणलेली खबर ऐकताच त्याने आम्हाला मत्स्यदेशावर आक्रमण करण्याचा आदेश दिला. भीष्म आणि द्रोणाचार्यांनी त्याला समजावण्याचा खूप प्रयत्न केला. त्यांनी सांगितलं की, अज्ञातवासाचा कालावधी आता संपलेला आहे आणि पांडवांना त्यांचे हक्काचे अर्धे राज्य परत देऊन टाकणेच इष्ट आहे; परंतु दुर्योधन कोणाचेही काही ऐकण्याच्या मनःस्थितीत नव्हता. मी असाहाय्यपणे पिता द्रोण यांच्याकडे मदतीच्या आशेने पाहिलं; पण राजनिष्ठेच्या ओझ्याखाली त्यांच्या पापण्या झुकलेल्याच राहिल्या.

हस्तिनापूरचे राजसिंहासन आणि त्याच्याप्रती निष्ठा बाळगणाऱ्या सर्वांनी आपापली शस्त्रे परजत मत्स्यदेशाच्या दिशेनं कूच केलं. नाइलाजास्तव मलाही भीष्म, द्रोण, कृप, कर्ण, दुर्योधन, दुःशासन यांच्यासमवेत जावं लागलं. आम्ही मत्स्यदेशाच्या सीमेपर्यंत पोहोचलो. आम्हाला समोरून धूळ उडवत येणारा एक रथ दिसला.

त्याच्यावर मत्स्यदेशाचा ध्वज फडकत होता. सर्वांत आश्चर्याची गोष्ट म्हणजे रथाचे सारथ्य विराटाचा पुत्र 'उत्तर' करत होता आणि मागे आपल्या सर्व अस्त्र-शस्त्रांनी सज्ज अर्जुन उभा होता. अज्ञातवास संपल्यामुळे पांडवांनी आपले खरे रूप विराटासमोर उघड केले होते.

यापूर्वी हस्तिनापुरातील रंगभूमीवर अर्जुनाचे कौशल्य सर्वांनी पाहिलेले होते ; पण आता ही रंगभूमी नव्हती. रणभूमी होती. अर्जुनाने एकदाच आपल्या धनुष्याला प्रत्यंचा चढवली आणि मग कोणालाच स्वतःला धड सावरायची संधी मिळाली नाही. आम्हाला ज्याची भीती होती तेच झालं. एका मागून एक वीर धारातीर्थी पडू लागले. हस्तिनापूरच्या सर्वश्रेष्ठ योद्ध्यांना एवढे असाहाय्य झालेलं मी त्याआधी कधीच पाहिलं नव्हतं. अल्पावधीतच अर्जुनाने आमची पार दुर्दशा करून टाकली. लाजेने माना खाली घालून सगळे जण हस्तिनापूरला परतले.

दुर्योधनाच्या भ्रष्ट बुद्धीमुळे आणि हटवादी स्वभावामुळे अजून किती वेळा आणि किती प्रकारे कौरवांचा असा अपमान होणार होता कोणास ठाऊक. तिकडे कौरव-सेनला धूळ चारून अर्जुन पुन्हा विराट राजापाशी गेला. त्याच्यावर कौतुकाचा वर्षाव होणे स्वाभाविकच होते. पुढे काही काळाने विराटाने आपली कन्या उत्तरा हिचा अर्जुनाचा पुत्र अभिमन्यू याच्याशी विवाह लावून दिला.

१९

एक दिवस मी आणि विदुर उद्यानामध्ये फेरफटका मारत युद्ध होण्याच्या शक्याशक्यतेची चर्चा करत होतो. तेवढ्यात दुर्योधन आपल्या शुभ्र घोड्यावरून दौडत तिथे आला. आपल्या ओठांना मुरड घालून स्वतःशीच हसत होता; जणू काही तरी मोठी कामगिरी फत्ते करून आला असावा. जेव्हा जेव्हा तो काही कपटी योजना आखायचा तेव्हा असाच हसायचा, त्यामुळे त्याला बघून माझ्या मनात विचारांचं मोहोळ उठलं.

'अश्वत्थामा! आज तुला माझ्या बुद्धीची दाद द्यावीच लागेल,' दुर्योधन माझ्याजवळ येत म्हणाला.

'मी आणि विदुर नेहमीच तुझ्या बुद्धिमत्तेची प्रशंसा करत असतो,' माझ्या बोलण्यातील टोमणा दुर्योधनाच्या लक्षात आला नाही. 'आत्ता कुठे जाऊन येत आहेस तू?'

'पांडवांविरुद्ध होणाऱ्या युद्धात मदत मागायला मी कृष्णाकडे गेलो होतो,' दुर्योधन विदुराकडे खोचक नजरेने बघत उत्तरला.

'श्रीकृष्णाकडे कशासाठी युवराज?' विदुराने आश्चर्याने विचारले.

'मला गुप्तहेरांनी खबर दिली की, अर्जुन युद्धात मदत मागण्यासाठी कृष्णाकडे जाणार आहे. मग मी विचार केला की, आपण तरी का मागे राहायचं? त्यामुळे अर्जुन पोहोचायच्या आधीच मी तिथे गेलो. मित्रा अश्वत्था! आता या युद्धात आपला विजय होणार हे निश्चित आहे.'

'अरे वा! ही तर फारच चांगली बातमी आहे; पण दुर्योधना, कृष्णाकडे असं काय घडलं, ज्यामुळे युद्ध होण्याआधीच तुला त्याचा निर्णय काय

लागणार ते कळलं?' मी हसत विचारलं. खरं सांगायचं तर मला विश्वासच बसत नव्हता की, मुळात दुर्योधनासारखा अहंकारी मनुष्य कृष्णाकडे मदत मागायला गेला आणि भरीस भर म्हणजे विजयी होण्याचा आशीर्वादही घेऊन आला?

माझा प्रश्न ऐकून दुर्योधनानं मिशांना पीळ भरला आणि सांगू लागला, 'जेव्हा मी कृष्णाकडे पोहोचलो. तो झोपलेला होता. अर्जुन अद्याप तिथे पोहोचला नव्हता. मी खूश झालो आणि पलंगाजवळ कृष्णाच्या उशाशी जाऊन बसलो. थोड्या वेळाने अर्जुन तिथे आला. मला बघून चकित झाला. मी आधीच उशाशी बसल्याने त्याला जागाच नव्हती. मग नाइलाजाने तो कृष्णाच्या पायाशी बसला. जरा वेळाने कृष्ण झोपेतून जागा झाला. आम्हाला तिथे बघून त्याला आश्चर्य वाटलं.'

'अरे! अर्जुन आणि दुर्योधन! तुम्ही कधी आलात? आणि अचानक दोघांनी आज इकडे येण्याचं प्रयोजन काय?' कृष्णानं विचारलं.

'कृष्णा मी आगामी युद्धासाठी तुमच्याकडे मदत मागायला आलो आहे,' अर्जुनाने तोंड उघडायच्या आत मी झटक्यात बोललो.

'बरं! आणि अर्जुना तू कशासाठी आला आहेस?' कृष्णानं विचारलं.

अर्जुनाने आधी कृष्णाला प्रणाम केला आणि म्हणाला, 'केशवा! मी युद्ध सुरू होण्याआधी तुमचा आशीर्वाद घ्यायला आलो आहे. तेवढा मिळाला तरी आमच्यासाठी पुरेसा आहे.'

कृष्णानं स्मित केलं आणि म्हणाला, 'तुम्ही दोघेही मला प्रिय आहात. मी तुम्हा दोघांची मदत करणार आहे. एकीकडे माझी नारायणी सेना असेल आणि दुसरीकडे मी एकटा असेन. युद्धामध्ये मी अजिबात शस्त्र उचलणार नाही की लढणार नाही. आता दोघांपैकी कोणाला काय हवे आहे ते निवडा. झोपेतून जाग आल्यावर अर्जुनाकडे माझं लक्ष आधी गेलं, तेव्हा पहिली संधी मी त्याला देतो.'

एवढं सांगून दुर्योधन क्षणभर थांबला आणि म्हणाला, 'मला वाटलं संपलं आता सगळं. अर्जुन नक्कीच नारायणी सेना मागणार; पण बहुधा तेरा वर्षांच्या वनवासात रोज कंदमुळं खाऊन त्याच्या अकलेवर गंज चढला आहे. तो मूर्ख काय म्हणाला माहितीये? 'केशवा! मला फक्त तुमची साथ हवी आहे. माझी इच्छा आहे की, युद्धामध्ये तुम्ही माझे सारथी बनावं.' त्यामुळे

आपसूकच मी तिथे ज्यासाठी गेलो होतो ते मला मिळालं. नारायणी सेना आता आपली आहे.' दुर्योधनाचा चेहरा अभिमानाने फुलला होता.

मी आणि विदुरांनी एकमेकांकडे फक्त पाहिलं. आमची शंका बरोबर होती. दुर्योधनानं आपला महामूर्खपणा पुन्हा एकदा सिद्ध केला होता. पहिला मूर्खपणा म्हणजे कृष्णाच्या पायाशी न बसता उशाशी बसला आणि त्यानंतरचा दुसरा महामूर्खपणा म्हणजे कृष्णाला प्रसन्न करून घेण्याऐवजी नारायणी सेना मिळवून खूश झाला. अहंकाराचा पडदा डोळ्यावर आणि बुद्धीवर पडल्यामुळे त्याला हे समजूच शकत नव्हतं की, कृष्ण पांडवांच्या बाजूने गेला, याचाच अर्थ आमची बाजू अधर्माची झाली होती. आता युद्धात आमचा जय होणे कालत्रयी शक्य नव्हते.

साक्षात नर आणि नारायण यांच्या विरुद्ध युद्ध करून कसल्या विजयाची अपेक्षा करायची? पण राज्य निष्ठेचा फास आता कठोरपणे माझ्या गळ्याभोवती आवळला जात होता. माझे त्राण संपत चालले होते. कौरव-पांडवांच्या संभाव्य युद्धाचे पडघम वाजू लागले होते.

युद्धाच्या विचाराने दुर्योधन जोशात आला होता खरा; पण मत्स्यदेशाच्या सीमेवर अर्जुनाने केलेली वाताहत आठवली की, त्याच्या उत्साहावर पाणी पडत असे. त्या दिवशी एकट्या अर्जुनाने सगळ्या बलशाली कौरवांना धूळ चारली होती. मग पाच पांडव आणि कृष्ण एकत्र आल्यावर युद्धाचा निकाल कौरवांच्या बाजूने लागणे कदापि शक्य नव्हते. माझ्या मते बहुधा दुर्योधनालासुद्धा मनातून युद्ध नको असे वाटत असेल किंवा क्वचित पांडवांवरील अन्यायाचा विषाद वाटत असेल; पण त्याचा हट्टी आणि दुराग्रही स्वभाव या सगळ्या भावभावनांच्या आड येत असणार.

एक दिवस कृष्ण हस्तिनापुरात आल्याची वार्ता समजली. आता कृष्णाचे आणि कुरुवंशाचे खूप जुने स्नेहाचे संबंध होते, त्यामुळे तो इथे आला तर त्यात विशेष असं काहीच नव्हतं.

परंतु सद्यःस्थिती वेगळी होती. युद्धाचे ढग दाटू लागले होते. कृष्ण आणि त्याची नारायणी सेना पांडव-कौरवांमध्ये विभागली गेली होती. अशा परिस्थितीत कृष्णाने पूर्वकल्पना न देता हस्तिनापुरात येणे नक्कीच सामान्य म्हणावेसे नव्हते. कृष्णाच्या आगमनाची वार्ता ऐकून दुर्योधनाला मनस्वी आनंद झाला. ते पाहून मला वाटलं बहुधा आता हा कृष्णाची क्षमा मागणार आणि आपली चूक सुधारण्याची संधी द्या असे म्हणणार; परंतु दुर्योधनाबाबत

माझे अंदाज नेहमीच चुकीचे ठरतात. दुर्योधनाच्या मनात असा विचार आला होता की, जर राजेशाही थाटात कृष्णाचे आदरातिथ्य केले, तर तो खूश होईल आणि नारायणी सेनेच्या जोडीने स्वतःसुद्धा कौरवांच्या बाजूला येईल. हा विचार त्याच्या मंदबुद्धी डोक्यात कसा आणि का आला कोण जाणे!

कृष्ण राजमहालात येताच, दुर्योधनाने आनंद आणि आदराचा उसना आव आणला. आदरातिथ्यासाठी खास आपल्या महालात चलण्याची नम्र आवाजात विनंती केली; पण दुर्योधन एक तर कृष्ण सात वस्ताद होता. त्याने तत्क्षणी ती विनंती धुडकावून लावली. राजेशाही सत्कार न स्वीकारता कृष्ण चक्क महालाबाहेर पडून विदुराच्या घरी वास्तव्याला गेला. दुर्योधनाची ही चाल वाया गेली. तो वरकरणी शांत असल्याचे दाखवू लागला; पण मनोमन कृष्णावर भयंकर चिडला.

दुसऱ्या दिवशी कृष्ण राजदरबारात आला. धृतराष्ट्र आणि अन्य ज्येष्ठ कौरवांना प्रणाम करून म्हणाला, 'महाराज धृतराष्ट्र! आज इथे मी वासुदेव कृष्ण म्हणून नव्हे तर पांडवांचा दूत म्हणून आलो आहे. युधिष्ठिराचा शांती प्रस्ताव घेऊन मी आपणापाशी आलो आहे. भारतवर्षातील सर्वांत प्रभावशाली कुरुवंश आपापसातील मतभेद आणि अहंकारामुळे युद्धाच्या वेदीवर बळी पडू नये, अशी आमची मनःपूर्वक इच्छा आहे. जर दोन्ही पक्ष एकोप्याने नांदले तर या भूतलावर अशी एकही जागा नाही जिथे ते स्वतःचं अधिपत्य राखू शकणार नाहीत. युद्धाचा परिणाम फक्त विनाश आहे म्हणूनच आज मी शिष्टाई करायला आलो आहे. तुम्ही कृपया आपला पुत्र दुर्योधन याला समजावा की, अविचारी हट्ट सोडून दे आणि शांतपणे पांडवांना त्यांच्या हक्काचं राज्य परत दे.

यावर धृतराष्ट्राला खरं तर काहीतरी वेगळं बोलायचं होतं; पण एकूण परिस्थिती कौरवांच्या विरोधातच जात असल्याने त्यानेसुद्धा अन्य वयोवृद्ध व्यक्तींप्रमाणे श्रीकृष्णाच्या शांती प्रस्तावाचे कौतुक केले.

युद्धामुळे होणाऱ्या संभाव्य विनाशाची सगळ्यांनाच व्यवस्थित कल्पना होती. तेवढ्यात शकुनी उठला आणि दुर्योधनाच्या कानाशी लागून काही तरी बोलला.

'कदापि, शक्य नाही वासुदेव!' दुर्योधन गरजला. 'ज्या इंद्रप्रस्थाच्या राज्याला परत मिळविण्यासाठी त्या भित्रट युधिष्ठिराने तुला दूत बनवून पाठवलंय, ते राज्य मी द्यूतात जिंकलेलं आहे. मी स्वबळावर जिंकलेली माझी

संपत्ती आहे ती. युधिष्ठिराचा त्याच्याशी काहीही संबंध नाही. स्वप्नातसुद्धा मी ते राज्य त्याला परत करणार नाही.'

'मला ठाऊक आहे दुर्योधना!' कृष्ण शांत स्वरात म्हणाला, 'तू आणि तुझा मामा शकुनी यांनी कशा प्रकारे कपट करून इंद्रप्रस्थ हडप केलं आहे; पण हे विसरू नकोस, की युधिष्ठिर तुझा ज्येष्ठ बंधू आहे. शिवाय तू द्यूत हरल्याबद्दल जी शिक्षा दिलीस ती सारी त्याने न चुकता निष्ठेने भोगली आहे, तेव्हा त्याचं राज्य परत करणं हे तुझं कर्तव्य आहे.'

'नाही कृष्णा! मी एकदा जो निर्णय घेतो तो अंतिम असतो. मी एकदा सांगितलं की, पांडवांना राज्य मिळणार नाही म्हणजे नाही. आता कृपया तू इथून जावेस आणि माझा हा निरोप पांडवांना सांगावास हेच बरे होईल,' दुर्योधन अतिशय कठोरपणे म्हणाला.

परंतु श्रीकृष्णाने आपली शिष्टाई सोडली नाही, 'युधिष्ठिर अतिशय मृदू स्वभावाचा आणि क्षमाशील आहे. जमिनीच्या तुकड्यासाठी तुझ्याशी – स्वतःच्या भावाशी युद्ध करायची त्याची अजिबात इच्छा नाही. त्याला अंदाज आहे की, तू इंद्रप्रस्थाचं राज्य द्यायला नाही म्हणशील, त्यामुळे माझ्यापाशी त्याने आणखी एक पर्याय दिलेला आहे. तुला इंद्रप्रस्थ परत नाही करायचं ना? नको करूस! पांडवांना जमिनीचा लोभ नाही. त्यांना वस्ती करण्यासाठी फक्त पाच गावे दिलीस तरी पुरेसे आहे. अविस्थल, वृकस्थल, माकंदी, वारणावत ही चार आणि त्यांच्या पसंतीचे आणखी एक अशी फक्त पाच गावे दे. बाकी सारं इंदप्रस्थ तुझ्याचकडे राहू दे. एवढं केलंस तरी हा वाद इथेच लगेच संपून जाईल.'

कृष्णाचा हा प्रस्ताव ऐकताच मी सुटकेचा निःश्वास सोडला. युधिष्ठिराने मांडलेला हा प्रस्ताव निश्चितच योग्य होता. तो मान्य करण्यात दुर्योधनाला काही अडचण असेल असं मला मुळीच वाटलं नाही. दरबारात संपूर्ण शांतता पसरली होती. लहान–थोर सगळे जण 'होकारा'च्या अपेक्षेने दुर्योधनाकडे पाहू लागले.

दुर्योधनाच्या संतप्त आवाजाने त्या शांततेचा भंग केला, 'कृष्णा! तू फक्त एक दूत आहेस. आपल्या मर्यादा ओळखून वाग. तुला पुनःपुन्हा नकार ऐकण्यात आणि अपमानित होण्यात आनंद मिळतोय का? जा! चालता हो इथून आणि जाऊन तुझ्या लाडक्या युधिष्ठिराला सांग. म्हणावं, पाच गावंच काय पण सुईच्या टोकावर मावेल एवढी जमीनसुद्धा त्यांना मिळणार नाही

आणि तू पण ऐक, आता आणखी एक शब्द जरी बोललास तर मी विसरून जाईन की, तू आमचा स्नेही किंवा पांडवांचा दूत वगैरे आहेस. मी सरळ तुला बंदी करून तुरुंगात टाकेन.'

दुर्योधनाचं हे बोलणं ऐकून सगळा दरबार सुन्न झाला. दुर्योधनाच्या हटवादी आणि उद्धट वर्तनाची कृष्णाला कल्पना असली तरीही आज त्याला काही मर्यादाच राहिली नव्हती. श्रीकृष्णाच्या चेहऱ्यावरील भाव पालटले. तो म्हणाला, 'दुर्योधना तू अहंकारी आहेस हे मला माहिती आहेच; पण तू एवढा ताळतंत्र सोडून वागशील असं वाटलं नव्हतं. इथे मी एकटा आहे आणि मला सहज बंदी बनवू शकशील असं तुला वाटत असेल, तर ते चूक आहे. ऐक दुर्योधना! समस्त पांडव, वृष्णी आणि अंधकवंशीय आत्ता माझ्यासोबतच आहेत. तेच काय पण खुद्द आदित्य, वसु आणि समस्त महर्षीगणदेखील इथे माझ्याबरोबर हजर आहेत.'

कृष्णाने असं म्हणताच त्याच्या शरीरातून विजेसारख्या अतिशय तेजस्वी प्रकाश शलाका बाहेर पडू लागल्या. त्याचा आकार वाढू लागला. त्याच्या शरीरातून बाहेर पडणारा प्रकाश एवढा प्रखर झाला की, सगळ्यांचेच डोळे दिपले. पुढे तिथे काय झालं कोणीच पाहू शकलं नाही. मला नंतर पिता द्रोण यांनी सांगितलं की, त्यांनी आपल्या दिव्य दृष्टीने कृष्णाचं विराट ईश्वरी रूप पाहिलं. कृष्णाच्या शरीरावर समस्त देवदेवता विराजमान होत्या. कपाळावर ब्रह्मा, वक्षस्थळावर रुद्र, बाहुंवर लोकपाल आणि मुखात अग्निदेव विराजमान होते. आदित्य, साध्य, वसु, अश्विनीकुमार, इंद्र आणि सर्व मरुद्गण, विश्वदेव तसेच समस्त यक्ष, गंधर्व आणि राक्षसदेखील तिथे होते.

कृष्णाच्या दोन्ही भुजांमधून बलभद्र आणि अर्जुन उत्पन्न झाले. त्याच वेळी कृष्णाचे असंख्य बाहु प्रकट झाले. त्यामध्ये शंख, चक्र, गदा, पद्म, शक्ती, शारंग, धनुष्य, हल आणि नंदक खड्ग धारण केलेले होते. कृष्णाचे नेत्र, नासिका आणि कर्णरंध्रे यामधून आगीच्या महाभयंकर ज्वाळा निघत होत्या. तसेच त्वचारंध्रांमधून सूर्यासारखी तेजस्वी किरणे बाहेर पडत होती.

हे वर्णन ऐकून मी थक्क झालो. मला या विराट दिव्य रूपाचे दर्शन करता आले नाही, याचा फार विषाद वाटला. अगदी काहीच क्षण हे रूप प्रकट झाले आणि लगेच कृष्ण आपल्या सामान्य रूपात दिसला. दुर्योधनाचं कपाळ घामानं डबडबलं होतं. तोंडातून चकारही न काढता तो एकटक कृष्णाकडे बघत राहिला. त्याची ही गलितगात्र अवस्था पाहून कृष्णानं मंद स्मित केलं

आणि म्हणाला, 'युद्धासाठी सज्ज हो दुर्योधना!' यावर भीष्म, द्रोण, विदुर यांनी काही बोलण्याआधी किंवा थांबविण्याआधीच कृष्ण तिथून निघून गेलेला होता. कृष्णासोबत कौरवांचं सुदैवसुद्धा त्याच वेळी तिथून कायमचं निघून गेलं, हे माझ्या लक्षात आलं.

या घटनेनंतर यावर संपूर्ण शिक्कामोर्तब झालं की, दुर्योधन पांडवांना राज्य परत देणार नाही. याचाच अर्थ असा होता की, कुरुवंश एका अभूतपूर्व महाभयंकर रणसंग्रामाकडे चालला होता. अंध राजा आणि त्याचा अधर्मी अहंकारी पुत्र यांच्यामुळे भारतवर्षातील सर्वांत शक्तिशाली राजपरिवाराची अवस्था काळजात बाण घुसलेल्या आणि मृत्यूची प्रतीक्षा करत असलेल्या हरणासारखी झाली होती.

२०

कुरूक्षेत्राच्या भूमीवर भारतवर्षातील सर्वांत शक्तिशाली राजपरिवाराच्या विनाशाची गाथा लिहिली जाईल, असं कधी कुणाच्या मनातही आलं नसेल. कौरवांची अकरा अक्षौहिणी सेना आणि पांडवांची सात अक्षौहिणी सेना अखेर एक दिवस एकमेकांसमोर उभे ठाकलेच. कुरूक्षेत्राच्या समरांगणावर दोन्ही सैन्याचे तळ समोरासमोर पडले. कौरव सेनेचे नेतृत्व पितामह भीष्म करत होते. कृष्णाच्या सल्ल्यानुसार पांडवांचा सेनापती म्हणून धृष्टद्युम्न याची नियुक्ती करण्यात आली. आजवर मी भीष्मांना सर्वश्रेष्ठ योद्धाच नाही, तर एक अतिशय विचारी आणि विवेकी मनुष्य समजत होतो; पण दुर्योधनानं सेनापतीपद स्वीकारा अशी विनंती करताच भीष्म जे बोलेले ते ऐकून सगळे जण चकित झाले. भीष्म म्हणाले, 'माझ्या प्रिय पांडूच्या पुत्रांशी युद्ध करण्याचा मी सदैव विरोध केलेला आहे; परंतु या हटवादी आणि अहंकारी दुर्योधनानं आता हे युद्ध लादलंच आहे, तर कुरूंचा ज्येष्ठ म्हणून मी सेनेचे नेतृत्व स्वीकारतो; परंतु माझी एक अट आहे. जर तो सूतपुत्र कर्ण रणभूमीच्या बाहेर असेल तरच मी युद्धात उतरेन. त्याच्या समवेत मी कदापि लढणार नाही.'

गंगापुत्र भीष्म प्रतिज्ञा करणे आणि त्यांचे निष्ठेने पालन करणे यासाठी विख्यात होते; पण आज संपूर्ण कुरुवंशाच्या अस्तित्वाचा प्रश्न निर्माण झालेला असताना, त्यांचं असल्या अटी घालणं मला अजिबात पटलं नाही. दुर्योधनाचं कपटी आणि अधर्माने वागणं मलाही पसंत नव्हतं. आजवर मी या कोणाच्या मधे कधी बोललो नव्हतो; पण आज मला राहवलं नाही.

मी भीष्मांना म्हणालो, 'पितामह! आपण या परिवारातील सर्वांत अनुभवी आणि पूजनीय आहात. तुमचा प्रत्येक शब्द शिरसावंद्य आहे; पण आत्ताची तुमची ही अट मला मुळीच पटलेली नाही. कर्णासोबत तुमचे काहीही आणि कितीही वैचारिक मतभेद असतील; पण आत्ता आपण सगळेच रणभूमीवर उभे आहोत. या वेळी सगळं विसरून एक होऊन लढणं हेच आपल्यासाठी महत्त्वाचं नाहीये का? आपापसातील मतभेद आपली शक्ती क्षीण करणार नाहीत का? युद्ध संपल्यानंतर जे काही वाद–मतभेद असतील त्यांची चर्चा केली तर चालणार नाही का?'

'युद्ध संपल्यानंतर..?' भीष्मांनी मला मध्येच अडवलं, 'अश्वत्थामा! या महाभयंकर युद्धानंतर कसलाही विचार आणि चर्चा करायला ना तू जिवंत असशील ना मी! हा दुर्योधन, हा सूतपुत्र कर्ण कोणीही जिवंत असणार नाही. कर्णाचा विरोध मी केवळ सूतपुत्र म्हणून करत नाहीये. या कर्णानेच वेळोवेळी दुर्योधनाच्या अविचाराला खतपाणी घातलं आहे. त्याच्या अधर्मी विचारांना आणि कृतीला कायमच पाठिंबा दिलेला आहे. त्याची हिंमत वाढवली आहे आणि म्हणूनच आज सगळ्यांवर ही वेळ आलेली आहे.'

'मान्य आहे पितामह!' मी पुन्हा माझं म्हणणं पुढे रेटलं, 'कर्णाकडून चूक झाली असेल. कर्णाच्या भरीस घालण्यामुळेच दुर्योधनाला बळ मिळालं आणि आज युद्ध उभं राहिलं हेदेखील कदाचित खरं असेल; पण आता या सगळ्याचा विचार करायची वेळ निघून गेली आहे, असं तुम्हाला नाही वाटत का? कर्ण बाकी कसाही असला तरी निर्विवादपणे एक कुशल योद्धा आहे. त्याच्या मदतीशिवाय हे युद्ध जिंकणं आपल्याला शक्य होणार नाही, त्यामुळे माझी विनंती आहे की, अशा प्रकारची अट घालून कौरवांसाठी आधीच अवघड असलेलं हे युद्ध आणखी बिकट बनवू नका.'

'अश्वत्थामा!' भीष्मांचा स्वर पूर्वीपेक्षा जास्त तिखट झाला. 'क्षत्रियासाठी युद्ध अवघड किंवा सोपं नसतं. ते फक्त युद्ध असतं. मनात आणलं तर मी एकटाच साऱ्या पृथ्वीला जिंकून घेऊ शकतो. त्यासाठी मला तुझ्या सल्लामसलतीची गरज नाही की या सूतपुत्राच्या मदतीचीही गरज नाही. जर मी कौरवांचा सेनापती बनावं अशी दुर्योधनाची इच्छा असेल, तर माझी एकच अट आहे ती म्हणजे सूतपुत्र कर्णाला रणांगणात उतरण्यासाठी माझ्या मृत्यूची वाट बघावी लागेल.' हे बोलून तर भीष्मांनी परिस्थिती आणखी बिकट करून टाकली. कारण, भीष्म 'इच्छामरणी' असल्याने त्यांचा मृत्यू

कधी व्हावा हे सर्वस्वी त्यांच्या हातात होते. भीष्मांनी आजीवन ब्रह्मचारी राहण्याची प्रतिज्ञा केल्यावर पिता शंतनू यांनी त्यांना 'स्वतःच्या इच्छेनुसार हवा असेल तेव्हाच मृत्यू येईल, त्याआधी नाही,' असे वरदान दिले होते.

याचा अर्थ कर्ण युद्ध संपेपर्यंत कौरवांच्या शिबिरात नुसता बसून भीष्म कधी धारातीर्थी पडतात याची वाट बघत राहणार की काय? एवढं घोर संकटसमय आला असतानादेखील कर्णाबद्दल भीष्मांना इतका पराकोटीचा द्वेष का वाटावा? हे योग्य होतं का? भीष्मांच्या मनात कर्णाबद्दल असूया तर नव्हती ना? आपल्यापेक्षा अर्ध्या वयाचा असलेला मुलगा युद्धकौशल्यात आपल्या तोडीस तोड आहे, हे बघून भीष्मांचा अहंकार दुखावला जात होता का? विचारांचे आंदोलन मनात सुरू होते. तोवर पिता द्रोण यांनी खुणेनेच मला गप्प राहण्यास बजावले. मी गप्प झालो खरा; पण आयुष्यात प्रथमच मला महापराक्रमी भीष्मांच्या व्यक्तिमत्त्वावर असलेलं क्षुद्रतेचं आवरण दिसून आलं.

दुर्योधनाचा चेहरा खिन्नतेने काळवंडला. ज्या उद्देशाने त्याने कर्णाला अंगदेशाचा राजा बनवलं होतं, तो मूळ हेतूच मातीमोल झाला होता. कर्णाच्या भरवशावरच तर त्याने पांडवांना युद्धासाठी ललकारलं होतं. तो पायाच भीष्मांच्या अटीमुळे पुरता डगमगला; पण इलाज नव्हता. भीष्मांचे नेतृत्व किंवा कर्णाचे शौर्य यापैकी एक निवड करायची होती. मला जाणवलं की, दुर्योधनाची ही अवस्था बघून भीष्मांना मनातल्या मनात खूप आनंद होत होता; परंतु वरकरणी ते म्हणाले, 'पुत्र दुर्योधना! असा हताश होऊ नकोस. कर्णाच्या अनुपस्थितीमुळे तुला रणभूमीत अपेक्षित लाभ होणार नाही हे मी जाणतो; पण मी तुला वचन देतो की, मी रोज किमान दहा सहस्र पांडव सेनेचा वध करेन. तुला कर्णाची अनुपस्थिती जाणवणार नाही याचा पूर्ण प्रयत्न करेन. मी तुला आणखी एक वचन देतो की, युद्ध करतेवेळी मी समोर कोण आहे याचा विचार करणार नाही. भेदभाव करणार नाही. शिखंडी सोडून दुसरं जे कोणी माझ्यासमोर येईल, त्याला यमसदनी धाडून देईन.'

शिखंडी! हे नाव मी पहिल्यांदाच ऐकलं; पण मी सोडून तिथे हजर असलेल्या कोणाच्याच चेहऱ्यावर आश्चर्य उमटलं नाही. याचा अर्थ फक्त मलाच शिखंडीबद्दल काही माहिती नव्हतं. होता तरी कोण हा शिखंडी? भूतलावरील सर्वश्रेष्ठ योद्धा भीष्माने ज्याच्यावर शस्त्र उचलणार नाही असं सांगितलं? माझं कुतूहल जागृत झालं.

युद्ध शिबिरांत माझ्या निवासाची व्यवस्था पिता द्रोणांच्या सोबत होती. त्याच रात्री मी शिखंडीचा विषय काढला.

'पिताश्री! हा शिखंडी कोण आहे? भीष्मांचा आणि त्याचा नक्की काय संबंध आहे? शिखंडी समोर शस्त्र खाली ठेवण्याचा निश्चय भीष्मांनी का केला आहे?'

'ती एक खूप जुनी आणि मोठी कहाणी आहे अश्वत्थामा!' द्रोणाचार्यांनी एक दीर्घ निःश्वास टाकत सागायला सुरुवात केली. 'भीष्म आणि शिखंडी यांचा गतजन्माशी संबध आहे. त्याकाळी काशीच्या राजाला तीन कन्या होत्या – अंबा, अंबिका आणि अंबालिका. तिघींचा विवाह एकाच वेळी करायचा असं काशी नरेशांनी ठरवलेलं होतं. मग एक स्वयंवर आयोजित करून सर्व शेजारी राजांना आमंत्रित केलं. त्या वेळी गंगापुत्र भीष्म तरुण होते; पण आपले पिता शंतनू यांच्या समाधानासाठी आजीवन ब्रह्मचारी राहून हस्तिनापुराच्या राजसिंहासनाचे रक्षण करण्याची प्रतिज्ञा भीष्मांनी घेतलेली होती. शंतनू आणि सत्यवती यांचा पुत्र विचित्रवीर्य विवाहयोग्य होता. तथापि, काही कारणामुळे काशी नरेशाने हस्तिनापूरला स्वयंवराचं आमंत्रण पाठवलेलंच नव्हतं. या अपमानामुळे क्रोधीत होऊन भीष्म एकटेच काशीला गेले. स्वयंवराच्या ठिकाणी जाऊन त्यांनी सर्वांसमोर हस्तिनापुराच्या अवमानाचा निषेध केला. एवढंच नाही तर काशी नरेशाच्या तिन्ही कन्यांना स्वबळावर उचलून रथात घातलं आणि विचित्रवीर्याशी विवाह लावून देण्यासाठी हस्तिनापूरला घेऊन आले.

'काशी नरेशाच्या अंबिका आणि अंबालिका या दोन कन्यांनी भीष्मांच्या दबावाखाली विचित्रवीर्याशी विवाह केला; परंतु तिसरी कन्या अंबा हिचे आधीपासूनच शाल्वराजावर प्रेम होते, त्यामुळे तिने विचित्रवीर्याशी विवाह करण्यास ठाम नकार दिला. हे ऐकताच भीष्मांनी आदरपूर्वक तिची पाठवणी शाल्वराजाकडे केली. अंबा जेव्हा तिथे पोहोचली, शाल्वराजाने कानावर हात ठेवले. तो म्हणाला की, भीष्मांनी बलपूर्वक तुझे हरण केल्यामुळे तुझ्यावर भीष्माचा अधिकार आहे. आता मी तुझा स्वीकार करू शकत नाही.

'अंबाने खूप समजूत घालायचा प्रयत्न केला; परंतु शाल्वराजाने काही ऐकून घेतले नाही. व्यथित होऊन अंबा हस्तिनापूरला परत आली. भीष्मांना सारं कथन केलं आणि आपल्या दुर्दशेबद्दल दोषही दिला. 'माझ्या प्रतिष्ठा

आणि मर्यादेचं रक्षण करणं हे आता तुमचं कर्तव्य आहे,' असं तिने भीष्मांना सुनावलं. मग तिने भीष्मांसमोर विवाहाचा प्रस्ताव ठेवला; परंतु भीष्मांनी आजीवन ब्रह्मचर्याची शपथ घेतली असल्याने त्यांनी साफ नकार दिला. अशा प्रकारे अंबा वारंवार अपमानित झाली. तिला कोठेच थारा उरला नाही. साऱ्या आयुष्याची वाट लागली.'

'परंतु पिताजी,' मी मधेच बोललो, 'भीष्मांच्या उन्माद आणि आवेगामुळेच अंबेचं जीवन उद्‌ध्वस्त झालं, हे तर खरंच आहे की. अशा परिस्थितीत आपल्या प्रतिज्ञेपेक्षा अंबेच्या उद्धाराला जास्त महत्त्व देणं हे भीष्मांचं नैतिक कर्तव्य होतं असं मला वाटतं. मग पुढे काय झालं?'

'तुझं म्हणणं बरोबर आहे. भीष्माचं ते नैतिक कर्तव्य होतं; परंतु अंबेच्या अवहेलनेपेक्षा भीष्मांना आपली प्रतिज्ञा अधिक महत्त्वाची वाटत होती, त्यामुळे त्यांनी स्वतःची चूक कबूल केली नाही आणि अंबेशी विवाह करण्यासही नकारच दिला, त्यामुळे तिचे आयुष्य पुरते उद्‌ध्वस्त होऊन गेले. शाल्वराजाने त्याग केल्यामुळे अंबा दुःखी झाली होती; पण भीष्मांनी केलेल्या अवहेलनेमुळे तिचं हृदय विदीर्ण झालं. तिने शाल्वाला माफ केलं; पण भीष्मांचे अपराध ती कधीच माफ करू शकली नाही. या अपमानाचा सूड घेण्याचा तिने दृढ निश्चय केला.

'अंबेला एका अशा महारथीचा शोध होता, जो त्या अबलेच्या मदतीसाठी विश्व-विजेत्या भीष्मांशी टक्कर घेऊ शकेल. ती मदतीची याचना करत एका ठिकाणहून दुसरीकडे फिरत राहिली. तिची व्यथा ऐकणारा प्रत्येक जण व्याकूळ होई; परंतु भीष्मांशी लढा द्यायचा हे जाणवताच एकदम माघार घेत असे. पाण्याने भरलेल्या मातीच्या घड्याला एकदम छिद्र पडावे आणि सारे पाणी ओसरून जावे तसा भीष्मांचे नाव ऐकताच लोकांचा जोर ओसरून जात होता.

'अखेर आपले आजोबा होत्रवाहन यांनी सुचवल्याप्रमाणे अंबा मदतीची याचना घेऊन परशुरामांकडे गेली. परशुराम हे भीष्मांचे गुरू ऋषी जमदग्नी यांचे पुत्र होते. ते महापराक्रमी आणि महाकोपिष्ट स्वभावाचे होते. क्षत्रियांशी युद्ध करण्यास ते सदैव आतुर असत. अंबेची व्यथा ऐकताच त्यांनी तत्काळ तिची मदत करण्याचे कबूल केले. आधी त्यांनी अंबेशी विवाह करण्यासाठी भीष्मांना समजुतीने सांगितले; परंतु भीष्मांनी त्यांचेही ऐकले नाही. शेवटी त्यांची बोलाचाली एवढी फिस्कटली की, दोघांमध्ये युद्धाची वेळ येऊन ठेपली.'

'काय सांगताय? परशुराम आणि भीष्म यांच्यात युद्ध झालं?' मी आश्चर्यातिरेकानं विचारलं.

'होय!' पिता द्रोण शांतपणे उत्तरले, 'समस्त देवता आणि संपूर्ण जगाने कधी पाहिलं नसेल, असं घनघोर युद्ध झालं. दोघेही पराक्रमाचे महामेरू, त्यामुळे अनेक दिवस उलटले तरी युद्धाचा काही निकाल लागेना. अखेर भीष्मांची माता गंगा हिने हस्तक्षेप करून युद्ध थांबवलं. अशा प्रकारे परशुरामदेखील अंबेला न्याय मिळवून देऊ शकले नाहीत. अंबेचं धैर्य आता संपत चाललं होतं. काळ उलटेल तशा जखमा भरून येण्याऐवजी घाव आणखीनच ताजे झाले. भीष्माचा सूड घेण्याच्या तिच्या इच्छेने आता रौद्र रूप धारण केलं. मनुष्य जेव्हा मनुष्याची मदत करू शकत नाही तेव्हा एकच उपाय उरतो; ईश्वराची आराधना करणे. अंबेनेसुद्धा यमुनेच्या तटावर कठोर तपश्चर्या सुरू केली. पहिले सहा महिने ती केवळ वायू भक्षण करून राहिली. नंतर एक वर्ष निराहार करून यमुनेच्या पाण्यात उभे राहून तप केले. त्यानंतर एक वर्ष झाडांची खाली पडलेली पाने खाऊन आणि पायाच्या एका अंगठ्यावर उभं राहून तप सुरू ठेवलं. तिच्या या कठोर तपश्चर्येमुळे धरती आणि आकाश संत्रस्त झाले.

'या घनघोर तपश्चर्येमुळे तिच्या अर्ध्या शरीराचे रूपांतर अंबा नामक नदीमध्ये झाले. उरलेल्या अर्ध्या शरीराने वत्सदेशच्या राजाची कन्या म्हणून जन्म घेतला. आपल्या नव्या जन्मातही तिला पूर्वजन्मीचे स्मरण होते, त्यामुळे तिने तपश्चर्या तशीच पुढे सुरू ठेवली. अखेरीस साक्षात उमापती भगवान शंकरांनी तिला दर्शन दिलं. तपश्चर्येचं वरदान म्हणून तिने भीष्मांना ठार मारण्याचा उपाय विचारला. त्यावर भगवान शंकर म्हणाले की, 'भीष्म इच्छामरणी असल्यामुळे त्यांच्या मृत्यूचे वरदान देता येणार नाही; परंतु मी तुला असा वर देतो की, पुढील जन्मी युद्धात त्यांच्या मृत्यूचे कारण नक्की तूच बनशील.'

ही सारी कथा ऐकून मी थरारून गेलो होतो. पुढची संपूर्ण कहाणी समजल्याखेरीज मला झोप लागली नसती. 'मग पुढे काय झालं?' मी विचारलं.

'खुद्द भगवान शंकरांचे वरदान मिळाल्याने अंबेला समजून चुकलं की, भीष्मांचे पारिपत्य करण्यासाठी तिला पुढचा जन्म घ्यावा लागणार. त्याकरिता सध्याचा जन्म संपायला हवा, त्यामुळे एक क्षणाचाही विचार न करता, तिने चिता तयार केली आणि त्यामध्ये जळून भस्म झाली.'

'मग काय झालं पिताश्री? अंबेचा पुनर्जन्म झाला का? कुठे आहे ती आता?' मी विचारलं.

'होय! पांचाल नरेश द्रुपदाच्या घरी अंबेचा पुनर्जन्म झाला,' द्रोण उत्तरले.

हे ऐकून मी चकित होण्याच्या पार गेलो. 'राजा द्रुपदाच्या घरी? पण द्रुपदाला तर दोनच अपत्ये आहेत – धृष्टद्युम्न आणि द्रौपदी! मग अंबा...?'

'धीर धर जरा. मी सांगतोच आहे,' द्रोण म्हणाले. 'द्रुपदाची केवळ दोनच अपत्ये आहेत हे अर्धसत्य आहे. पूर्ण सत्य असे आहे की, धृष्टद्युम्न आणि द्रौपदीच्या आधी द्रुपदाकडे कन्या जन्माला आली. त्याच कन्येचे नाव शिखंडी आहे.'

आता मात्र मी पुरता चक्रावून गेलो. 'म्हणजे? शिखंडी स्त्री आहे? पण भीष्म तर म्हणाले की, मी युद्धात शिखंडीवर वार करणार नाही. मुळात एक स्त्री युद्धात भाग कसा घेऊ शकेल?'

'त्यामागे पण एक रहस्य आहे. शिखंडीचा जन्म कन्या म्हणून झाला; परंतु द्रुपदाला सुरुवातीपासूनच पुत्र व्हावा अशी तीव्र आस लागलेली होती, त्यामुळे त्याने हेतुपुरस्सर अशी कंडी पिकवली की शिखंडी हा मुलगा आहे. एवढेच नाही तर शिखंडी या कन्येवर सारे संस्कार आणि तिचे पालनपोषण त्याने एखाद्या मुलाप्रमाणेच केले. पुढे त्याचा फार भयंकर परिणाम झाला. काही काळाने शिखंडी विवाहयोग्य झाली; परंतु सगळे लोक तिला मुलगाच समजत होते.'

'दरम्यान, दशार्णराज हिरण्यवर्मा याने आपल्या कन्येशी शिखंडीचा विवाह लावून देण्याचा प्रस्ताव द्रुपदाकडे पाठवला. आता द्रुपद मोठ्या पेचात पडला; पण जनमानसात छी-थू नको म्हणून त्याने हा प्रस्ताव चक्क स्वीकारला.'

'हे अविश्वसनीय आहे. एका स्त्रीचा दुसऱ्या एका स्त्रीशीच विवाह झाला?' मी थक्क होऊन विचारलं.

'हो विवाह झाला आणि त्याचा पुढे जो परिणाम व्हायचा तोच झाला. शिखंडीच्या पत्नीने आपला पिता हिरण्यवर्मा याला खरं काय ते सांगितलं. त्यावर त्याने शिखंडीचा भयंकर अपमान केला. शिखंडी कष्टी होऊन घर सोडून जंगलात जाऊन राहू लागली. तिथे तिला स्थूणाकर्ण नावाचा एक

यक्ष भेटला. शिखंडीची कहाणी ऐकून त्याला दया वाटली. त्याने काही कालावधीसाठी तिचे स्त्रीत्व स्वतःकडे घेतले आणि स्वतःचे पौरुष तिला बहाल केले. जेणेकरून ती हिरण्यवर्माकडे परत जाऊन आपण पुरुष असल्याचे सिद्ध करू शकेल आणि अपमान धुऊन काढू शकेल. यक्ष आणि शिखंडीमध्ये असं ठरलं की, काम पूर्ण झाल्यावर शिखंडी आपणहून जंगलात परत येईल आणि यक्षाला त्याचं पुरुषरूप परत देईल. त्यानुसार, अवघ्या काही वेळातच यक्ष आणि शिखंडीच्या लिंगांची अदलाबदल झाली.

'मग पुरुषरूपातील शिखंडी सरळ दशार्णराजाकडे परत आला. पौरुष सिद्ध केलं. त्यानंतर ठरल्याप्रमाणे यक्षाला पुरुष रूप परत करण्यासाठी शिखंडी जंगलात परत गेला, तेव्हा स्थूणाकर्ण कपाळाला हात लावून रडत बसला होता. शिखंडीने कारण विचारताच त्याने सांगितलं की, शिखंडी निघून गेल्यानंतर यक्षराज कुबेर तिथे आला. स्थूणाकर्णाला स्त्रीरूपात पाहून तो चकित झाला. जेव्हा सारी हकिकत समजली तेव्हा तो संतप्त झाला आणि त्याने स्थूणाकर्णाला शाप दिला की, त्याला आता स्त्री बनूनच राहावं लागेल. शिखंडीच्या मृत्यूनंतरच त्याला स्वतःचे पुरुषरूप परत मिळेल. हे ऐकून शिखंडीला वाईट वाटलं; पण आता इलाज नव्हता. मग पुरुष बनलेला शिखंडी पुन्हा आपला पिता द्रुपद याच्या घरी आला.'

एवढं बोलून द्रोण थांबले. त्यावर मी एवढा वेळ मनात घोळत असलेला प्रश्न विचारला, 'हे सगळं तुम्हाला कसं ठाऊक?'

शिखंडी पांचाल देशात परत आल्याने द्रुपदाला आनंद झाला. त्याने धृष्टद्युम्न आणि शिखंडीला एकत्रच माझ्याकडे धनुर्विद्या शिकायला पाठवलं, तेव्हा मला सारी कहाणी समजली. तुला काही माहिती नाही. कारण, त्या वेळी तू कौरव राजकुमारांबरोबर देशाटनाला गेला होतास. तुम्ही परत येईपर्यंत धृष्टद्युम्न आणि शिखंडी शिक्षण संपवून पांचाल देशाला परतले होते.'

'अच्छा! आणि हे सारं अर्थातच भीष्मांना माहिती आहे म्हणूनच ते शिखंडीवर वार करणार नाहीत. कारण, ते जाणतात की शिखंडी हा वास्तविक स्त्री आहे.'

'बरोबर! आणि बहुधा अशा प्रकारेच शिखंडीच्या रूपात अंबा भीष्मांचा वध करून आपला प्रतिशोध पूर्ण करेल असं दिसतंय,' पिता द्रोण म्हणाले.

वास्तविक आपण सर्वच जण पूर्वजन्मी एक तर स्त्री किंवा पुरुष म्हणून वावरलेलो असतो. मग जो आधी स्त्री होता आणि आता पुरुष आहे; त्याचं

सद्य अस्तित्व नाकारून हटवादीपणे त्याला स्त्री समजण्यात काय शहाणपण आहे? पूर्वजन्म, भूतकाळ यांचे धागेदोरे एकमेकांत गुंफून कशा प्रकारे वर्तमान आणि भविष्यकाळाची दिशा ठरवत असतील? भीष्मांच्या 'इच्छा मरणी' कवचाचा भेद करून त्यांचा वध करणे शिखंडीला तरी खरच शक्य होईल का? अंबेचा प्रतिशोध या जन्मी तरी पूर्णत्वास जाणार का? हे आणि असे अनेक विचार करता करता पहाटे कधीतरी मला झोप लागली.

२१

दुसऱ्या दिवशी सकाळी युद्धाला प्रारंभ झाला. या महायुद्धासाठी काही नियम ठरविण्यात आले होते. सूर्यास्त होताच क्षणी युद्ध थांबेल आणि इच्छा असल्यास दोन्ही पक्षाचे लोक निर्भयपणे एकमेकांना भेटू शकतील; मात्र सैन्य सोडून बाहेर पडणाऱ्या कोणालाही असे करता येणार नाही. भयभीत, अचेतन (बेशुद्ध) व्यक्तीवर हल्ला केला जाणार नाही; जे निःशस्त्र आहेत, ज्यांचे कवच नष्ट झाले आहे त्यांच्यावर तसेच जे शरणागत आहेत किंवा युद्ध सोडून पळून चालले आहेत त्यांच्यावर वार केले जाणार नाहीत असे ठरले. ज्यांनी हातातील अस्त्र-शस्त्र खाली ठेवले आहे, त्याच्यावर प्रहार करायचा नाही, असाही नियम करण्यात आला.

रणभूमीवर जेव्हा युद्धाचे नियम ठरविले जात होते, तेव्हा इकडे राजमहालात धृतराष्ट्र व्याकूळ झाला होता. कुरुवंशातच काय पण भारतवर्षात घडणाऱ्या आजवरच्या सर्वांत मोठ्या महायुद्धाची पायाभरणी करण्यात धृतराष्ट्राची खूप महत्त्वाची भूमिका होती. तथापि, आपल्या अपंगत्वामुळे युद्धात सहभागी होणे तर दूरच समरांगणावर जाऊन शिबिरातून युद्ध पाहणेदेखील त्याच्या नशिबी नव्हते. सर्वांना कल्पना होती की, जो धर्माच्या बाजूने आहे त्याचाच या युद्धात विजय होणार. ज्ञानी लोकांना हे माहिती होतं की, योगेश्वर कृष्ण नेहमी धर्माच्या बाजूने उभा असतो. धर्माची साथ देण्यासाठीच त्याने आपली नारायणी सेना कौरवांना बहाल केली आणि स्वतः पांडवांकडे गेला. बहुतेक सगळ्यांनाच पांडवांचा विजय होणार याची खात्री होती. अपवाद एकट्या धृतराष्ट्राचा. पुत्रमोह आणि राज्य उपभोगाची लालसा यामुळे धृतराष्ट्राच्या

विवेकबुद्धीवर पडदा पडलेला होता. त्याला ठाम विश्वास होता की भीष्म, द्रोणाचार्य, कृपाचार्य, कर्ण आणि नारायणी सेना यांच्या जोरावर हे युद्ध जिंकणं दुर्योधनाला कठीण जाणार नाही.

आपल्या महत्त्वाकांक्षेच्या पूर्तीसाठी आपल्या तसेच धाकटा बंधू पांडूच्या पुत्रांची कत्तल होणार आहे, याची धृतराष्ट्राला जाणीव होती. पांडवांचा नाश आपल्या डोळ्यांनी पाहायला मिळण्याची तळमळ त्याला लागून राहिली होती. त्याने त्रिकालदर्शी महर्षी व्यासांचं स्मरण केलं. त्यांच्याकडून दिव्यदृष्टी मागून घ्यायची आणि युद्ध बघायचं असा विचार धृतराष्ट्रानं केला; परंतु पुढच्या क्षणी त्याच्या लक्षात आलं की, तसे केल्यास आपल्याच प्रिय पुत्रांचा आणि सैन्याचा संहारदेखील पाहणे क्रमप्राप्त असेल, त्यामुळे थोड्या विचारांती धृतराष्ट्राने आपला मंत्री संजय याला दिव्यदृष्टी बहाल करण्याची महर्षी व्यासांना विनंती केली. वेदव्यासांनी ती मान्य केली आणि संजय याने राजमहालात बसून समरांगणावरील घडामोडींचे साद्यंत वर्णन धृतराष्ट्राला सांगितले.

युद्धाचे नियम निश्चित झाल्यावर एक गगनभेदी शंखनाद ऐकू आला. त्याबरोबर कौरव आणि पांडवांमधील त्या अभूतपूर्व घनघोर महासंग्रामाला तोंड फुटलं. रणभूमीवर घोड्यांचे खिंकाळणे, हत्तींचे चीत्कारणे, सैनिकांचा आरडाओरडा याखेरीज दुसरे काहीच ऐकू येईना. रथी सोबत रथी, महारथीशी महारथी आणि अतिरथी सोबत अतिरथी लढू लागले. भीष्म, द्रोण आणि कृपाचार्य यांचे रथ साऱ्या रणांगणात वावटळीसारखे फिरत होते. बाणांच्या वर्षावामुळे अवघ्या काही वेळात जमिनीवर शवांचा खच पडला. असं वाटत होतं की, जणू आकाशातून रक्ताचा वर्षाव होत असून त्यामुळे रणभूमीचा रंग लालेलाल झाला आहे. पांडवांकडून अर्जुनाचे युद्धकौशल्य आणि भीमाची रणगर्जना यांच्यापुढे टिकाव धरणे कौरवसेनेला मुश्कील झाले होते. पहिल्याच दिवशी दोन्हीकडचे शेकडो सैनिक धारातीर्थी पडले.

त्यापेक्षाही कितीतरी जास्त जखमी झाले. कित्येक दिवस युद्ध असेच सुरू राहिले. दररोज शेकडो सैनिक जखमी होत राहिले आणि मृत्युमुखी पडले. त्या महासंग्रामाला एवढे भीषण स्वरूप प्राप्त झाले होते की, मरणाऱ्याची गणती करणे किंबहुना त्यांचा विचार करणेदेखील व्यर्थ होते.

युद्धामध्ये घडलेली एक महत्त्वपूर्ण घटना आता मी तुम्हाला सांगणार आहे. दुर्योधनाला दिलेल्या शब्दाला जागून भीष्म दररोज प्रलय बनून पांडव सेनेवर तुटून पडत होते. जवळपास एक सहस्र सैनिकांचा संहार एकटे भीष्म

करत होते. मोठमोठे महारथी भीष्मांच्या प्रतापापुढे हतबल झाले. एवढेच काय पण खुद्द श्रीकृष्ण सारथी असलेल्या वीर अर्जुनालादेखील भीष्मांना थांबवणे शक्य होईना. एक वेळ अशी आली की, भीष्मांच्या नेतृत्वाखाली कौरवांच्या अनेक योद्ध्यांनी आणि महारथींनी अर्जुनाच्या रथाला घेराव घातला. अर्जुन पुरता कोंडीत सापडला. आता तो निसटणे अशक्य आहे असे वाटत असतानाच अघटित घडलं. रथाच्या घोड्यांच्या ओठाळ्या हातातून सोडून देत कृष्णाने रणभूमीवर उडी मारली. त्यांच्या पावलांच्या धप्प अशा आघाताने धरणीकंप झाला. पुढच्या क्षणी त्यांच्या हातात सुदर्शनचक्र चमकू लागले. काळ्या ढगांच्या मधून विद्युल्लता चमकावी तसे कृष्णाचे पितांबर वस्त्र वाऱ्यावर तेजाने फडफडत होते. कृष्णाचे ते अनपेक्षित रौद्र रूप पाहून सर्व कौरव घाबरले आणि त्यांनी पटापट माघार घेतली.

परंतु भीष्मांवर त्याचा कणमात्र परिणाम झाला नाही. त्यांनी शस्त्र खाली ठेवून हात जोडले आणि म्हणाले, 'हे चक्रधारी माधवा! तू या समस्त जगाचा स्वामी आहेस. सर्वांना स्वतःच्या चरणी शरण देतोस. तुझ्या हातून मरण आले तर त्यापेक्षा आणखी दुसरे सौभाग्य काय असणार! तेव्हा हे प्रभो! माझे प्राण हरण करून माझे आजवरचे जीवन सार्थकी लावा.' शेकडो सैनिकांचे निर्ममपणे शिरकाण करणाऱ्या भीष्मांचे डोळे भक्ती आणि प्रेमामुळे ओलावले होते. कृष्णाच्या हातात अद्याप सुदर्शनचक्र गरगरत होते आणि त्यांचे डोळे क्रोधाने लालबुंद दिसत होते.

मला कृष्णाने अर्जुन आणि दुर्योधनासमोर घेतलेली प्रतिज्ञा आठवली, तेव्हा कृष्णानं असं सांगितलं होतं की, तो युद्धामध्ये अस्त्र-शस्त्र उचलणार नाही. मग आपली प्रतिज्ञा त्यांनी का मोडली? मी हा विचार करत असतानाच अर्जुन रथातून खाली उतरला आणि कृष्णाचे पाय धरून आर्जवी स्वरात म्हणाला, 'केशवा! कृपया शांत व्हा. तुम्ही शस्त्र न उचलण्याची प्रतिज्ञा केलेली आहे. प्रतिज्ञेचा भंग करून आपली प्रतिमा मलीन होऊ देऊ नका माधवा!'

परंतु कृष्णाचा क्रोध सहजासहजी शांत होणारा नव्हता. 'नाही अर्जुना! हे युद्ध अधर्माच्या विरोधात पुकारलं आहे. त्यामुळे यामध्ये लढताना मला स्वतःचं वचन किंवा प्रतिमा यांची मुळीच तमा नाही. गंगापुत्र भीष्मांना अटकाव केला नाही तर तुझा विनाश निश्चित आहे. माझं स्वतःपेक्षा जास्त तुझ्यावर प्रेम आहे, त्यामुळे तुझ्या प्राणांचे रक्षण करण्यासाठी मी अशा हजारो प्रतिज्ञा तोडू शकतो.'

यावर अर्जुन म्हणाला, 'केशवा! मी तुम्हाला वचन देतो की, मी पुरुषार्थाची पराकाष्ठा करेन. पितामहांना अडविण्यासाठी माझ्या गांडीव धनुष्यात नव-ऊर्जेचा संचार करेन. तुम्हाला माझी शपथ आहे, कृपया शांत व्हा.' आता मात्र कृष्णाचा नाइलाज झाला. अर्जुनाने स्वतःची शपथ घालून त्याला प्रेमाच्या धाग्यात बद्ध केलं होतं. कृष्ण शांत झाले आणि सारथ्य करण्यासाठी पुन्हा रथात जाऊन बसले.

इकडे माझ्या प्रश्नाचं उत्तर मला मिळालं होतं. या घटनेचा माझ्या मनावर खोल प्रभाव पडला. युद्धभूमीच्या मध्यावर उभा राहून मी त्या दोन महावीरांच्या प्रतिज्ञांची तुलना करू लागलो. एकीकडे पितामह भीष्म जे आपल्या प्रतिज्ञेचे पालन करण्यासाठी धर्माला बाजूला सारून दुर्योधनाकडून म्हणजेच अधर्माच्या बाजूने लढत होते, तर दुसरीकडे श्रीकृष्ण होते. ज्यांच्या लेखी धर्माच्या रक्षणापुढे निर्जीव प्रतिज्ञेचे काहीच मोल नव्हते. भीष्मासाठी आपल्या प्रतिज्ञेपेक्षा मोठं अन्य काही नव्हतं. काय वाटेल ते झालं तरी ते प्रतिज्ञा मोडायला तयार नव्हते, तर कृष्णानं मात्र धर्माच्या संस्थापनेसाठी आणि आपल्या निस्सीम भक्ताच्या रक्षणासाठी प्रतिज्ञा मोडायला क्षणभराचा विलंब लावला नाही.

कृष्णाला पक्कं ठाऊक होतं की, पांडवांची बाजू सावरायची असेल तर भीष्मांचे पतन होणे अनिवार्य आहे. सूर्यास्तानंतर युद्ध थांबले. आपापल्या शिबिरात बसून दुसऱ्या दिवशीच्या रणनीतीवर चर्चा सुरू झाल्या. त्या वेळी कृष्ण फक्त इतकंच म्हणाला, 'मला वाटतं शिखंडीला रणांगणात उतरविण्याची वेळ आता आलेली आहे.'

युद्धाचा दहावा दिवस उजाडला. त्या दिवशीचा सूर्य उगवला तोच मुळी कौरवांसाठी अनिष्टाची चाहूल घेऊन. रणशिंग फुंकलं गेलं. आज अर्जुनाच्या रथापुढे आणखी एक दुसराच रथ धावत होता. त्या रथामध्ये शिखंडी उभा होता. मी प्रथमच अर्जुनाला लपूनछपून वावरताना पाहिलं. युद्धभूमीवर येताच शिखंडी आणि अर्जुनानं भीष्मांच्या दिशेने मोर्चा वळवला. शिखंडीवर नजर पडताच भीष्मांच्या लक्षात आलं की, तो त्यांच्यासाठी युद्धाचा शेवटचा दिवस ठरणार आहे.

त्यांनी मुद्दामच रथाची दिशा बदलली आणि दुसरीकडे लढायला सुरुवात केली. तरीही शिखंडीकडे त्यांचे बरोबर लक्ष होते. तो रणभूमीवर आलाच मुळी आपल्यासाठी, त्यामुळे कसंही करून तो सामोरा येणार याची

भीष्मांना खात्री होती आणि काही वेळात तसंच घडलं. शिखंडी आणि भीष्म आमनेसामने आले.

'शिखंडी!' कृष्णाचा आवाज हळूच त्याच्या कानात ऐकू आला. 'तुझा बदला घेण्याची हीच वेळ आहे. वार कर!' यावर शिखंडीने मागे वळून पाहिले तर काही अंतरावर कृष्ण शांतपणे अर्जुनाच्या रथात बसलेला दिसला. मग हा आवाज कोणाचा आणि कसा आला? शिखंडी बुचकळ्यात पडला असतानाच पुन्हा कृष्णाचा आवाज कानावर पडला, 'विचार करत बसू नकोस! भीष्मांवर बाण सोड.' शिखंडीच्या लक्षात आलं की, ही कृष्णाची गुप्त सूचना होती. त्याने धनुष्यावर बाण चढवला, प्रत्यंचा ताणली आणि बाण सोडला. तो भीष्मांच्या दंडात घुसला. भीष्म शिखंडीकडे बघत शांतपणे आपल्या रथात उभे होते. त्यांच्या चेहऱ्यावर मंद स्मित होतं. किती आश्चर्याची बाब होती ही. काही क्षणांपूर्वी शत्रूवर वज्राघात करणारे पितामह भीष्म शिखंडीने प्रहार करूनदेखील शांत उभे होते. शिखंडीने एकापाठोपाठ एक बाण सपासप सोडले. शिखंडीशी न लढण्याची प्रतिज्ञा असल्याने भीष्मांनी ते सारे वार सहन केले. कृष्णाने अतिशय धूर्तपणे ही खेळी आयोजित केलेली होती. संपूर्ण युद्धादरम्यान कृष्णाच्या चतुराईचे अनेक अनुभव आम्हाला आले. त्याने शस्त्र उचलून प्रत्यक्ष युद्धात सहभाग घेतलेला नसला; तरीही त्याच्या अजोड युक्तीच्या आणि दिव्य शक्तीच्या छत्रछायेत पांडव अगदी सहजतेने अकरा अक्षौहिणी कौरव सेनेविरुद्ध लढत होते.

शिखंडीच्या बाणांमुळे भीष्मांना थोडी फार जखम झाली तरी महापराक्रमी इच्छा मरणी भीष्मांचा मृत्यू घडवून आणण्याइतकी ताकद त्यामध्ये नव्हती. ते सामर्थ्य फक्त अर्जुनाच्या बाणांमध्ये होते, त्यामुळे अखेर कृष्णाने अर्जुनाला तसा संकेत केला. अर्जुनाने शिखंडीच्या आडून निशाणा साधला आणि बाण सोडला.

सप्पाक!!

अर्जुनाचा बाण विफल होईल असे कुठलेच कवच जगात नव्हते. त्या बाणाने आपले लक्ष्य अचूक साधले. पितामह भीष्मांची छाती चिरून तो बाण पलीकडे गेला. त्या आघातामुळे भीष्म जरासे डगमगले; पण धारातीर्थी पडले नाहीत.

अर्जुनाला समोर पाहताच हस्तिनापुराप्रती असलेले आपले कर्तव्य त्यांना आठवले; पण आता फार उशीर झालेला होता. स्वतःला सावरून

धनुष्य हाती घेण्याआधीच अर्जुनाने शेकडो बाण सोडून त्यांना विद्ध करून टाकले. अर्जुनाने मारलेला प्रत्येक बाण लक्ष्यावर अचूक बसला होता. मारलेला एक एक बाण एवढा सुयोग्य आणि संतुलित पद्धतीने सोडलेला होता की, प्रत्येक बाण भीष्मांच्या शरीराच्या पुढील भागातून घुसून मागील बाजूने आरपार बाहेर निघून गेला होता. एवढेच नव्हे तर त्या बाणांमुळे भीष्मांच्या शरीराला पडलेले प्रत्येक भोक एकसमान आकाराचे आणि लांबीचे होते. अर्जुन निःसंशय जगातील सर्वश्रेष्ठ धनुर्धारी होता.

भीष्मांच्या तोंडून वेदनेचा चीत्कार निघाला आणि अखेर ते रथातून कोसळले; परंतु धरणीवर पडले मात्र नाहीत. आपण खुद्द स्वतःच्या पितामहांवर वार करतोय याची पूर्ण जाणीव अर्जुनाच्या मनात होती. भीष्मांसारख्या जगातील सर्वश्रेष्ठ महारथी वीराची पाठ रणांगणात जमिनीला लागता कामा नये ही अर्जुनाची इच्छा होती, त्यामुळे त्याने प्रत्येक बाण अतिशय विचारपूर्वक सोडलेला होता. भीष्मांच्या शरीरातून पार होऊन ते बाण मागे जमिनीत अशा प्रकारे रुतून बसले की, आपसूक त्यांची एक शय्या तिथे तयार झाली होती. भीष्म रथातून कोसळले ते याच शय्येवर पडले.

ज्यांच्या मांडीवर खेळून आपण लहानाचे मोठे झालो, ते आपले पितामह आपल्यामुळेच असे विकल अवस्थेत पडलेले पाहून अर्जुनाचा धीर खचला. त्याच्या हातातून गांडीव धनुष्य गळून पडले. गुडघ्यांवर बसून तो ढसाढसा रडू लागला. गंगापुत्र भीष्म धाराशायी पडल्याची वार्ता वाऱ्याच्या वेगाने पसरली. तत्क्षणी युद्ध जागच्या जागी थांबलं. साऱ्या रणभूमीवर कमालीची शांतता पसरली. तमाम योद्धे आणि सैनिक शस्त्रे खाली ठेवून शरपंजरी भीष्मांभोवती गोळा झाले. सगळे जण व्यथित मुद्रेने भीष्मांचे दर्शन घेऊ लागले. अशा वेळी फक्त कृष्ण आणि शिखंडीच एकमेकांकडे बघून स्मितहास्य करत होते.

युद्धाचं हेच वैशिष्ट्य आहे की, यामध्ये एकाच वेळी खेद आणि प्रसन्नता दोन्ही भावना जागृत असतात. तथापि, युद्ध हे केवळ विनाशाचा अग्रदूत असते. यात भाग घेतलेले योद्धे आपल्याच भाऊबंदांच्या आणि सग्यासोयऱ्यांच्या रक्ताने माखून, त्यांची शतविशत झालेली शरीरे तुडवत जय आणि पराजय यांच्यामध्ये लटकलेले असतात. एखाद्या लंबकासारखे इकडून तिकडे हेलकावे खात राहतात.

तिकडे हस्तिनापुराच्या राजमहालात दिव्यदृष्टीप्राप्त संजयाने भीष्मांच्या पतनाची वार्ता धृतराष्ट्राला सांगितली. ती ऐकून धृतराष्ट्र अत्यंत भयभीत

झाला. हस्तिनापुराच्या राजसिंहासनासाठी ही मोठी अशुभ वार्ता होती. आता कुठल्याही क्षणी विजयाचं पारडं पांडवांच्या बाजूने झुकू शकत होतं. धृतराष्ट्राने अभावितपणे दोन्ही हातांनी डोक्यावरील राजमुकुट घट्ट धरून ठेवला.

नेत्रहीन धृतराष्ट्राच्या दिशाहीन महत्त्वाकांक्षेचं आणि बुद्धिहीन मस्तकावरील राजमुकुटाचं रक्षण करण्यासाठीच तर हे महायुद्ध सुरू झालं होतं ना!

२२

भीष्मांच्या पतनामुळे कृष्ण आणि शिखंडीच्या जोडीला आणखी एक जण समाधानी झाला होता – अंगराज कर्ण. अर्जुनाच्या रक्ताची तहान असलेला कर्ण गेल्या दहा दिवसांपासून शिबिरात नुसता बसून व्याकूळ झाला होता; परंतु भीष्म धाराशायी झाल्यामुळे आता त्याला युद्धभूमीवर जाण्याचा मार्ग खुला झाला. रणांगणात उतरताच तो विजेच्या कल्लोळाप्रमाणे शत्रूवर तुटून पडला. इतके दिवस 'सूतपुत्र' हा शब्द ऐकून ऐकून त्याचे कान किटले होते. सदोदित होणाऱ्या अपमानामुळे त्याच्या मनात पेटलेली ठिणगी आता वडवानल बनली होती, त्यामुळे कर्ण रणांगणात येताच चारी दिशांना दाणादाण उडाली. पांडवांच्या सेनेचं पार अवसानच गळालं. भीष्मांच्या नसण्याने जी पोकळी निर्माण झाली होती, ती कर्णाने महापराक्रम करून पुरेपूर भरून काढली.

द्रोणाचार्य आणि कर्ण युद्धात उतरल्यामुळे निकालाचं पारडं पुन्हा कौरवांच्या बाजूने झुकू लागलं. पांडव चिंताक्रांत झाले. कर्णाला चोख प्रत्युत्तर देऊ शकेल अशा वीराची त्यांना गरज होती. अर्जुन शर्थ करत होता; पण द्रोणाचार्य आणि कर्ण यांच्या एकत्रित सामर्थ्याने त्याच्या पराक्रमाचा रंग नाही म्हटलं तरी थोडा फिका पडलाच, त्यामुळे खवळलेल्या अर्जुनानं रौद्र रूप धारण केलं. बाणांचा भीषण वर्षाव करून भल्याभल्या कौरव वीरांना यमसदनी धाडलं.

तेवढ्यात कर्णानं काहीतरी मंत्रोच्चार केला आणि क्षणात इंद्राने वरदान दिलेली ती अमोघ शक्ती त्याच्या हातात प्रकट झाली. ते पाहताच कृष्णाने

चपळाई केली आणि घोडे भरधाव पळवत अर्जुनाचा रथ कर्णापासून लांब दक्षिणेला नेला. आपण कर्णाशी सुरू असलेल्या लढाईतून असा अचानक पळ का काढला ते अर्जुनाला समजलं नाही. त्याबद्दल त्यानं नम्रपणे कृष्णाला विचारलं. 'अमोघ शक्ती!' कृष्ण उत्तरला. 'इंद्राकडून मिळालेल्या अमोघ शक्तीचा वापर तुझ्यावर करायचं कर्णानं ठरवलं आहे म्हणूनच मी तुला तिथून दूर घेऊन आलो. ती शक्ती अचूक अभेद्य आहे. तिचा वार व्यर्थ जाऊ शकत नाही. तिचा स्पर्श होताच कोणाचाही मृत्यू निश्चित आहे.'

'आता काय होणार कृष्णा? माझ्या रक्षणाचा काही मार्ग आहे की...?' अर्जुनानं विचारलं.

त्यावर कृष्ण काही वेळ विचार करत राहिला. मग अर्जुनाच्या खांद्यावर हात ठेवून दिलासा देत म्हणाला, 'तू निश्चिंत राहा पार्थ! मी असताना तुझं काही अहित होणार नाही. मात्र कर्णाच्या त्या शक्तीविरुद्ध पटकन काही तरी उपाययोजना करायलाच हवी.' श्रीकृष्णाचे ते बोलणे ऐकून अर्जुन निर्धास्त झाला आणि गांडीव उचलून त्याने कौरव सेनेशी पुन्हा युद्ध सुरू केलं.

जो कवच बनून कर्णाच्या शक्तीपासून अर्जुनाचं रक्षण करेल अशा एखाद्या योद्ध्याची कृष्णाला गरज होती. सूर्यास्त झाला. त्या दिवसापुरतं युद्ध थांबलं. संध्याकाळी कृष्णानं भीमाला विचारलं, 'भीमा! तू एवढं महत्त्वाचं युद्ध लढतो आहेस; पण तुझा पुत्र घटोत्कच कुठे दिसला नाही? अशा बिकट प्रसंगी त्यानं आपल्या पित्यासोबत असायला हवं ना?'

घटोत्कचाचं नाव ऐकलं आणि मला आठवलं; अजून त्याबद्दल मी तुम्हाला काहीच सांगितलं नाहीये. पांडव वनवासात होते तेव्हाची ही गोष्ट आहे. एक दिवस त्या जंगलात राहणाऱ्या हिडींब नामक राक्षसाशी भीमाची तुंबळ मारामारी झाली. भीमानं हिडींब राक्षसाला ठार केलं आणि त्याची बहीण हिडींबा हिच्याशी विवाह केला. कालांतराने त्यांना एक पुत्र झाला. या पुत्रामध्ये मनुष्य आणि राक्षस यांच्यातील गुणांचं एक अद्भुत मिश्रण होतं. तो आकाराने राक्षसांसारखा महाकाय आणि ताकदवान होता; पण त्याचं वर्तन मनुष्यासारखं विचारशील आणि विवेकी होतं. हिडींबेनं त्याचं नाव घटोत्कच ठेवलं. पांडव वनवास संपवून निघाले; पण घटोत्कच आपल्या मातेसमवेत वनातच राहिला.

कृष्णाचा संकेत भीमाला अचूक कळला. त्याने हिडींबेकडे तातडीने एक दूत धाडला. भीमाचा निरोप मिळताच हिडींबेने आपल्या पुत्राला कुरूक्षेत्राकडे रवाना केले.

दुसऱ्या दिवशी सूर्योदय झाल्यानंतर काहीच वेळात घटोत्कचाचं रणभूमीवर आगमन झालं. पांडवांच्या बाजूने अचानक चालून आलेल्या या महाकाय दैत्याला पाहून कौरव सेनेत हाहाकार उडाला. भीमाखेरीज अन्य कोणीच घटोत्कचाला यापूर्वी कधी पाहिलं नव्हतं. तो एवढा उंच आणि धिप्पाड होता की, त्याच्याकडे पाहून त्याच्या नेमक्या आकाराचा अंदाजच येत नव्हता.

कौरव सेनेने घटोत्कचावर बाणांचा वर्षाव केला; पण त्याला ढिम्म काही फरक पडेना. ते बाण घटोत्कचाच्या शरीरावर धडकून वाळक्या काटकीसारखे तुटत होते. एवढेच नाही तर चक्क द्रोण आणि कृपाचार्य यांच्या बाणांचासुद्धा त्याच्यावर काहीच परिणाम होईना. भरीसभर म्हणून घटोत्कच आवेशात येऊन जोरजोरात गर्जना करत होता. त्या आवाजाने कौरवांच्या कानाचे पडदे फाटायची वेळ आली. या राक्षसापासून वाचण्यासाठी नेमके कुठल्या दिशेला पळावे हेच कौरव सेनेला समजेनासे झाले. ते कुठेही आणि कितीही लांब धावले तरी घटोत्कच एका ढांगेत त्यांना गाठत होता. घटोत्कचाकडे कुठलंही अस्त्र–शस्त्र नव्हतं. आपल्या हाताच्या मुठीत एका वेळी डझनभर कौरव सैनिकांना उचलून दोन्ही पंजांमध्ये चिरडून तो सैनिक मारत होता. शिवाय त्याच्या पायाखाली चिरडून किडामुंगीसारखे मेलेल्या सैनिकांची तर गणतीच नव्हती. त्याने मांडलेला हा भीषण संहार पाहून कौरवांचे मनोबल पुरते खच्ची झाले. द्रोणाचार्य, कृपाचार्य आदी समस्त योद्ध्यांचं एकमत झालं की, वेळेवर या घटोत्कचाचा निकाल लावला नाही, तर गेले दहा दिवस सुरू असलेलं युद्ध तो एकटा आजच संपवून टाकेल.

काही वेळ विचार केल्यानंतर द्रोण कर्णाला म्हणाले, 'कर्णा आता या घटोत्कच नामक महाभयानक आपत्तीतून फक्त तूच सगळ्यांची सुटका करू शकतोस.'

'मी?' कर्णानं आश्चर्यानं विचारलं; पण मी तर केव्हापासून त्याच्यावर बाणांचा वर्षाव करतोच आहे आणि त्याचा काही एक उपयोग होत नाहीये.

'कर्णा मी तुझ्याजवळच्या सामान्य बाणांबद्दल बोलतच नाहीये. तसले बाण तर आमच्यापाशीही आहेत. इंद्राने तुला जी अमोघ शक्ती दिली आहे, त्याबद्दल मी बोलतोय. आता केवळ त्या शक्तीमुळेच घटोत्कचाचा नाश होऊ शकेल,' द्रोण म्हणाले.

'नाही आचार्य! मी ती शक्ती अर्जुनाच्या संहारासाठी राखून ठेवलेली आहे,' कर्ण परखडपणे उत्तरला.

अर्जुनाचं नाव ऐकताच द्रोणाचार्यांची मुद्रा बदलली. एवढा वेळ ते केवळ घटोत्कचाच्या संकटाचा मुकाबला कसा करायचा त्याच विचारात होते आणि त्याच एका हेतूने ते कर्णाला आग्रह करत होते; परंतु अर्जुनाच्या नाशाचा मुद्दा समोर आला आणि त्यांचे हृदय हेलावले. त्यांच्या आग्रहाचे रूपांतर आता हट्टामध्ये झाले.

'तुझा हा विचार योग्य नाही कर्णा!' द्रोण म्हणाले, 'अर्जुनाला मारण्यासाठी आधी तू स्वतः तरी जिवंत राहायला हवं ना? घटोत्कचाने मांडलेला उत्पात निर्मम आहे. तुझ्या एकट्याच्या हट्टापायी मी सगळ्या कौरव सेनेचा जीव पणाला लावू शकत नाही. कौरवांचा सेनापती या नात्याने तुझ्याजवळील अमोघ शक्तीचा वापर करण्याचा मी तुला आदेश देतो.' हे ऐकून मला खूप आश्चर्य वाटलं. कौरवांच्या सेनापतीच्या मनात पांडवांबद्दल एवढी आत्मीयता असणे नक्कीच आम्हा सर्वांचा घात करणार होते.

'जशी आपली आज्ञा सेनापती,' कर्ण कठोर आवाजात म्हणाला.

आपलं धनुष्य उचलून कर्ण ताडताड शिबिराबाहेर निघून गेला. मला पिता द्रोणांच्या चेहऱ्यावर तेच हास्य दिसलं जे एकलव्याकडून अंगठा मागताना तिथे होतं. अर्जुनाबद्दल त्यांना एवढी माया का वाटायची हे तर मी नाही सांगू शकत; पण त्यांच्या या अर्जुनप्रेमाच्या वेदीवर एकलव्य, कर्णासारख्या विलक्षण धनुर्धारी वीरांच्या प्रतिभेचा अकारण बळी गेला हे मात्र नक्की.

मी असा विचार करत असतानाच रणभूमीवर एक महाभयंकर गर्जना ऐकू आली. काही काळासाठी युद्ध थांबलं. विध्वंसाचं तांडव करणारं वादळ एकदम शमल्यासारखं वाटलं. आम्ही धावत जाऊन बघितलं तर घटोत्कचाचं आक्राळविक्राळ पण आता निष्प्राण झालेलं शरीर धरणीवर पडलं होतं. कर्णाने सोडलेल्या अमोघ शक्तीने घटोत्कचाचा वध केला होता. त्याच्या शरीरातून रक्ताचा जणू धबधबा वाहत होता. घटोत्कच कोसळल्यावर त्याच्या मृत शरीराखाली चेंगरून दोन्ही बाजूंचे शेकडो सैनिक ठार झाले होते. घटोत्कचाच्या मृत्यूमुळे पांडव सेना निराश झाली तर कौरव सेनेमध्ये हर्षोल्हासाची लाट उसळली. मी कृष्णाकडे पाहिलं तर त्याचा चेहरादेखील आनंदाने उजळला होता. ते पाहून मला आधी खूप आश्चर्य वाटलं; पण

मग लक्षात आलं की, कर्णाजवळील अमोघ शक्तीपासून अर्जुनाचं रक्षण करण्याचा त्याचा डाव सुफळ झालेला होता.

महायुद्ध सुरू होऊन आता बारा दिवस लोटले. दुर्योधनाची व्याकूळता वाढत चालली होती. तो सतत पांडवांना पराभूत करून युद्ध जिंकण्यासाठी द्रोणाचार्यांना डिवचत होता, त्यामुळे एकदा द्रोण चिडले आणि म्हणाले, 'लहान मुलासारखा हट्ट करू नकोस दुर्योधना! माझ्यापरीने मी सर्व प्रयत्न करत आहे. पांडवांना पराभूत करणं म्हणजे खेळ वाटला का तुला?'

'क्षमा करा गुरुदेव! पण पांडवांचा लवकरात लवकर निकाल लावला नाही, तर आपणच पराभूत व्हायला फार वेळ लागणार नाही,' दुर्योधन म्हणाला.

'मला त्याची जाणीव आहे,' द्रोण उत्तरले, 'म्हणूनच आज मी चक्रव्यूह रचना करणार आहे. अर्जुनाखेरीज जगातील दुसरा कोणीच त्याचा भेद करू शकत नाही. तू काही तरी युक्ती करून अर्जुनाला मुख्य रणभूमीपासून दूर घेऊन जा. तसं झालं तर माझं चक्रव्यूह समस्त पांडवांसाठी मृत्यूचं द्वार बनेल यात शंका नाही.'

हे ऐकून दुर्योधनाचा चेहरा आनंदानं फुलून गेला. 'उत्तम आचार्य! ही फारच छान योजना आहे. मी क्लृप्ती लढवून अर्जुनला दक्षिण दिशेला घेऊन जातो. त्यानंतर लगेच तुम्ही व्यूह रचना करा,' असं म्हणून दुर्योधनानं आपल्या निवडक सेनेला काही सूचना दिल्या. त्यानुसार त्यांनी थेट जाऊन अर्जुनाला डिवचलं. अर्जुन संतप्त होऊन त्यांच्या मागे गेला. ते सगळे जण लढत लढत त्याला मुख्य रणभूमीपासून दूर दक्षिणेकडे घेऊन गेले. त्याबरोबर इकडे द्रोणांनी चक्रव्यूह रचना केली. ते पाहून पांडवांच्या गोटात मोठी खळबळ माजली. माझ्यावर ज्या घटनेमुळे जन्मभराचा कलंक लागला, त्याची सुरुवात या चक्रव्यूहापासूनच झाली असं म्हणायला हरकत नाही.

'आता काय होणार?' भीम चिंताक्रांत होऊन म्हणाला. 'आचार्य द्रोणांनी रचलेल्या या चक्रव्यूहाचा भेद तर फक्त अर्जुनच करू जाणे; पण तो तर लढता लढता पार दूरवर गेला आहे. इकडे हा व्यूह वेगाने आपल्या सेनेचा घास घेत पुढे पुढे सरकत आहे. लवकरात लवकर चक्रव्यूह तोडला नाही, तर अर्जुन इकडे परत येईपर्यंत आपण सगळे जण व्यूहामध्ये स्वाहा झालेले असू.'

'मलासुद्धा तीच काळजी वाटते आहे भीमा!' युधिष्ठिर म्हणाला, 'अर्जुन नसताना कोणीच हा व्यूह भेदू शकणार नाही का?'

'मी भेद करेन या चक्रव्यूहाचा,' कुठूनतरी एक कोवळा आवाज आला. सगळ्यांनी मागे वळून पाहिलं तर तो आवाज अर्जुनाचा सतरा वर्षे वयाचा पुत्र अभिमन्यू याचा होता.

'तू? अरे पण वत्सा, तू कसा भेदणार हे चक्रव्यूह? तुझ्या पित्याखेरीज अन्य कोणालाच त्याचे ज्ञान नाहीये,' भीम म्हणाला.

'तुमचं म्हणणं बरोबर आहे काकाश्री,' अभिमन्यू स्मित करत उत्तरला; 'पण एक गोष्ट आहे जी कोणालाच ठाऊक नाहीये. मी जेव्हा माता सुभद्रेच्या गर्भात होतो तेव्हाची ही गोष्ट आहे. एक दिवस माझे पिता आणि माता गप्पा मारत होते. त्या वेळी चक्रव्यूहाचा विषय निघाला आणि माझ्या पिताश्रींनी मातेला चक्रव्यूह आणि त्याचा भेद याची माहिती सांगितली. मी गर्भातून ती सारी ऐकली. आजही ती माझ्या लक्षात आहे.'

'अरे वा!' युधिष्ठिर आनंदाने ओरडला, 'आता काळजीचं काहीच कारण नाही.'

'पण एक समस्या आहे काकाश्री,' अभिमन्यू चेहरा पाडून म्हणाला, 'चक्रव्यूहाचा भेद करून आत शिरायचं कसं हे तर मी ऐकलं; पण त्यानंतर माझ्या मातेला झोप लागली, त्यामुळे व्यूहातून बाहेर कसं पडायचं ते काही मला कळू शकलं नाही.'

हे ऐकून क्षणभर युधिष्ठिराच्या चेहऱ्यावर चिंता झळकली; पण ती दूर सारून तो म्हणाला, 'काळजी करू नकोस अभिमन्यू! आम्ही सगळे तुझ्या अगदी आसपास राहू. तू चक्रव्यूह भेदून आत शिरलास की, तुझ्या पाठोपाठ आम्हीसुद्धा आत घुसू. तू व्यूहात एकटा नसशील. एकदा आत शिरलो की, आपण सगळे मिळून तो व्यूह सहजतेने मोडून तोडून टाकू.'

मग ठरल्या योजनेनुसार वीर अभिमन्यू चक्रव्यूहासमोर गेला. बाकीचे पांडव वीरदेखील त्याच्या पाठोपाठ उभे राहिले. अवघ्या काही क्षणांतच अभिमन्यूने चक्रव्यूहाचा भेद केला आणि तो आत घुसला. त्याच्या मागून बाकीचे पांडव आत घुसणार तितक्यात सिंधूराज जयद्रथ यानं चपळाईनं पुढे येऊन चक्रव्यूहाचं प्रवेशद्वार बंदिस्त करून टाकलं. बाकीचे पांडव बाहेरच राहिले. शत्रूकडून व्यूहाचा भेद करण्याचा प्रयत्न झालाच तर तो मोडून काढण्यासाठी आतमध्ये माझ्यासह कर्ण, द्रोणाचार्य, कृपाचार्य, बृहद्बल आणि कृतवर्मा अशी भक्कम फळी सज्ज होती, त्यामुळे चक्रव्यूहात शिरताच आम्हा

सहा महारथींच्या गराड्यात केवळ सतरा वर्षांचा असलेला अभिमन्यू एकटा अडकला. त्यांनतर तिथे जे घडलं ते आठवून आजही माझं मन घृणा आणि ग्लानीने काळवंडून जातं.

अभिमन्यू एकटा होता; पण तो घाबरला नाही. अखेर तो वीर अर्जुनाचा पुत्र होता. पित्यासारखाच पराक्रमी. अत्यंत धाडसाने तो आम्हा सर्वांशी लढू लागला; पण एकटा किती वेळ टिकाव धरणार? निबिड अरण्यात शिकाऱ्यांच्या टोळीने घेरलेल्या हरिणासारखी त्याची गत झाली. जीव खाऊन पळाल्यानंतर आणि निकराचा प्रयत्न केल्यानंतर अखेर हरीण थकतेच आणि निर्दयी शिकाऱ्यांना शरण जाते. अगदी तसंच त्या चक्रव्यूहात झालं. बराच वेळ सहा-सहा वीरांशी एकटा झुंजल्यानंतर कोवळा अभिमन्यू थकून गेला. आमचे बाण आणि तलवारीचे घाव यामुळे त्याच्या शरीरावर अनंत जखमा झालेल्या होत्या. अखेर त्याची सहनशक्ती संपली आणि तो धाडकन धरणीवर कोसळला. त्याचे खांदे, बाहू आणि तोंडातून रक्ताच्या धारा लागल्या होत्या. तीन बाण त्याची डावी मांडी चिरून आरपार गेले असल्याने त्याला जागेवरून उठणंही शक्य होत नव्हतं. त्याच वेळी कृतवर्म्यानं जोरात त्याच्या पाठीत तलवार खुपसली आणि रक्ताची चिळकांडी उडाली.

'भेकडांनो!' तशाही अवस्थेत अभिमन्यू जीव खाऊन ओरडला, 'हिंमत असेल तर समोर येऊन वार करा!'

हे ऐकून कौरव सेनेच्या आम्ही सहाही 'महारथींनी' गलितगात्र अभिमन्यूला चारी बाजूंनी घेरला आणि एकापाठोपाठ एक अशी प्रत्येकानं निर्दयपणे त्याच्या छातीत तलवार खुपसली. अभिमन्यूचं कोवळं शरीर छिन्नविछिन्न झालं. त्याच्या शरीरातून उष्ण रक्ताचा लोंढा फुटला. रक्ताचे पाट जमिनीवरून वाहू लागले. खालील जमीननं गेले बारा दिवस असंख्य योध्यांचं रक्तप्राशन केलं होतं. आता अभिमन्यूचं रक्त आत शोषून घेण्याचे बहुधा तिच्यातही त्राण उरले नव्हते. अभिमन्यूचा चेहरा वेदनेनं पिळवटून गेला. डोळे खोबणीतून बाहेर आले. तो अखेरचा श्वास घेऊ लागला.

'तुम्ही सगळे जण स्वतःला महारथी समजता?' अभिमन्यू दातओठ खात कसंबसं बोलला. 'तुम्ही महारथी नाही महाभेकड आहात! तुम्हा सहा लोकांच्या माथी मला निःशस्त्राला एकटा गाठून मारण्याचा कलंक लागलेला आहे. जगामध्ये यापुढे जेव्हा कधीही या महासंग्रामाचा उल्लेख होईल, बाकी सगळं विसरलं गेलं तरी तुमच्यावरचा कलंक कधीच धुऊन निघणार नाही.

भेकडांनो या नृशंस कृत्यासाठी इतिहास तुम्हाला कधीच क्षमा करणार नाही,' एवढं बोलून अभिमन्यू कायमचा शांत झाला.

मी स्वतः युद्धात अनेक सैनिकांना मारलं होतं; परंतु युद्धात अभिमन्यूसोबत जे झालं, त्यापेक्षा जास्त नृशंस कृत्य दुसरं काहीच घडलं नसेल. केवळ क्रूरपणाचं नव्हे तर चक्रव्यूहाच्या मध्यावर सहा सशस्त्र वीरांनी निर्दयतेने केलेली कोवळ्या निःशस्त्र अभिमन्यूची हत्या ही भेकडपणाचंदेखील सर्वोच्च उदाहरण असेल.

अभिन्यूनं अखेरच्या क्षणी जे तळतळाट दिले, ते सर्वथा योग्य होते आणि खरेही ठरले. इतिहासाने त्या कुकर्मासाठी आम्हा सहा जणांना कधीच माफ केलं नाही.

दरम्यान, दक्षिणेकडची लढाई संपवून अर्जुन सायंकाळी शिबिरात परतला, तेव्हा त्याला अभिमन्यूच्या मृत्यूची वार्ता समजली.

'अभिमन्यूनं चक्रव्यूहाचा भेद केला होता ना? मग तुम्ही सगळे जण त्याच्या सोबत आतमध्ये का घुसला नाहीत?' अर्जुनानं विचारलं.

'अर्जुना, आम्ही अभिमन्यूच्या पाठोपाठच होतो. त्याने व्यूहात प्रवेश केला आणि पुढच्या निमिषार्धात कोणाला काही समजायच्या आत सिंधूनरेश जयद्रथाने चक्रव्यूहाचं द्वार अडवून बंद केलं, त्यामुळे आम्ही सगळे बाहेरच अडकून पडलो आणि आपला लाडका अभिमन्यू एकटाच त्या नराधम राक्षसांच्या तावडीत सापडला. जर जयद्रथाने कपटाने आमचा मार्ग बंद केला नसता तर आम्ही निश्चितच आत पोहोचलो असतो आणि अभिमन्यू आज जिवंत असता,' युधिष्ठिर पाणावलेल्या डोळ्यांनी उत्तरला.

आपला पुत्र अभिमन्यू याची व्यूहामध्ये कशा प्रकारे क्रूरपणे आणि भेकड पद्धतीने हत्या झाली, त्याचा तपशील ऐकून अर्जुन संतापाने थरथरू लागला. त्याच्या बाहू स्फुरण पावल्या. अश्रूंनी भरलेले डोळे क्रोधाने खदिरांगारासारखे आरक्त झाले.

'जयद्रथ!' अर्जुन शिबिरातून बाहेर आला आणि शत्रूच्या गोटाकडे बघत जोरात ओरडला, 'मी प्रतिज्ञा करतो की, उद्या सूर्यास्त होण्यापूर्वी मी जयद्रथाचा वध करून पुत्र अभिमन्यूच्या हत्येचा प्रतिशोध घेईन. तसं झालं नाही तर मी स्वतः चिता पेटवून त्यामध्ये उडी घेईन आणि स्वतःला भस्म करून टाकेन.'

अर्जुनाची ही भयंकर प्रतिज्ञा ऐकून पांडव दलात खळबळ माजली. ही वार्ता कौरवांना समजताच त्यांच्या गोटात आनंदाची लहर पसरली. अर्जुन आत्मदाह करून घेणार यापेक्षा कौरवांसाठी दुसरी चांगली बातमी काय असणार ? अर्जुनापासून कायमची सुटका करून घेण्याची ही सुवर्णसंधी आयतीच चालून आली होती. तिचा लाभ घेण्यासाठी कौरवांना एकच गोष्ट करायची होती. उद्या दिवसभर जयद्रथाला कुठे तरी नीट लपवून ठेवलं की झालं.

एकीकडे पांडव अर्जुनाची चिंता करत असताना दुसरीकडे कृष्ण मात्र शांतपणे त्याचं रक्षण कसं करता येईल, या विचारात गढला होता.

दुर्योधन काहीही झालं ही संधी सोडणार नाही. जयद्रथाला अर्जुनासमोर येऊच देणार नाही, याची कृष्णाला खात्री होती. दुसऱ्या दिवशीही सूर्योदय झाला, तेव्हा कौरव सेनेमध्ये प्रचंड उत्साहाचं वातावरण होतं. आजचा दिवस जेमतेम पार पाडायचा. एकदा का सूर्यास्त झाला की, अर्जुनाचा अंत होईल आणि मग पांडवांचा पराभव निश्चित आहे, या विचाराने सगळ्यांना जोश चढलेला होता.

अर्जुन आपल्या संपूर्ण ऊर्जेनिशी रणांगणात उतरला आणि जयद्रथाचा शोध घेऊ लागला. त्याचा आवेश भयंकर होता. शिवाय तो एवढा उत्तेजित आणि अस्वस्थ झालेला होता की, सारखा कृष्णाला रथ इकडून तिकडे घेऊन जायच्या सूचना करत होता. कृष्णाला पक्कं ठाऊक होतं की, मुळात दुर्योधन एवढा मूर्ख नाही की, तो आज जयद्रथाला रणभूमीवर येऊ देईल, त्यामुळे जयद्रथाला शोधण्यात आपला वेळ आणि शक्ती खर्च करून ती वाया घालवू नये, त्यापेक्षा कौरव सेनेच्या संहाराकडे लक्ष देऊन आपले कर्तव्य पार पाडावे, असा सल्ला कृष्णाने वारंवार अर्जुनाला दिला; पण अर्जुन काही ऐकून घेण्याच्या मनःस्थितीतच नव्हता. तो उन्मत्तपणे इकडेतिकडे रथ पळवायला सांगत होता. अर्जुनाचा रथ एवढ्या प्रचंड वेगाने धावत होता की, तो समोरून गेल्यानंतर मागे उडणारी धूळच तेवढी दिसत होती. रथ दृष्टीसच पडत नव्हता.

असं करता करता सारा दिवस निघून गेला. जयद्रथाचा अजिबात काहीच पत्ता लागला नाही. अर्जुन त्याचा शोध घेण्यात एवढा गर्क होता की, सूर्यास्त होण्यास आता थोडा वेळ शिल्लक राहिलाय याचं त्याला भान नव्हतं. कृष्णाचे हात रथाचे सारथ्य करण्यात गुंतलेले असले तरी, त्याची दृष्टी मात्र पूर्णपणे सूर्याकडे लागून राहिली होती. सूर्याच्या मंद होत चाललेल्या प्रत्येक किरणासरशी अर्जुनाचा अंत समीप येत चालला होता.

तेवढ्यात तिथे असं काहीतरी घडलं ज्यामुळे खळबळ उडाली. जोराचे वारे वाहू लागले, धूळ उडू लागली. अचानक सगळीकडे अंधारून आलं. पक्षी आपापल्या घरट्याकडे वेगाने परतू लागले. पश्चिम दिशेवर लाल रक्तिमा पसरला. सूर्यास्त झाला की काय असंच सर्वांना वाटलं. त्याबरोबर युद्धभूमी शांत झाली. नियमानुसार युद्ध थांबलं. मी पाहिलं, त्या वेळी अर्जुनाचा रथ बरोबर दुर्योधनाच्या शिबिरासमोर उभा होता.

...आणि जयद्रथ आनंदाने अक्षरशः उड्या मारत दुर्योधनाच्या शिबिरातून बाहेर आला. समोर रथात उभ्या अर्जुनाकडे बघून कुचेष्टेने हसत म्हणाला, 'बघ अर्जुना बघ! सूर्यास्त झालेला आहे. तू मला मारू शकलेला नाहीस. तुझा प्रिय सखा कृष्णसुद्धा मला शोधण्यात अपयशी ठरला याचं मला फार वाईट वाटतंय, तेव्हा आता मुकाट्याने उतर त्या रथातून खाली आणि आत्मदाहाची स्वतःची प्रतिज्ञा पूर्ण कर.'

'जयद्रथा,' कृष्ण नेहमीसारखा मंद स्मित करत बोलू लागला. 'एवढा उतावळा होऊ नकोस. जरा जास्तच उत्तेजित झाल्यामुळे तुला बहुतेक भ्रम झालाय. धूळ आणि ढग यामुळे फक्त अंधारून आलं आहे. नीट डोळे उघडून बघ. सूर्यास्त व्हायला अद्याप काही अवधी शिल्लक आहे.'

श्रीकृष्णाचे हे बोलणे ऐकून जयद्रथ आणि अर्जुनासह सगळ्यांनीच पश्चिम दिशेला पाहिलं आणि जे दिसलं ते खरोखर अद्भुत दृश्य होतं. आकाशात दाटून आलेले ढग हळुवारपणे बाजूला झाले आणि सूर्य आपल्या संपूर्ण सायंतेजासह पुन्हा आकाशात चमकू लागला.

'अर्जुना! आता वाट कसली बघतोस? तुझं लक्ष्य तुझ्या समोर आहे. हा सूर्य आणि हा जयद्रथ! आपली प्रतिज्ञा पूर्ण कर. अभिमन्यूच्या हत्येचा सूड घे,' श्रीकृष्णाचं बोलणं पूर्ण होतंय न होतंय तोच सगळ्यांनी पाहिलं. अर्जुनानं आपल्या विशाल गांडीव धनुष्यावर बाण चढवून आकर्ण प्रत्यंचा खेचलेली होती. आता तो बाण सोडणार तोच कृष्णानं त्याला सांगितलं, 'थांब पार्था! घाई करू नकोस. आधी एक गोष्ट नीट लक्षात घे. जयद्रथाचा पिता वृद्धक्षत्र याने अशी भविष्यवाणी केलेली आहे की, जो त्याच्या पुत्राचं म्हणजे जयद्रथाचं मस्तक कापून धरणीवर पाडेल, त्याच्या स्वतःच्या मस्तकाची शंभर शकले होऊन धरतीवर लोळतील, त्यामुळे बाण अशा प्रकारे मार की, जयद्रथाचं मस्तक धडावेगळं होऊन त्याचा पिता वृद्धक्षत्र याच्या मांडीवर पडेल. या

क्षणी वृद्धक्षत्र नदीतीरावर सायंकाळची संध्या करत बसला आहे. चल आटप लवकर! सूर्यास्त व्हायला आला आहे.'

श्रीकृष्णाची ही सूचना ऐकताच अर्जुनाने सैल केलेली प्रत्यंचा पुन्हा ताणली आणि नेम साधून संपूर्ण शक्तीने बाण सोडला. पुढच्या क्षणी जयद्रथाचं मस्तक धडापासून वेगळं होऊन उंच उडालं. अर्जुनाने बाणाचा कोन असा काही साधला होता की, ते मस्तक हवेत उडत जयद्रथाचा पिता वृद्धक्षत्र याच्या मांडीत जाऊन पडलं. अचानक आपल्या पुत्राचं मस्तक मांडीवर येऊन पडलेलं पाहताच वृद्धक्षत्र दचकून उठून उभा राहिला. त्याबरोबर ते मस्तक घरंगळून खाली जमिनीवर पडलं. पुढच्याच क्षणी भविष्यवाणीनुसार स्वतः वृद्धक्षत्राच्या मस्तकाची शंभर शकलं झाली.

युद्धाचे नियम पाळणे तर महत्त्वाचे आहेच; पण दैवी मायेचा उपयोग केल्याखेरीज अर्जुनाचे प्राण वाचवणे असंभव असल्याचे कृष्ण जाणून होता. पांडवांद्वारे धर्माचे रक्षण करण्याच्या हेतूने सुरू झालेले महायुद्ध आता हळूहळू छळ-कपटाच्या मार्गावरूनच विजयाच्या दिशेने आगेकूच करू लागले होते.

✦✦✦

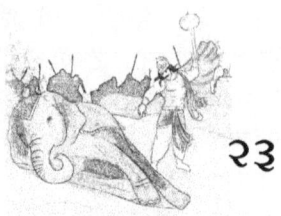

२३

समरांगणावर जसजशी मृतांची संख्या वाढत गेली, तसं युद्ध अधिकाधिक विक्राळ आणि क्रूर होत गेलं. जयद्रथाच्या वधानंतर कौरव सेनेत हाहाकार माजला. दुर्योधन, द्रोणाचार्य आणि कृपाचार्य यांच्यात सतत काही ना काही कारणावरून खटके उडू लागले. बहुधा दोघांनाही आगामी पराभवाची चाहूल लागली होती, त्यामुळे ते एकमेकांवर रोष ढकलू पाहत होते.

'गुरुवर!' दुर्योधन कटू स्वरात म्हणाला, 'मला असं वाटतंय की, तुम्ही केवळ नावालाच कौरवांच्या पक्षात आहात. प्रत्यक्षात तुमचं मन प्रिय अर्जुनापाशीच गुंतलेलं आहे. तो तिकडे एकापाठोपाठ एक आपल्या वीरांना यमसदनी धाडतोय आणि तुमच्याकडे एवढी एक से एक दिव्य अस्त्रं असूनही तुम्ही शांतपणे सगळं बघत बसला आहात. तुमच्यामुळेच आपण हे युद्ध हरू की काय असं आता मला वाटू लागलंय.'

दुर्योधनाचं बोलणं ऐकायला कटू वाटत असलं तरी त्यामध्ये निश्चितपणे तथ्य होतं म्हणूनच ते बोलणं माझ्या पित्याला काट्याप्रमाणे बोचलं. दुर्योधन आजवर एवढ्या उघडपणे कधीच बोलला नव्हता. आता पांडवांप्रतीचं प्रेम आणि कौरवांप्रती असलेली कर्तव्य निष्ठा यापैकी एकाची कशाची तरी निवड करणं त्यांना भाग होतं.

आयुष्याच्या अखेरच्या पर्वात द्रोणाचार्यांसारख्या महान गुरूला आपल्या माथी कर्तव्याची अवहेलना केल्याचा कलंक लागणं कधीच

आवडलं नसतं. त्यांनी आपली सगळी अस्त्र-शस्त्र परजली आणि तिखट स्वरात दुर्योधनाला म्हणाले,

'दुर्योधना! तुझी मती भ्रष्ट झालेली आहे. विजयाची लालसा तुला इष्ट-अनिष्ट यांचं भान विसरायला लावते आहे. मी संपूर्ण निष्ठेने तुझ्या बाजूने युद्ध लढत आहे, तरीही तुला माझ्या निष्ठेबाबत शंका वाटतेय काय? ठीक आहे! मी शपथ घेतो; आज एवढं महाभयंकर युद्ध लढेन की, शत्रुपक्षाच्या काळजाचा थरकाप उडेल; पण एक गोष्ट नीट लक्षात ठेव. केवळ तुझ्या हटवादीपणामुळे आपल्या शेकडो, हजारो सैनिकांचा या युद्धात बळी गेला आहे – जातो आहे आणि उद्या जर कौरव हे युद्ध हरले तरी त्याची संपूर्ण जबाबदारी तुझ्या एकट्याचीच असेल.' आयुष्यात प्रथमच मी द्रोणांना एवढ्या मोठ्या आवाजात आणि कठोर शब्दांत दुर्योधनाला सुनावताना ऐकलं. त्याक्षणी मला पित्याचा खूप अभिमान वाटला.

दुर्योधनाच्या आरोपांमुळे द्रोणाचार्यांचं मन व्यथित झालं होतं. ते आपली अस्त्र-शस्त्र घेऊन ताडताड शिबिरातून बाहेर पडले. कुशल योद्ध्यापेक्षा दुखावलेला योद्धा अधिक भयंकर असतो. द्रोण दुखावलेले होते, त्यामुळे रणांगणात पोहोचताच त्यांनी कहर माजवला. त्यांच्या आवेश एवढा महाभयंकर होता की, काही काळातच एकट्याच्या बळावर त्यांनी युद्धाचं पारडं कौरवांच्या बाजूने झुकवलं. त्यांचा रथ भूमीवर विजेच्या चपळाईने धावत होता. ज्या दिशेला ते वळतील तिथे काही क्षणांतच शत्रूच्या कलेवरांचा ढीग तयार होत होता. द्रोणांना रोखणं पांडवांना अत्यावश्यक होतं; पण पृथ्वीवरील सर्वश्रेष्ठ धनुर्धराच्या गुरूला अडवणं म्हणजे काही चेष्टा नव्हती.

खुद्द अर्जुनाने आपल्या गुरूचे एवढे भयंकर रौद्र रूप याआधी कधीही पाहिलेले नव्हते. त्यांचा जबरदस्त तडाखा रोखण्यासाठी काय करावे हेच त्याला समजेना. युद्ध सुरू झाल्यापासून प्रथमच अर्जुन भयभीत झाला. ही गोष्ट त्याचा सारथी श्रीकृष्णाच्या लगेच लक्षात आली.

त्याने रथ जागीच थांबवला आणि म्हणाला, 'अर्जुना! द्रोणाचार्य धनुर्विद्येत सर्वश्रेष्ठ आहेत. त्यांच्या हातात जोवर धनुष्य आहे, त्यांचा पराजय करणे खुद्द देवराज इंद्रालादेखील शक्य नाही, हे आपण दोघेही जाणतो, त्यामुळे तुला जर त्यांचा झंझावात रोखायचा असेल, तर अशी काहीतरी

क्लृप्ती लढवावी लागेल, जेणेकरून ते हातातील धनुष्य खाली ठेवतील.
केवळ त्या एकाच क्षणी त्यांचा वध करणे शक्य होईल.'

हे ऐकून अर्जुनाला खूप आश्चर्य वाटलं. तो म्हणाला, 'माधवा! हे
तुम्ही काय बोलताय? द्रोण धनुष्य खाली ठेवणं कसं शक्य आहे? मला
तर रणांगणात सर्वत्र तेच दिसत आहेत. पूर्व दिशेला हजारो पांडव सैनिकांना
ते मारत आहेत, तर पुढच्याच क्षणी ते पश्चिम दिशेला पोहोचतात आणि
मग पळभरात आणखी दुसरीकडे. एवढी जबरदस्त चपळाई मी आजवर
कोणाही योद्ध्यामध्ये पाहिली नाही. मला तर वाटतंय की, आज ते आपल्या
सगळ्यांना यमसदनी पाठवून लढाईला पूर्णविराम देतील.'

अर्जुनाची ही हतभागी अवस्था बघून कृष्ण हसून म्हणाला, 'एवढा
हताश नको होऊस पार्था! हे युद्ध जिंकण्याची जबाबदारी तुझ्यावर आहे.
कोणतीही समस्या एवढी मोठी नसते की, तिचे निराकरण होऊच शकणार
नाही. अभिमन्यूच्या वधाचा दिवस आठवून बघ. प्रिय पुत्राच्या निधनाची
वार्ता ऐकताच ज्याच्या केवळ टणत्काराने गर्भवती स्त्रियांचे गर्भपात होतात,
शत्रूच्या हृदयाचा थरकाप उडतो असे तुझे विशाल गांडीव धनुष्य कसे तुझ्या
खांद्यावरून गळून पडले होते!'

'होय कृष्णा आठवतंय!' अर्जुन त्या घटनेच्या आठवणीने व्यथित
झालेल्या स्वरात उत्तरला, 'मी तो क्षण कसा विसरू शकेन? आपल्या
पुत्राच्या मृत्यूची वार्ता ऐकून कोणत्या पित्याचे हातपाय गळणार नाहीत?'

'बरोबर! मी तुला अगदी हेच समजावण्याचा प्रयत्न करतो आहे,'
कृष्ण झटकन म्हणाला. द्रोणाचार्यांना धनुष्य खाली ठेवायला लावण्याची
एकच क्लृप्ती आहे. ती म्हणजे अश्वत्थाम्याच्या मृत्यूची वार्ता त्यांना सांगणे.'

'अश्वत्थाम्याचा मृत्यू?' अर्जुनाचा आ वासला गेला; 'पण केशवा!
अश्वत्थामा तर जिवंत आहे. एवढेच काय पण पूर्व दिशेला नकुल आणि
सहदेवासोबत घनघोर लढाई करतो आहे. आचार्य द्रोणांशी एवढं खोटं
बोलणार कोण? आणि समजा कोणी बोललं तरी आचार्य सहजपणे त्यावर
विश्वास कसा ठेवतील?'

'तुझं म्हणणं बरोबर आहे अर्जुना!' कृष्ण मंद स्मित करत म्हणाला,
'आत्ता अश्वत्थामा पूर्वेकडे युद्ध करतोय; पण ही बाब द्रोणांना ठाऊक
नाहीये आणि मी तुझ्याशी द्रोणाचार्य पुत्र अश्वत्थाम्याच्या मृत्यूबद्दल कुठे
बोलतोय? मी माळवा प्रांताचा राजा इंद्रवर्मा याच्या हत्तीबद्दल बोलतोय.

त्या हत्तीचे नाव अश्वत्थामा आहे. त्या हत्तीला मारून 'अश्वत्थामा मेला' अशी आवई उठवली, तर कदाचित आपलं काम होऊ शकेल.'

'पण राजा इंद्रवर्मा तर आपल्या बाजूने लढतो आहे. त्याचा हत्ती आपण कसा मारून चालेल?' अर्जुनानं विचारलं.

'तुला इंद्रवर्म्याचा हत्ती महत्त्वाचा आहे की द्रोणांना रोखणे?' कृष्णाने ताडकन उलटा प्रश्न केला.

'आत्ता द्रोणांना रोखण्याखेरीज दुसरे काहीच महत्त्वाचे नाही,' अर्जुनाने चटकन मान्य केले.

'मग मी सांगतो तसं कर,' कृष्ण म्हणाला. 'भीमाला गदेच्या प्रहाराने इंद्रवर्म्याच्या हत्तीचा वध करायला सांग आणि मग खबर उठवून द्या की, अश्वत्थामा मेला. ही आवई द्रोणांच्या कानावर लवकरात लवकर पडेल असं बघा. घाई करायला हवी. आपल्याकडे वेळ फार कमी आहे.'

अर्जुनाने तत्काळ भीमाला हा संदेश पोचवला. थोड्याच वेळात रक्ताने माखलेली आपली गदा नाचवत भीम आरोळ्या ठोकू लागला, 'अश्वत्थामा मेला! अश्वत्थामा मेला!'

ओरडत ओरडत भीम खुद्द द्रोणाचार्यांच्या रथासमोर जाऊन उभा ठाकला आणि त्या वेळी मी मात्र दूर पूर्वेकडे नकुल आणि सहदेव यांच्याशी झुंजत होतो. तिकडे कोणाला या गोष्टीची गंधवार्तादेखील नव्हती.

भीमाचे ते कठोर बोल आणि आवेश बघून द्रोण क्षणभर थबकले. भीमाच्या सोनेरी गदेवरून ताज्या रक्ताचे थेंब टपटप करत खाली पडताना त्यांना दिसले. काही क्षण त्यांकडे एकटक बघितल्यावर द्रोणांच्या चेहऱ्यावरील भाव बदलत गेले. आता त्यांची मुद्रा आधीसारखी आक्रमक राहिली नाही. क्रोधाने चेतलेल्या त्याच्या नेत्रातून उदास भाव झळकून गेले. त्यांचे डोके बहुधा गरगरू लागले असावे; पण त्यांनी स्वतःला सावरले. ते स्वतः युद्ध नीतीनिपुण असल्याने शत्रूची चाल आणि कावा ओळखण्याची पुरेपूर समज त्यांच्यात होती.

अचानक स्फुरण चढल्यासारखे ते ओरडले, 'भीमा! अश्वत्थामा म्हणजे काय तुला चिकण मातीचा पुतळा वाटला काय? ज्याला तू आपल्या गदेच्या प्रहाराने असंच फोडून टाकशील! तो माझा पुत्र अश्वत्थामा आहे! द्रोणाचा पुत्र! त्याचं शरीर पोलादाचं बनलेलं आहे.

'तुझ्या बाहूंमध्ये हजार हत्तींचं बळ आहे, हे मान्य! पण अश्वत्थाम्याला मारण्यासाठी तुझे बळ पुरेसे नाही, त्यामुळे तुझ्या वल्गनेवर माझा मुळीच विश्वास नाही. मला खात्री आहे, माझा पुत्र जिवंत आहे.'

कृष्णाला लक्षात आलं की परिस्थिती भीमाच्या हातून सुटत चालली आहे. अश्वत्थाम्याच्या मृत्यूबद्दल लवकरात लवकर द्रोणांची खात्री पटवून दिली नाही, तर ते पुन्हा युद्धाला प्रारंभ करतील आणि या वेळी आणखी जास्त त्वेषाने करतील.

त्यामुळे कृष्ण हसत म्हणाला, 'आचार्य द्रोण! अश्वत्थामा अत्यंत बलशाली आणि पराक्रमी होता यात शंकाच नाही; पण वस्तुस्थिती हीच आहे की त्याचं शरीर फार काळ भीमाच्या गदेचा प्रहार झेलू शकलं नाही. अश्वत्थामा मेला यावर तुमचा विश्वास कसा बसेल, हे तुम्हीच सांगा!'

कृष्णामध्ये हा एक विलक्षण गुण होता. आपल्या कट्टर वैऱ्याशी बोलतानासुद्धा तो अतिशय शांतपणे आणि सुहास्य वदनाने बोलत असे. त्याचे मिठ्ठास बोलणे ऐकून अगदी कोणीही त्याला सहज वश होत असे.

कृष्णाच्या तोंडून हे बोलणे ऐकून द्रोण विचारात पडले. बराच वेळ शांत बसल्यानंतर ते म्हणाले, 'या भूतलावर केवळ युधिष्ठिर असा एकमेव आहे, जो कधीही खोटं बोलणार नाही. अगदी त्रिभुवनाचं राज्य मिळणार असेल तरीही तो खोटं बोलायला तयार होणार नाही. जर युधिष्ठिराने स्वतःच्या तोंडून अश्वत्थाम्याच्या मृत्यूबद्दल सांगितलं तरच मी मान्य करेन.'

अर्जुन आणि भीम कपाळाला आठ्या पाडून एकमेकांकडे पाहू लागले. द्रोण अशी काही अट घालतील याची त्यांना कल्पनाच नव्हती. आता युधिष्ठिराला पुढे येणे भाग होते. त्याचा चेहरा चिंतेने ग्रासलेला होता. आपण नक्की काय करावे, हे त्याला अजिबात समजत नव्हते. खोटं तो बोलूच शकत नव्हता आणि खरं बोलायचं तर द्रोणांच्या हातून भीमाचा मृत्यू निश्चित होता. द्रोण युधिष्ठिराशी बोलण्यासाठी म्हणून रथातून खाली उतरू लागले. त्या वेळी त्यांचे लक्ष नाही ही संधी साधून कृष्ण पटकन युधिष्ठिराच्या कानात काहीतरी बोलला. ते ऐकून युधिष्ठिराच्या चेहऱ्यावर अचानक सुटकेचे भाव उमटले.

'सांग युधिष्ठिरा! अश्वत्थामा मेला काय?' द्रोणाचार्यांनी विचारलं.

'आचार्य!' युधिष्ठिर द्रोणांकडे बघत ठाम आवाजात म्हणाला, 'अश्वत्थामा मेला हे नक्की!' एवढं बोलून युधिष्ठिर क्षणभर थांबला आणि मग अगदी हळू आवाजात पुटपुटला; 'पण मनुष्य नव्हे हत्ती!' शेवटचे शब्द तो एवढ्या हळू बोलला की, द्रोण तर सोडाच पण त्याच्या अगदी शेजारी उभ्या असलेल्या भीम-अर्जुनालासुद्धा ते ऐकू गेलं नाही.

युधिष्ठिर खोटं बोलण्याचा प्रश्नच नव्हता, त्यामुळे त्याच्या तोंडून 'अश्वत्थामा मेला' हे ऐकून द्रोणांचं अवसान गळालं. त्यांचे हात-पाय थरथरू लागले. एका पित्यासाठी स्वतःच्या पुत्राच्या मृत्यूपेक्षा अधिक दुखःदायक आणखी काहीच नसतं. द्रोणांनी आपले धनुष्य खाली टाकले आणि हताशपणे जमिनीवर बसकण मारली.

समस्या कितीही बिकट असो, श्रीकृष्णाकडे त्यावर उपाय असतोच हे पुन्हा सिद्ध झालं.

भल्याभल्या महारथींना धूळ चारणारे परमवीर योद्धा आणि महान गुरू द्रोणाचार्य रणांगणावर धुळीत बसून अश्रू ढाळत होते. ज्या हातांनी कित्येक राजकुमारांना धनुर्विद्येत पारंगत बनवलं, त्या हातांमध्ये आता स्वतःचं धनुष्य उचलायचीही ताकद राहिली नव्हती की मनामध्ये युद्ध लढण्याची इच्छा उरली नव्हती. अश्वत्थाम्याच्या मृत्यूची खबर ऐकून द्रोण आतून एवढे तुटले की, ते रणांगणात डोळे मिटून, मांडी घालून ध्यानस्थ बसून राहिले.

त्यांच्या मनातील वेदना अर्जुन पुरेपूर समजू शकत होता. ज्या महान गुरूने पांडवांना श्रेष्ठ योद्धे बनविण्यासाठी स्वतःचं जीवन समर्पित केलं; त्यांचं जीवन आज त्याच पांडवांच्या खोटेपणामुळे संकटात आलं होतं. अर्जुनाच मन पार खट्टू झालं; पण आता खूप उशीर झाला होता. कृष्णाच्या कुटील आणि कल्पक डोक्यातून निघालेला उपाय कधीच व्यर्थ जायचा नाही. युद्धापूर्वी नारायणी सेनेऐवजी एकट्या कृष्णालाच निवडण्याचा अर्जुनाचा निर्णय यथार्थ होता.

द्रोण हताश होऊन ध्यानस्थ बसलेले पाहून कृष्णाने आजूबाजूला नजर फिरवली. सगळे पांडव इतका वेळ द्रोणांना रोखण्याची एक संधी शोधत होते; पण आता तशी संधी मिळाल्यावर मात्र गलितगात्र होऊन नुसते उभे राहिले होते. कृष्णाला समजलं की, आपल्या गुरूवर वार करायला पांडवांपैकी एकाचाही हात धजावणार नाही. वेळ आणि संधी हातून निसटून चालली आहे, हे लक्षात येताच कृष्णाने धृष्टद्युम्नाला डोळ्यांनीच संकेत केला.

द्रुपदाचा पुत्र धृष्टद्युम्न आपल्या पित्याच्या अपमानाचा सूड उगवण्याची संधीच शोधत होता. त्याच्या दृष्टीने ही सुवर्णसंधी आयती चालून आली होती. कृष्णाने संकेत करताच क्षणमात्रदेखील वेळ न दवडता तो आपली तलवार परजत धावला. एका हाताने मुठीत द्रोणांच्या जटा पकडून दुसऱ्या हाताने त्याने द्रोणांच्या गळ्यावर चराचरा तलवार चालवली आणि त्यांचे मुंडके धडावेगळे केले. द्रोणांच्या शरीरातून रक्ताचा लोंढा फुटला आणि आसपासची सारी भूमी रक्तरंजित होऊन गेली.

'युद्धामध्ये कोणीही निःशस्त्रावर वार करणार नाही. ज्याने शस्त्र खाली ठेवले आहे, त्याच्यावर कोणीही वार करायचा नाही.'

निःशस्त्र द्रोणांच्या निर्मम हत्येमुळे महायुद्धाच्या इतर अनेक नियमांप्रमाणे हा नियमसुद्धा धुळीला मिळाला. एवढंच नाही तर पुढे महायुद्ध समाप्त होईपर्यंत सुरुवातीला ठरवलेले एकूण एक सगळे नियम मोडले गेले.

सायंकाळी युद्धविरामानंतर जेव्हा मी शिबिरात परतलो, सगळीकडे शोकाकुल वातावरण होतं. मी तिथे जाताच प्रत्येक जण माझ्याकडे विचित्र नजरेने पाहू लागला. आजूबाजूला बघितलं तर आमच्या दलातील सगळे योद्धे हजर होते; परंतु माझे पिता द्रोण कुठेच दिसले नाहीत. माझ्या मनात शंकेची पाल चुकचुकली. मी घाईघाईने मुख्य शिबिरात धावलो आणि जागच्या जागी स्तब्ध झालो. माझे पिता आणि गुरू द्रोणाचार्य यांचे रक्ताने माखलेले धड तिथे ठेवलेले होते. ते पाहून मला दुःख जास्त वाटलं की संताप हे नक्की सांगताच येणार नाही.

'हे अशक्य आहे!' मी जोरात ओरडलो, 'माझ्या पित्याचा मृत्यू होणे शक्यच नाही.'

'तू बरोबर बोलतो आहेस पुत्रा!' कृपाचार्य आपल्या हाताने माझे डोळे पुसत म्हणाले, 'आचार्य द्रोणांना मारणे अशक्यच होते. ते मानव, वरुण, आग्नेय, ब्रह्म, इंद्र आणि नारायण अशा सर्व अस्त्रांचे जाणकार होते. शस्त्रविद्येत ते परशुराम आणि इंद्राच्या तोडीचे होते. त्यांचा पराक्रम कार्तवीर्याच्या तोडीचा होता. बुद्धी बृहस्पतीप्रमाणे होती. धर्मपरायण, स्थिर आणि तेजस्वी असण्याच्या जोडीला ते महासागराप्रमाणे गहन गंभीर होते. त्यांचा मृत्यू कपटाने झाला. आधी खोटी चाल रचून त्यांना निःशस्त्र केलं गेलं आणि मग अतिशय निर्दयतेने धृष्टद्युम्नाने त्यांचं मस्तक धडावेगळं केलं.'

एवढं बोलून कृपाचार्यांनी मला इंद्रवर्म्याच्या हत्तीचा वध आणि मग त्याचे अश्वत्थामा नाव वापरून केलेली माझ्या पित्याची फसवणूक आदी सारी कहाणी तपशीलवार सांगितली.

मी कसेबसे अश्रू सावरले; पण क्रोध माझ्या मनातून ओसंडून वाहू लागला होता. मी सर्वांसमक्ष ओरडलो, 'माझ्या पित्याचा मृत्यू एका सच्च्या वीराप्रमाणे झाला आहे, तेव्हा मी आणखी शोक करणार नाही. माझ्या पित्याने हत्यार खाली ठेवलं असतानाही नियम न पाळता त्या अधर्मी धृष्टद्युम्नाने त्यांचा अमानुष वध केला. त्या पाप्याला मी कधीही क्षमा करणार नाही. या कृत्याचे परिणाम त्याला भोगावेच लागतील.'

...आणि मग अचानक माझ्या डोळ्यांसमोर अभिमन्यूच्या हत्येचा प्रसंग उभा राहिला. आम्ही सहा जणांनी मिळून कसा त्याला व्यूहात अडकवला आणि एकट्या निःशस्त्राला गाठून त्याची हत्या केली, ते आठवलं. नियतीने द्रोणांना एका मानसिक व्यूहात अडकवून आपला डाव साधला होता काय? निःशस्त्र अभिमन्यूची हत्या करून त्याच्या पित्याला मी जे क्लेश दिले, त्याचा बदला म्हणून नियतीने माझ्या निःशस्त्र पित्याच्या हत्येची यातना मला भोगायला लावली असेल काय?

काय असेल ते असो! त्या वेळी मी पित्याच्या हत्येमुळे एवढा भयंकर संतप्त झालो होतो की, सगळं माहिती असूनसुद्धा मी शत्रूच्या सर्वनाशाची शपथ घेतली. मी दोन्ही हात वर उचलून म्हणालो, 'जगात लोक पुत्र व्हावा अशी कामना यासाठी करतात की, त्याने वेळप्रसंगी इहलोक आणि परलोकात आपलं रक्षण करावं आणि इथे माझ्यासारखा पुत्र असतानाही पित्याची ही दशा व्हावी? धिक्कार असो माझ्या दिव्य अस्त्रांचा! धिक्कार असो माझ्या या बलशाली बाहूंचा! धिक्कार असो माझ्या पराक्रमाचा! माझ्या पित्याच्या हत्येचा सूड उगवणे आणि हत्या करणाऱ्यांना कठोर शासन करणे, हाच आता माझ्या आयुष्याचा एकमेव उद्देश आहे.'

'धृष्टद्युम्नाने नक्कीच चुकीचे कृत्य केले आहे अश्वत्थामा!' दुर्योधन माझ्या खांद्यावर हात ठेवत म्हणाला; 'परंतु खरे महापाप केले आहे ते युधिष्ठिराने. माझ्या मते या सगळ्या कुकर्मात सर्वांत मोठा दोषी तोच आहे. स्वतःला धर्माचा अवतार म्हणवतो आणि हे असले अधम नीच कृत्य केले. त्याला याची शिक्षा मिळायलाच हवी.'

दुर्योधन धूर्तपणे माझ्या वेदनेला आणखी चेतविण्याचे काम करत होता. गेले कित्येक दिवस ते सगळे जण पांडवांचा नाश करण्यात अयशस्वी ठरले होते, त्यामुळे आता पांडवांविरुद्ध मला आणखी भडकावून स्वतःचा स्वार्थ साधून घेण्याचा त्याचा उद्देश होता. माझ्या भावनांना त्याने स्वतःचे शस्त्र बनवून घेतले होते. आता विचार करताना मला हे सगळं जाणवतंय; पण त्या वेळी पित्याच्या हत्येमुळे एवढा प्रक्षुब्ध झालेलो होतो की, दुर्योधनामागे वाहवत गेलो.

'उद्या सकाळी!' मी दुर्योधनाला म्हणालो, 'मी रथात बसून जेव्हा समरांगणावर जाईन, तेव्हा पांडवच काय पण देवता, गंधर्व, असुर, नाग आणि राक्षस मिळूनसुद्धा मला रोखू शकणार नाहीत. उद्याच मी समस्त पांडव सेनेला नेस्तनाबूत करून रणभूमीवर प्रलय माजवेन. बास झाली त्या कृष्णाची खेळी आता!'

कृष्णाच्या विरोधात मी प्रथमच काही बोललो होतो.

'फारच छान!' दुर्योधन म्हणाला; 'पण त्या अर्जुनाला कमी लेखू नकोस. अश्वत्था! लक्षात ठेव की, तो सर्वश्रेष्ठ धनुर्धारीच नाही तर अस्त्रवेत्तादेखील आहे. अस्त्रांचे त्याच्यापेक्षा जास्त ज्ञान अन्य कोणाला नाही. अशा स्थितीत त्याचा पराभव करणे अशक्य...'

'मला माहिती आहे ते...' मी दुर्योधनाला मधेच अडवत म्हणालो; 'पण माझ्याकडेही एक अस्त्र आहे. ज्याचा मुकाबला कोणीच करू शकत नाही. हे असं अस्त्र आहे की, जे एकदा सोडल्यावर शत्रूचा सर्वनाश केल्याखेरीज थांबत नाही. संपूर्ण जगात या अस्त्रापासून बचावू शकेल असा कोणीही नाही.'

'अरे वा!' दुर्योधनाचा चेहरा आनंदाने उजळला, 'असं कोणतं अस्त्र आहे? आणि ते तुला कसं मिळालं?'

'नारायणास्त्र!' मी गर्वाने उत्तरलो, 'माझ्या पित्याने कठोर तपश्चर्या केली. त्यावर प्रसन्न होऊन हे अस्त्र स्वतः भगवान नारायणाने माझ्या पित्याला दिलं होतं. पुढे माझ्या हट्टाखातर पित्याने ते मला शिकवलं. हेच एक अस्त्र असं आहे, जे अर्जुनाला ठाऊक नाही. त्याचा वापर करून मी उद्या सकाळीच पांडव आणि त्यांच्या संपूर्ण सेनेचा नाश करून टाकेन.'

ती सारी रात्र उजाडण्याची वाट बघण्यातच निघून गेली. दुसऱ्या दिवशी युद्धाला आरंभ होताच, मी आचमन केलं. विशिष्ट मंत्रोच्चारण

करताच ते दिव्य नारायणास्त्र माझ्या हातात प्रकट झालं. त्या अस्त्राचा महिमा असा होता की, ते प्रकट होताच आकाशात मेघ गर्जना सुरू झाल्या. वारे वेगाने वाहू लागले. चारही दिशांनी भयंकर आवाज येऊ लागले. समुद्राच्या लाटा उंच उसळू लागल्या. मोठमोठ्या नद्यांच्या प्रवाहाची दिशा बदलली. पर्वतशिखरे ढासळू लागली. एकूणच सगळीकडे हाहाकार माजला. प्रलय सुरू झाल्याची जाणीव सर्वांना झाली. समरांगणातील एकूण एक सगळे जण जागच्या जागी स्तब्ध होऊन माझ्याकडे बघू लागले.

अचानक मला आठवलं की, भगवान नारायणांनी माझ्या पित्याला हे अस्त्र देताना असं सांगितलं होतं की, याचा वापर विचारपूर्वक करावा. उन्मादी अवस्थेत कधीही करू नये. या विचाराने क्षणभर मी थबकलो.

तेवढ्यात दुर्योधनाचा आवाज मला ऐकू आला, 'विचार कसला करतोस अश्वत्थामा! आपल्या पित्याचा नृशंस मृत्यू आठव. अस्त्र सोड अश्वत्थामा! अस्त्र सोड!'

माझ्या मनातील चलबिचल बहुधा दुर्योधनाच्या लक्षात आली असावी. मी ऐनवेळी कच खाऊन पांडवांचा विनाश करण्याची त्याची अखेरची संधी धुळीस मिळवू नये, यासाठी तो मला हेतुपुरस्सर भडकावत होता.

त्याचं बोलणं ऐकून मला स्फुरण चढलं. मी स्वतःचा आवेश रोखू शकलो नाही आणि पुढच्या क्षणी माझ्या हातून नारायणास्त्र सुटलं. त्यामधून कित्येक हजारो अग्निबाण बाहेर पडले, त्यामुळे सर्व दिशा झाकोळल्या गेल्या. त्याबरोबर त्यामधून लोहगोल, द्वीचक्र, गदा आदी अनेक शस्त्रे प्रकट होऊ लागली. त्याच्या अग्रभागी धारदार सुरे होते. ही अस्त्र-शस्त्र कमालीच्या वेगाने पांडव सेनेचा विनाश करू लागली. या भयावह अस्त्रामुळे समस्त पांडव सेना घाबरून दिशा मिळेल तिकडे सैरावैरा धावत सुटली; पण ते दिव्य अस्त्र अतिशय वेगाने आणि घातक पद्धतीने शत्रू सेनेचे निर्दालन करत सुटले होते. आता काही वेळातच युद्धाचा निकाल कौरवांच्या बाजूने लागणार याची सर्वांना खात्री पटली.

श्रीकृष्णासमोर पुन्हा एकदा आव्हान उभे ठाकले होते. त्याने काही वेळ विचार केला. सर्व पांडवांना एका जागी बोलावलं आणि सांगितलं, 'नारायणास्त्राला शांत करण्याचा एकच मार्ग आहे. सगळे जण रथातून खाली उतरा. आपापली हत्यारे खाली टाकून या अस्त्रासमोर डोकं खाली झुकवून नम्रपणे उभे राहा. अन्यथा, तुमचा सर्वनाश अटळ आहे.'

श्रीकृष्णाचा सल्ला टाळण्याचा मूर्खपणा कोणी करणे शक्यच नव्हते. सर्व पांडवांनी तत्काळ आपापली शस्त्रे खाली टाकली आणि रथातून खाली उतरून माना खाली घालून त्या दिव्य अस्त्राला वंदन केलं, त्यामुळे नारायणास्त्र अखेर शांत झालं.

या घटनेमुळे एक गोष्ट स्पष्ट अधोरेखित झाली की, पांडवांची बाजू धर्माची आहे. जिथे धर्म आहे, तिथे श्रीकृष्ण आहे आणि जिथे श्रीकृष्ण आहे, विजय नक्कीच तिथेच आहे!

२४

युद्धाचं थैमान सुरूच होतं. जिकडे बघावं तिकडे रक्तानं माखलेले शवांचे ढीग पडले होते. रणभूमीवर अशी एकही जागा उरली नव्हती जिथे तिचं मूळ स्वरूप दिसू शकेल. सामान्यतः समरांगणावर असं चित्र तेव्हाच निर्माण होतं, जेव्हा युद्ध त्याचा सर्वोच्च बिंदू गाठून अंतिम दिशेने पुढे सरकत असतं. दोन्ही बाजूंनी निकराचा लढा सुरू होता. विविध अस्त्र– शस्त्रांचा वापर सुरू होता. चारही बाजूंना निव्वळ रक्तपात सुरू होता. एका दुराग्रही आणि हटवादी दुर्योधनापायी दोन्ही बाजूचे असंख्य सैनिक प्राणाला मुकले होते.

माझे पिता द्रोण यांच्या मृत्यूनंतर कौरवांचा सेनापती म्हणून कर्णाची नियुक्ती करण्यात आली. कर्ण युद्ध कौशल्यात अतिशय पारंगत होताच. आता सेनापतीचे पद मिळाल्याने त्याचा आत्मविश्वास आणखी बळावला. अर्जुनाप्रमाणे त्याच्याकडेही दिव्य अस्त्रे होती, ज्यांचा तो अधूनमधून उपयोग करत असे. तसं बघायला गेलं तर आता मुख्य युद्ध फक्त अर्जुन आणि कर्ण यांच्यातच सुरू होतं. दोघेही एकमेकांच्या जीवावर उठलेले होते. त्यांच्यातील संघर्षाची धार बघून हे समजत होतं की, दोघांपैकी एकाचा मृत्यू झाल्याखेरीज युद्ध समाप्ती होणार नाही. महर्षी दुर्वासांकडून कुंतीला मिळालेल्या वरदानाची कथा सांगताना मी असं म्हणालो होतो की, वरदान कधी कधी अभिशाप ठरतं. त्या वेळी एका रहस्याचा उल्लेखही मी केला होता. ते रहस्य काय, हे सांगण्याची वेळ आता आली आहे.

महर्षी दुर्वासांकडून वरदान मिळाल्याने कुंती एवढी हरखून गेली की, त्या वरदानाचा उपयोग करून बघावा असं तिला सारखं वाटू लागलं. सर्वप्रथम तिनं सूर्यदेवाचं आवाहन केलं. दुर्वासांचं वरदान व्यर्थ जाणं शक्यच नव्हतं. त्यानुसार सूर्यदेव प्रकट झाले आणि कुंतीला काय हवंय ते विचारलं. त्यावर कुंतीने त्यांना प्रणाम करून क्षमा मागितली आणि म्हणाली, 'मी केवळ वरदानाची प्रचिती बघत होते.' पण प्रकट झाल्यानंतर काहीही फळ न देता तसंच निघून जाणं सूर्यदेवांना शक्य नसल्याने त्यांनी कुंतीला एक पुत्र प्रदान करायचं ठरवलं; पण त्या वेळी कुंती अविवाहित होती. विवाहपूर्व आपलं शरीर कोणाला अर्पण करणे तिच्यासाठी शक्य नव्हते, त्यामुळे सूर्यदेवाने तिला स्पर्श न करताच आपल्या दिव्य शक्तीने तिच्या गर्भात एका पुत्राची स्थापना केली. यथावकाश कुंतीने एका तेजस्वी पुत्राला जन्म दिला. जन्मतःच तो आपल्या पित्यासारखा प्रकाशमान होता. त्याच्या कानात सोनेरी कुंडले आणि अंगावर दिव्य कवच होते. त्याचे खांदे वृषभासारखे पुष्ट आणि नेत्र सिंहासारखे भेदक होते; परंतु अविवाहित कुंतीने मात्र लोकलज्जा आणि कुळाची मर्यादा यांचा विचार करून त्या बालकाला स्वतःपासून दूर करण्याचा निर्णय घेतला. आपल्या दाईच्या मदतीनं तिने त्या बालकाला एका टोपलीत ठेवलं आणि ती टोपली यमुना नदीच्या प्रवाहात सोडून दिली. वाहत वाहत ती टोपली पुढे गंगा नदीमध्ये प्रविष्ट झाली. गंगेच्या प्रवाहातून वाहत असताना चंपापुरी क्षेत्रामध्ये धृतराष्ट्राचा सारथी अधिरथ याला ती दिसली. अधिरथ निपुत्रिक असल्याने त्या बालकाला देवाचा कृपाप्रसाद मानून तो स्वतःच्या घरी घेऊन आला. अधिरथ आणि त्याची पत्नी राधा यांनी पोटच्या पोराप्रमाणे त्याचं पालनपोषण केलं.

एव्हाना तुम्ही जो अंदाज केला असेल, तो अगदी बरोबर आहे. हाच बालक पुढे कर्ण म्हणून प्रसिद्ध झाला. होय! हे संपूर्ण सत्य आहे की, कर्ण हा मुळात कुंतीचा पुत्र होता आणि त्यामुळे तो सर्वांत ज्येष्ठ पांडव होता. समस्त पांडवांचा थोरला बंधू! याहून अधिक आश्चर्याची बाब म्हणजे ही गोष्ट कुंती आणि कर्ण दोघांनाही युद्ध सुरू होण्याआधीच समजली होती.

मामा कृपाचार्य यांनी मला जेव्हा हे रहस्य सांगितलं, तेव्हा मी विचारलं की, कुंतीनं कर्णाला त्याचं जन्मरहस्य सांगून पांडवांची साथ देण्यासाठी राजी कसं केलं नाही? सगळं समजल्यानंतरही कर्णाने दुर्योधनाची साथ का दिली आणि स्वतःच्या सख्ख्या भावांविरुद्ध युद्ध का केलं?

यावर मामा कृप म्हणाले की, अश्वत्थामा! कुंतीला पक्कं ठाऊक होतं की, या युद्धात कौरवांची सारी मदार एकट्या कर्णावर आहे आणि जर कर्णानं दुर्योधनाची साथ सोडली, तर पराजयाच्या भीतीने दुर्योधन युद्धच करणार नाही. पुढचं सारं अरिष्ट आपसूकच टळेल. हाच विचार करून एक दिवस कुंती कर्णाला जाऊन भेटली. त्या वेळी कर्ण नेहमीप्रमाणे, गंगाकिनारी संध्या करत होता.

कुंतीला पाहून त्याने प्रणाम केला आणि विचारलं की, हा सूतपुत्र तुमची काय सेवा करू शकतो?

'कर्णा! स्वतःला सूतपुत्र म्हणू नकोस. मी आज तुला तेच सांगायला आले आहे की, तू सूतपुत्र नाहीस. कौंतेय आहेस. माझा पुत्र. कुंतीचा पराक्रमी ज्येष्ठ पुत्र कर्ण आहेस तू. सर्व महाबली आणि यशस्वी पांडवांचा ज्येष्ठ बंधू.'

'हे तुम्ही काय बोलताय?' कर्ण व्याकूळ झाला. 'मी? आणि तुमचा पुत्र... हे कसं शक्य आहे?'

यावर कुंतीने दुर्वास मुनींचे वरदान आणि त्याच्याशी निगडित सारी कहाणी सांगितली. सूर्यदेवाचे प्रकट होणे आणि कर्णाच्या जन्माची कथा सांगून मातेचे उत्तरदायित्व पार न पाडल्याबद्दल कुंतीने कर्णाची वारंवार क्षमा मागितली.

'मला क्षमा कर बाळा!' कुंती अश्रूभरल्या स्वरात म्हणाली, 'लोकलज्जेपायी मी जन्मतःच तुझा त्याग केला. आपल्या कुळाची कीर्ती अबाधित राखण्यासाठी तुझ्या वर्तमान आणि भविष्याचीदेखील राखरांगोळी केली. माझा अपराध मला मान्य आहे. मी तुला विनंती करते की, तू झालंगेलं विसरून आपल्या भावांची साथ दे. मी तुला वचन देते की, युधिष्ठिर आणि अन्य सारी भावंडे तुला यथोचित मान देतील. ज्येष्ठ पांडव या नात्याने तूच इंद्रप्रस्थाचा राजा बनशील. दुर्योधन कपटी आणि दुराचारी आहे. स्वतःच्या स्वार्थासाठी तो तुझा वापर करून घेतो आहे. त्याची साथ नको देऊस कर्णा!'

इतकी वर्षे जे मनाच्या तळाशी दाबून ठेवलं होतं, ते कुंतीनं एका दमात बोलून टाकलं. आपल्या खऱ्या मातेला समोर बघून कर्ण आनंदित होईल. तिच्या विनंतीला मान देईल आणि तत्काळ दुर्योधनाची साथ सोडून पांडवांच्या बाजूला येईल, याची तिला खात्री वाटत होती.

पण कर्ण कोणी सामान्य मनुष्य नव्हता. तो दिव्य होता. निष्ठा आणि कर्तव्यपरायण हे त्याच्या व्यक्तिमत्त्वाचे अविभाज्य पैलू होते.

'तुम्ही मला जन्म दिला आहे आणि त्या नात्याने तुम्ही मला पूजनीय आहात; पण क्षत्रिय कुळात जन्म घेऊनसुद्धा आयुष्यभर सूतपुत्र अशी माझी अवहेलना झाली, त्यालासुद्धा तुम्हीच जबाबदार आहात. आता मला तुम्ही जे यश, जे सामाजिक स्थान देऊ करताय, त्यामुळे आजवर झालेल्या अपमानाची भरपाई होऊ शकेल का? रंगभूमीमध्ये जेव्हा तुमचे पांडव पुत्र तुमच्या समोर माझी सूतपुत्र अशी हेटाळणी करत होते, तेव्हा माझ्यावर होणाऱ्या अन्यायाची बोच तुम्हाला का नाही लागली? त्या वेळी फक्त एकटा दुर्योधन माझ्या बाजूने उभा राहिला. त्याने मला आधार दिला. अंगदेशचा राजा केलं. नुसती माझी सामाजिक प्रतिष्ठा वाढविली नाही तर अपमान आणि हेटाळणीपासून माझं रक्षण केलं,' कर्ण तळमळीने बोलला.

'अरे! पण दुर्योधनानं हे सगळं स्वतःचा स्वार्थ साधण्यासाठी केलं. पांडवांचा बदला घेण्यासाठी तुझा मोहरा म्हणून वापर करून घ्यायचा होता त्याला,' कुंती म्हणाली.

'मला त्याची पूर्ण जाणीव आहे; पण माझ्या जन्माच्या वेळी तुम्ही स्वतःचा स्वार्थ जपण्यासाठी माझा त्याग केलात ते जर योग्य होतं; तर स्वतःच्या स्वार्थासाठी दुर्योधनानं मला जवळ केलं हे वावगं कसं ठरू शकतं? आणि आजसुद्धा तुम्ही इथे सत्य सांगायला म्हणून आला आहात, त्यामागे तुमचा काही स्वार्थ नाहीये असं तुम्हाला म्हणायचं आहे का? रंगभूमीच्या प्रसंगी पांडवांना माझ्याबद्दल काही माहिती नव्हतं. तसं दुर्योधनासाठीदेखील मी पूर्णपणे अनोळखी होतो, तरीही त्याने एखाद्या सच्च्या वीराचा सन्मान मला दिला. माझं कुल-शील काहीही न बघता फक्त माझा पराक्रम आणि साहस याला त्यानं महत्त्व दिलं. मी आज जे काही आहे, ते केवळ दुर्यो धनानं माझ्यावर टाकलेल्या विश्वासामुळे. अन्यथा, जगाने तर 'सूतपुत्र, सूतपुत्र' असं सारखं म्हणून माझ्या आत्मविश्वासाची शकलं करून टाकली होती. वस्तुस्थिती काहीही असली तरी मी दुर्योधनाचा विश्वासघात कदापि करणार नाही,' कर्णानं ठामपणे सांगितलं.

'कर्णा!' कुंती भावविवश होऊन म्हणाली, 'मी तुझ्या भावनांचा आदर करते. तुला दुर्योधनाची साथ सोडायची नाहीये ना? ठीक आहे! पण तुझी जन्मदाती आई या नात्याने मी तुझ्याकडून एक वचन मागू शकते का?'

'अवश्य! संध्यासमयी या कर्णाने आजवर कधीच कोणालाही विन्मुख पाठवलेलं नाही. तुम्ही तर माझी जन्मदात्री आहात. मागा काय हवं ते.'

'मला वचन दे की, माझे पाचही पुत्र जिवंत राहतील.' कुंतीने पेच टाकला. कारण, तिला खात्री होती की, युद्धात अर्जुनाला सर्वाधिक धोका कर्णापासूनच होता.

हे ऐकून कर्णाचा चेहरा व्यथित झाला. 'ओह! माझ्यावर दुर्योधनाच्या उपकाराचं ऋण आहे. त्याच्या शत्रूंचा नायनाट करणं हे माझं उत्तरदायित्व आहे; पण मी तुम्हाला निराश करणार नाही. माते मी तुम्हाला वाचन देतो की, अर्जुन सोडून मी युधिष्ठिर, भीम, नकुल, सहदेव यापैकी कोणालाही ठार करणार नाही. माझा मुकाबला अर्जुनाशीच आहे. त्याचा वध करून मला परम संतोष मिळणार आहे, त्यामुळे युद्धात एक तर तो मरेल किंवा मी. अर्थात, तुमची इच्छा अवश्य पूर्ण होईल. कोणत्याही स्थितीत तुमचे पाच पुत्र नक्की जिवंत राहतील. आशा करतो की, हे तुम्हाला मान्य व्हावं. आता मला जाण्याची अनुमती द्या,' असं म्हणून कर्ण वळला आणि बुचकळ्यात पडलेल्या कुंतीला एकटीला सोडून तिथून निघून गेला.

कुंतीला तो क्षण आठवला, जेव्हा तान्ह्या कर्णाला टोपलीत ठेवून नदीमध्ये सोडून दिलं होतं. त्या वेळी स्वतःच्या सन्मानासाठी तिने पुत्राचा त्याग केला होता. आज त्याच पुत्राने स्वतःच्या सन्मानाचं रक्षण करण्यासाठी आपल्या मातेचा त्याग केला. नियतीकडे माफी, क्षमा यांना थारा नसतो की काय? आपण जसं वागतो, त्याची यथावकाश भरपाई करावीच लागते.

युद्धामध्ये अखेर अर्जुन आणि कर्ण आमनेसामने आलेच. त्यांच्यात झालेलं घनघोर युद्ध या संपूर्ण महायुद्धातील एक अतिशय महत्त्वाचा हिस्सा होतं. दोघेही जण आपल्या आयुष्यातील निर्णायक युद्ध लढत होते. या वेळी कालचक्र एका अशा बिंदूवर येऊन ठेपलं होतं, जिथून पुढे कर्णाचा कठीण समय सुरू होणार होता. तत्पूर्वी, कर्णाच्या जीवनातील आणखी दोन महत्त्वाच्या घटना इथे तुम्हाला सांगणं अनिवार्य आहे.

एकदा कर्ण विद्याग्रहणासाठी गुरूच्या शोधात असताना पराशुरामांकडे गेला. त्याला असं समजलं होतं की, परशुरामांचं क्षत्रियांशी वैर असून, ते फक्त ब्राह्मणांनाच शिक्षण देतात.

त्यामुळे कर्णानं आपण ब्राह्मणपुत्र आहोत, असं खोटंच त्यांना सांगितलं. एक दिवस दुपारच्या भोजनानंतर कर्ण आणि परशुराम फिरत फिरत आश्रमापासून दूर वनात गेले. तिथे परशुरामांना झोप येऊ लागली, त्यामुळे कर्णाच्या मांडीवर डोकं ठेवून ते निद्राधीन झाले. थोड्या वेळाने कुठूनतरी

एक भुंगा तिथे आला आणि कर्णाच्या मांडीला पोखरू लागला. त्याच्या चाव्यामुळे कर्णाला पराकोटीच्या वेदना झाल्या. त्याच्या जांघेतून रक्त वाहू लागलं; परंतु आपण हालचाल केली अथवा ओरडलो तर गुरूच्या निद्रेत व्यत्यय येईल, या काळजीपोटी कर्णाने त्या वेदना निमूट सहन केल्या. गुरूंची निद्रा पूर्ण होण्याची वाट बघत तसंच शांत बसून राहिला. थोड्या वेळाने कर्णाच्या जांघेतून वाहणारे रक्त परशुरामांपर्यंत पोचले. त्या स्पर्शाने त्याना झटकन जाग आली. ते उठून बसले आणि पाहिलं, तर कर्णाच्या मांडीतून खूप रक्तस्राव झालेला होता. त्याबाबत कर्णाला विचारलं असता त्यानं सांगितलं की, गुरूची निद्रा भंग होऊ नये यासाठी तो वेदना सहन करत बसला. तत्क्षणी परशुरामांच्या लक्षात आलं की, हा ब्राह्मण नाही. एवढ्या पराकोटीच्या वेदना सहन करणे ब्राह्मणाला शक्यच नाही. हा नक्कीच क्षत्रिय असला पाहिजे. ही जाणीव होताच परशुराम संतप्त झाले. ते कर्णावर ओरडले, 'मूर्ख! अधम मनुष्या! तू आपल्या गुरूची फसवणूक केली आहेस. क्षत्रिय असतानाही आपण ब्राह्मण आहोत असं सांगितलंस?'

हे ऐकून कर्णाने त्यांची आधी क्षमा मागितली आणि मग स्वतःची खरी ओळख सांगितली. तो म्हणाला की, ना तर मी क्षत्रिय आहे, ना ब्राह्मण आहे. मी एक सूतपुत्र आहे;' परंतु एव्हाना फार उशीर झालेला होता. परशुरामांनी क्रोधीत होऊन त्याला शाप दिला, 'तू कपटाने जे शिक्षण माझ्याकडून प्राप्त करून घेतले आहेस, ते तुझ्या उपयोगी पडणार नाही. ज्या क्षणी या विद्येची तुला आत्यंतिक गरज भासेल, नेमकी त्याच वेळी ती तुला अजिबात आठवणार नाही.'

इथे मला असं वाटतं की, परशुरामांनी कर्णाला क्षमा करायला हवी होती. कारण, तो ब्राह्मण आहोत असं खोटं बोलला असला, तरी आपण क्षत्रिय आहोत, हे त्यालादेखील माहिती नव्हते; पण क्षमा हा खूप दुर्लभ गुण आहे. तो सहसा प्रत्येकाजवळ नसतो. क्षमेचे दान दुसऱ्याला करण्यासाठी आधी व्यक्तीला स्वतः अहंकारमुक्त होण्याची गरज असते. परशुराम कोपिष्ट होते तसेच अहंकारीदेखील होते. त्यांनी कर्णाला क्षमा केली नाही आणि पुन्हा एकदा आपल्या निम्नकुळाच्या अवहेलनेचे ओझे शिरावर घेऊन कर्ण व्यथित होऊन तिथून निघाला.

आपल्या लक्ष्याच्या एवढं जवळ येऊनसुद्धा कर्णाच्या पदरी निराशाच पडली. खिन्न अंतःकरणाने विद्येच्या शोधात त्याने पुन्हा यात्रा सुरू केली.

असाच फिरत फिरत एक दिवस तो एका अनोळखी गावी पोहोचला. रात्र खूप झाली असल्याने, त्यानं तिथेच मुक्काम करायचं ठरवलं आणि एका झाडाखाली पारावर आडवा झाला. अचानक त्याला झाडीमधून काही तरी खसफस ऐकू आली. कोणीतरी वन्यपशू असेल या कल्पनेने त्याने शब्दभेदी बाण चालवला. कर्णाचा नेम अचूक होता. तो पशू एक करून हंबरडा फोडून जमिनीवर पडला. कर्णानं जवळ जाऊन पाहिलं, तर ती एक गाय होती. अंधारात रस्ता न समजून ती झाडीझुडुपात असाहाय्यपणे अडकून पडली होती. कर्ण घाबरला. गायीच्या मालकाला समजलं तर तो नक्कीच आपल्याला दंड करेल हे त्याला माहिती होतं. कर्णाला वाटलं असतं तर रात्रीच्या अंधारात तो बिनबोभाट तिथून पसार झाला असता; पण कर्ण दुर्दैवी असला तरी भेकड मुळीच नव्हता. तो तिथेच बसून राहिला. दुसऱ्या दिवशी सकाळी गायीचा मालक असलेला एक ब्राह्मण तिला शोधत आला. मृत झालेली गाय आणि तिच्या शेजारी बसलेला कर्ण पाहून अचंबित झाला. कर्णानं त्याला सगळं खरंखरं सांगितलं. रात्रीच्या अंधारात गफलतीने बाण चालवला गेला आणि गायीची हत्या झाली. हे कळूनही तो ब्राह्मण क्रोधीत झाला. त्यानं थरथरत्या आवाजात कर्णाला शाप दिला की, ज्या प्रमाणे माझ्या असाहाय्य गायीची तू हत्या केलीस, तुझा मृत्यूदेखील तू असाच असाहाय्य असताना होईल.

आपल्या प्रारब्धाबद्दल दुःखी होणं आणि परशुराम तसेच या ब्राह्मणाचा शाप खरा होण्याची वाट बघणं याखेरीज कर्णाच्या हातात दुसरं काही नव्हतं.

असो! आता आपण पुन्हा कर्ण आणि अर्जुनाच्या युद्धाकडे वळू या. दोन्ही महारथींचा कडवा मुकाबला सुरू असताना अचानक एक आक्रीत घडलं. एक जोरदार झटका बसून कर्णाचा रथ थांबला. कर्णाने खाली वाकून पाहिलं तर दिसलं की, त्याच्या रथाचं उजवं चाक जमिनीमध्ये रुतून बसलं होतं. प्रसंग बाका होता. युद्धामध्ये अस्त्र-शस्त्र यांच्याइतकंच महत्त्व रथाला असतं.

कर्णाचा रथ उजव्या अंगावर झुकू लागला आणि त्यामुळे घोडे अडखळू लागले. अडकलेलं चाक बाहेर काढल्याखेरीज कर्णाला पुढे सरकणं आणि युद्ध करणं शक्य नव्हतं. त्यामुळे तो रथातून उडी मारून खाली उतरला. आपली पूर्ण शक्ती लावून जमिनीच्या भेगेत अडकलेलं चाक बाहेर काढण्याचा प्रयत्न करू लागला; पण चाक काही जागचं हलायला तयार नव्हतं. कर्णाची स्थिती त्या ब्राह्मणाच्या गायीसारखी असाहाय्य

झाली होती. शाप आपला प्रभाव दाखवू लागला होता. कर्णाच्या माथ्यावर घर्मबिंदू चमकू लागले.

इकडे अर्जुनाने ही संधी साधून कर्णावर बाणांचा वर्षाव केला, त्यामुळे चिलखत फाटून कर्णाच्या शरीरातून रक्त वाहू लागलं. मान वर करून अर्जुनाकडे बघत कर्ण त्वेषानं म्हणाला, 'कुंतीनंदना! मला माहितीये की तू खूप मोठा धनुर्धारी आहेस; पण तुझं आत्ताचं वर्तन तुझ्या श्रेष्ठ कुळाला शोभणारं नाही. ज्याचं कवच फाटलं आहे किंवा ज्याच्या हाती धनुष्य-बाण नाही, त्याच्यावर शरसंधान करू नये हे तुझ्या गुरूनं तुला शिकवलं नाही की काय? निःशस्त्रावर वार करणं हे धर्माशी सुसंगत नाही. जर तू सच्चा योद्धा असशील, तर थोडा थांब. मला रथाचं अडकलेलं चाक बाहेर काढू दे. तू रथात आहेस आणि मी जमिनीवर; अशा प्रकारे युद्ध करणं धर्माच्या विरुद्ध आहे.'

कर्णाचं हे बोलणं ऐकून अर्जुन उपहासाने हसला आणि म्हणाला, 'सूतपुत्र कर्णा! तुझ्यासारख्या अधर्मी मनुष्याच्या तोंडी धर्माची भाषा शोभत नाही. दुर्योधनाशी संगनमत करून आम्हाला लाक्षागृहात जाळून मारण्याची योजना आखलीस, तेव्हा कुठे गेला होता तुझा धर्म? कौरवसभेमध्ये सर्वांसमोर रजःस्वला द्रौपदीचा घोर अपमान केलास, तेव्हा तुला धर्म आठवला नाही? द्यूत खेळण्याच्या बहाण्याने कपटी शकुनीच्या साथीने आमचा छळ केलास, राज्य हडप केलंस तेव्हा तुला धर्म आठवला नाही? स्वतःला वीर म्हणवणाऱ्या सहा जणांनी मिळून माझ्या कोवळ्या निःशस्त्र अभिमन्यूला एकटा गाठून त्याची अमानुष हत्या केली, तेव्हा कुठे गेला होता राधासुता तुझा धर्म? तेरा वर्षे वनवासात काढूनसुद्धा पांडवांना त्यांच्या हक्काचं राज्य नाकारलं गेलं, तेव्हा तुला धर्म आठवला नाही? अरे! जन्मभर अधर्माची कास धरणारा तू! आज स्वतःच्या डोक्यावर मृत्यूची छाया दिसताच तुला धर्माची आणि न्यायाची जाणीव झाली काय?'

कर्णाला अर्जुनाचे हे बोलणे अजिबात सहन झाले नाही. पराशुरामांकडून शिकलेल्या दिव्य अस्त्राचा प्रयोग करण्यासाठी त्याने हात उंचावले. अस्त्र प्रकट होण्यासाठी आवश्यक मंत्रांचं उच्चारण करू लागला; परंतु खूप प्रयत्न करूनही काही केल्या ते मंत्र त्याला आठवेचनात. परशुरामांचा शाप त्याला भोवू लागला होता. आपण परशुरामांकडून जे जे शिकलो ते सगळं डोक्यातून हरवून जातंय, अशी जाणीव त्याला झाली. आपला अंत समीप आल्याचं कर्णानं ओळखलं.

त्याबरोबर कर्ण अतिशय शांत आणि स्थिर झाला. अर्जुनाकडे संपूर्ण दुर्लक्ष केलं. आपली सारी शक्ती पणाला लावून तो रथाचं जमिनीत अडकलेलं चाक बाहेर काढायचा प्रयत्न करू लागला. इकडे अर्जुनानं आपलं गांडीव धनुष्य सज्ज केलं. आकर्ण प्रत्यंचा खेचली आणि कर्णाचा वेध घेऊन सपकन बाण सोडला. अर्जुनाच्या शरसंधानाचं एक वैशिष्ट्य होतं. त्याने सोडलेला बाण एवढ्या कमालीच्या वेगाने जाई की, तो कोणाला दिसतच नसे. फक्त सप्प असा आवाज ऐकू येत असे. कर्णावर सोडलेला बाणही कोणाच्या दृष्टीस पडला नाही. पुढच्या क्षणी कर्णाने वेदनेनी मारलेली किंकाळी ऐकू आली. बाण त्याची छाती भेदून पाठीतून आरपार निघून गेला होता. कर्णाने आकाशाच्या दिशेने मान उंचावली. अश्रूंनी भरल्या नेत्राने अखेरचं आपल्या पित्याचं – सूर्यदेवाचं दर्शन घेतलं आणि प्राणत्याग केला. बघता बघता आभाळात ढग दाटून आले. एवढा वेळ प्रखर तळपणारं बिंब झाकोळलं. सगळीकडे अंधार पसरला. जणू आपल्या प्रिय पुत्राचा असाहाय्य मृत्यू सूर्यदेवालादेखील बघवला नाही.

कर्णाच्या मृत्यूमुळे कौरव सेनेचा धीर पुरता खच्ची झाला. विशेषतः दुर्योधनाचं मनोधैर्य पार ढासळलं. कर्ण त्याचा सर्वांत विश्वसनीय मित्र आणि योद्धा होता. कर्णाच्या भरवश्यावरच तर दुर्योधनानं या महायुद्धाचा घाट घातला होता आणि आज तो मित्रच दुर्योधनाला एकटा सोडून निघून गेला.

दुर्योधनानं आकाशात बघितलं. सगळीकडे काळे ढग दाटून आले होते. कौरवांच्या पराजयाचे ढग तर नव्हते ना ते? दुर्योधन धास्तावला. सैनिक, आप्तेष्ट, गुरू, मित्र सगळ्यांच्या निष्प्राण कलेवरांनी गजबजून गेलेल्या रणभूमीकडे डोळे विस्फारून पाहू लागला. पंधरा दिवसांपूर्वी अकरा अक्षौहिणी सैन्याचा स्वामी असलेला तो आज मात्र पार एकाकी पडला होता. दुर्योधन, काही कौरव सैनिक यांच्या जोडीला रणांगणात आता फक्त मी, कृपाचार्य आणि कृतवर्मा एवढेच लोक जिवंत शिल्लक राहिले होते.

इतके दिवस अखंड युद्ध करून दुर्योधनाचं शरीर शिथिल पडलं होतं. शिवाय एवढा मोठा संहार पाहून आणि पराजयाची चाहूल लागून मनदेखील नैराश्याच्या खाईत लोटलं गेलं होतं. त्याला काहीच सुचेनासं झालं. एकदम मला दिसलं की, तो पूर्व दिशेला धावत सुटला आहे. हस्तिनापूरचा युवराज आणि इंद्रप्रस्थाचा भावी महाराज रणांगण सोडून असा पळत सुटलेला बघून मला फार कणव वाटली; पण खेद आणि सहानुभूती व्यक्त करत बसण्याची ती वेळ नव्हती. आम्ही तिघे जण त्याच्या मागे धावलो. कुरुक्षेत्राच्या पूर्वेला एक सरोवर होतं. दुर्योधन धावत तिथे पोहोचला आणि त्यामध्ये उडी मारून लपून बसला. दुसऱ्या कोणाला तिथे शिरकाव करता येऊ नये, यासाठी आपल्याला येत असलेल्या मायावी विद्येच्या प्रभावानं त्यानं ते सरोवर प्रतिबद्ध करून टाकलं.

इकडे पांडवांना ही बातमी समजली. श्रीकृष्णासह ते सगळे जण सरोवरापाशी आले. आपल्या योगशक्तीच्या आधारे दुर्योधन आतच लपून बसला होता. कोणाच्या दृष्टीस पडत नव्हता. शेवटी युधिष्ठिरानं बाहेरूनच त्याला आव्हान दिलं, 'दुर्योधना! असा भेकडासारखा लपून काय बसला आहेस? बाहेर ये. बघ! आम्ही सर्व पांडव इथे आलो आहोत. ये आणि आम्हाला ठार मारून इंद्रप्रस्थाचं राज्य ताब्यात घे. त्याचा उपभोग घे.'

थोड्या वेळाने सरोवरातून दुर्योधनाचा आवाज ऐकू आला, 'युधिष्ठिरा! कोणत्या राज्याचा उपभोग घेण्याची भाषा करतो आहेस? आता ना माझे भाऊबंद जिवंत आहेत ना कोणी सगेसोयरे.

'ज्यांच्यासाठी मी हा सगळा अट्टाहास केला, तेच शिल्लक नसतील तर काय अर्थ आहे या युद्ध करण्याला? आणि काय सुख आहे ते राज्य मिळवण्यात? मनात आणलं तर मी एकटा तुम्हा पाचही जणांना आपल्या गदेच्या प्रहाराने यमसदनी धाडू शकतो; पण आता माझं मन सगळ्यावरून उडालं आहे. मला युद्धही नको आणि राज्यकारभारही नको. मी जसा आहे तसा मला सोडा. जा! तुम्ही सगळे भाऊ मिळून आनंदाने एकत्र राहा.'

किती विचित्र दैवगती होती ही! एकेकाळी जो दुर्योधन सुईच्या अग्रावर मावेल एवढी जमीन देण्याससुद्धा तयार नव्हता, त्याला आज राज्यकारभारात स्वारस्य उरलं नव्हतं! आपल्या महत्त्वाकांक्षेच्या वेदीवर समस्त परिवार आणि मित्र-आप्तेष्टांना बळी चढवून झाल्यानंतर आता तो निरीच्छपणे युधिष्ठिराकडे सगळं सोपवून टाकत होता!

हटवादीपणाला जर कुटीलतेची जोड मिळाली, तर ती युती महाखतरनाक ठरते. आपल्या विनम्र वागणुकीपायी या आधी युधिष्ठिराने खूप सोसलं होतं. आता दुर्योधनाच्या कपट जाळ्यात पुन्हा एकदा अडकण्याचा धोका पत्करण्याची त्याची तयारी नव्हती, त्यामुळे युधिष्ठिराने पवित्रा थोडासा बदलला.

दुर्योधनाचा अहंकार डिवचण्यासाठी तो म्हणाला, 'आम्हाला माहतीये, तुला भीमसेनाची भीती वाटतेय म्हणूनच बाहेर येऊन लढायला तू तयार होत नाहीयेस. असं असेल, तर मी तुझी मदत करतो. चल! मी तुला आव्हान देतो. बाहेर ये आणि आमच्या पाच जणांपैकी तुला हवं त्या कोणाही एकाशी गदायुद्ध कर. जर तू जिंकलास, तर मी महायुद्धातील माझा पराजय मान्य करेन. सारं राज्य तुझ्या स्वाधीन करेन आणि समजा हरलास तर युद्धात मरण आल्यामुळे तुला स्वर्गप्राप्ती नक्की होईलच.'

युधिष्ठिराचं हे बोलणं ऐकून मी चकित होऊन त्याच्याकडे पाहिलं. कारण, दुर्योधन गदा चालवायला खुद्द कृष्णाचा थोरला बंधू बलराम याच्याकडून शिकलेला होता. गदायुद्धात त्याची बरोबरी करणं या भूतलावर भीमाखेरीज अन्य कोणालाही शक्य नव्हतं. मग युधिष्ठिरानं असं मूर्खासारखं आव्हान कसं दिलं? आता या प्रलोभनामागे नेमकी काय खेळी दडलेली होती?

माझा असा विचार सुरूच होता, तोवर भीषण गर्जना करत दुर्योधन सरोवरातून बाहेर आला, 'युधिष्ठिरा! मी थकलेला असलो तरी एवढा दुबळा नाहीये की, स्वतःपेक्षा कमजोर व्यक्तीशी लढेन. तू, अर्जुन किंवा नकुल-सहदेव यांच्याशी दोन हात करून मी जगापुढे हसं करून घेणार नाही.

'इतिहासात कोणी असं म्हणता कामा नये की, दुर्योधनानं स्वतःसाठी दुबळा प्रतिद्वंद्वी निवडला. मी भीमाशीच लढेन. भले मग ते माझ्या आयुष्यातील शेवटचं युद्ध का ठरेना!'

माझ्या प्रश्नाचं उत्तर मिळालं होतं. दुर्योधन किती हट्टी आणि अहंकारी आहे, हे युधिष्ठिर पुरतं जाणून होता. त्याचा स्वाभिमान डिवचला की कामगिरी फत्ते होणार, हे ओळखूनच त्यानं असलं आव्हान समोर ठेवलं आणि युधिष्ठिराचा डाव अचूक साधला गेला. द्रौपदीने दुखावलेला अहंकार जपण्यासाठी एकेकाळी मामा शकुनीच्या मदतीने दुर्योधनानं द्यूतात पांडवांचं सर्वस्व हरण केलं होतं. त्याच अहंकारापायी त्याच दुर्योधनानं आज आपलं आयुष्य पणाला लावलं. मला खात्री होती की, गदायुद्धात भीमापुढे दुर्योधनाचा फार काळ टिकाव लागणार नाही.

भीम आणि दुर्योधन आपापली चिलखते धारण करून हाती गदा घेऊन सज्ज झाले. दोघांमध्ये घनघोर गदायुद्ध सुरू झालं. दोन्ही गदा वज्र आणि यमदंड यांच्या तोडीच्या होत्या. प्रहार करताना मध्येच भीमानं आपली गदा विशिष्ट प्रकारे हवेत फिरवली, की एक आगळाच भयकारी नाद निर्माण होत असे, त्यामुळे दुर्योधन थबकत होता; पण पुढच्याच क्षणी अनोखे आणि अनपेक्षित डावपेच टाकून तो भीमालादेखील बुचकळ्यात पाडत होता. प्रचंड वेगाने आणि ताकदीने दोघांच्या गदा एकमेकांवर आदळल्या की, ठिणग्यांचा पाऊस पडत होता. दोन योद्ध्यांचं एवढं महाभयंकर गदायुद्ध यापूर्वी इतिहासात कधी झालं नसेल.

बराच वेळ प्रहार झेलून भीम आणि दुर्योधन दोघांचं शरीर रक्तबंबाळ झालं. वेळेवर थांबवलं नाही तर हे युद्ध अनंतकाळापर्यंत सुरू राहील असं वाटत होतं. माझं कृष्णाकडे लक्ष गेलं, तर तो भीमाला काही संकेत देताना दिसला. श्रीकृष्णानं डाव्या हाताने आपल्या मांडीवर शड्डू ठोकला आणि तिकडे भीमानं दुर्योधनाच्या डाव्या मांडीवर गदेचा प्रहार केला. नक्कीच दुर्योधनाच्या मांडीचा चक्काचूर झाला असणार. 'भीमा! धिक्कार असो!' दुर्योधन वेदनेनं कळवळून जोरात ओरडला, 'बलरामाचा प्रिय शिष्य असूनसुद्धा तू द्वंद्वाचा नियम मोडलास! तुला हे माहिती नाही की, गदायुद्धात बेंबीच्या खाली प्रहार करायला बंदी आहे?'

यावर काही एक प्रतिक्रिया न देता भीमानं कृष्णाकडे पाहिलं. तो श्रीकृष्णानं स्वतःच्या उजव्या मांडीवर शड्डू ठोकला.

दुर्योधन पहिल्या आघातातून सावरायच्या आत भीमानं पूर्ण ताकदीनिशी त्याच्या उजव्या माडीवर गदाप्रहार केला. त्याबरोबर दुर्योधन धरणीवर कोसळला. त्याच्या हातून गदा निसटली. आपल्या दोन्ही मांड्या पकडून तो गडबडा लोळू लागला आणि कळवळून रडू लागला. आयुष्यात प्रथमच मी दुर्योधनाला रडताना बघत होतो. ते अतिशय करुण दृश्य होतं. दुर्योधन यातून जिवंत वाचणं अशक्य होतं. पांडव त्याला तसाच सोडून निघून गेले. तिथे उपस्थित असलेल्या आम्हा तिघांशी लढण्यात त्यांना काहीच स्वारस्य नव्हतं. कौरवांचा सर्वनाश झाला होता आणि मी, कृपाचार्य किंवा कृतवर्मा कोणाशीच पांडवांचं काही वैर नव्हतं. आम्हीही पांडवांना अडविण्याचा किंवा लढण्याचा प्रयत्न केला नाही. कारण, त्याक्षणी दुर्योधनाला सावरणं जास्त महत्त्वाचं होतं.

मी आणि कृपाचार्यांनी दुर्योधनाला उचलून शिबिरात घेऊन जायचं ठरवलं; पण त्यानं ठाम नकार दिला, 'मी एक वीर योद्धा आहे आणि योद्ध्याप्रमाणे मला रणांगणातच मृत्यू यायला हवा. अश्वत्थामा! मला आनंद वाटतो की, तू अद्याप सुखरूप जिवंत आहेस. तू सर्वांना ही कहाणी सांग. सगळ्यांना कळू दे की, दुर्योधन वीरासारखा लढला. पाठ दाखवून पळाला नाही. आपल्यापेक्षा दुर्बलाशी लढला नाही. तू सगळ्यांना हेसुद्धा सांग की दुर्योधन सर्व नियम पाळून लढला. भीमानं नियम मोडून दुर्योधनाचा घात केला.'

एवढं बोलून दुर्योधन थांबला आणि धापा टाकू लागला. त्याला अखेरची घरघर लागली. दुर्योधनाचा चेहरा मातीनं माखला होता. अकरा अक्षौहिणी सैन्याचा स्वामी आज धूळमाखल्या चेहऱ्यानं, एकटा, असाहाय्यपणे पडून प्राणत्याग करत होता.

अखेरचा श्वास घेण्याआधी त्यानं कृपाचार्यांना सांगून एक पाण्यानं भरलेला कलश मागवला. स्वतःच्या समोर माझा जलाभिषेक करून मला कौरव सेनेचा सेनापती म्हणून नियुक्त केलं आणि मान टाकली.

'सेनापती? कोणाचा सेनापती? कुठली सेना? मुळात सेना उरली आहे तरी का?' मी विचार करू लागलो.

मनापासून सांगतो. स्वतःच्या पित्याच्या मृत्यूची वार्ता ऐकून मला एवढं दुःखं झालं नव्हतं, जेवढं आज दुर्योधनाची अवस्था बघून झालं. माझं काळीज पिळवटून निघालं. मनातील वेदनेची जागा आता क्रोध घेऊ लागला.

काही झालं तरी आता मी कौरवांचा सेनापती होतो. दुर्योधनानं अंतःकाळी जो विश्वास माझ्यावर दाखवला होता, त्याची लाज राखणं माझं कर्तव्य होतं. माझ्यासाठी युद्ध अद्याप संपलेलं नव्हतं.

मी, कृपाचार्य आणि कृतवर्मा तिघेही रणभूमीपासून खूप दूरवर चालत आलो. पुढे एक घनदाट जंगल होतं. तऱ्हेतऱ्हेचे वृक्ष, लतावेली तिथे होत्या. त्यांच्याच मधे एक विशाल वटवृक्ष दिसला. सायंकाळ झाल्याने अंधार पडला होता, तेव्हा रात्रीचा मुक्काम त्याच वडाच्या झाडाखाली करावा, असं आम्ही ठरवलं. प्रचंड दमणूक झाल्याने झाडाला टेकून बसताक्षणीच कृपाचार्य आणि कृतवर्मा दोघांना गाढ झोप लागली. मलाही विश्रांतीची गरज होती; परंतु विषाद आणि क्रोध यामुळे माझं मन थाऱ्यावर नव्हतं. मान वर करून मी बराच वेळ वटवृक्षाच्या पानांमधून दिसणारं आभाळ आणि चमचमणारे तारे बघत बसलो. अचानक हवेत फडफड झाली आणि माझं लक्ष वेधलं गेलं. एक भलंमोठं घुबड अंधारात कुठूनतरी उडत तिथे आलं आणि काही कळायच्या आत त्या वृक्षावर असलेल्या घरट्यांवर त्यानं हल्ला चढवला. घरट्यांत गाढ झोपलेल्या कावळ्यांना आणि त्यांच्या पिल्लांना चोचीने घायाळ करून मारून टाकलं आणि जसं अचानक आलं तसं ते घुबड अंधारात पुन्हा गायब झालं.

हे दृश्य बघून मी विचारात पडलो. मला मिळालेला हा काही संकेत होता का?

पुढच्या क्षणी माझ्या मनात विचार घोळू लागला. या कावळ्यांसारखेच पांडवसुद्धा आत्ता आपापल्या शिबिरात निर्धास्त झोपले असतील. त्यांना मारण्याची ही नामी संधी आहे. त्या घुबडाप्रमाणे आपणही अंधाराचा फायदा घेऊन अचानक शिबिरावर छापा मारला आणि सगळ्या पांडवांना यमसदनी धाडलं तर काय हरकत आहे?

प्रतिशोधाचा अग्नी माझ्या मनात एवढा धगधगत होता की, धर्म-अधर्म, न्याय-अन्याय यांच्यातील फरक माझ्या दृष्टीने संपलेला होता. बऱ्याच विचाराअंती मी मामा कृपाचार्य यांना झोपेतून उठवलं.

'मामा उठा! माझं मन खूप बेचैन आहे. मला झोप येत नाहीये.'

'काय झालं अश्वत्था?' कृपाचार्यांनी चिंतेनं विचारलं, 'तुला कोण्या जंगली पशूचा आवाज ऐकू आला का?'

'नाही मामा!' मी उत्तरलो.' एखादा काय, या क्षणी जंगलातले सगळे पशू एकदम इथे आले, तरी त्यांना मी एकटा पुरून उरेन. मी तुम्हाला एका वेगळ्याच कारणासाठी उठवलं आहे.'

'काय झालं? एवढा अस्वस्थ का झाला आहेस?' कृपांनी विचारलं.

मग मी त्यांना नुकताच पाहिलेला घुबड आणि कावळ्यांचा प्रसंग सांगितला. त्याचबरोबर माझ्या मनात आलेले पुढचे विचारही सांगितले. ते ऐकून कुपाचार्य स्तब्ध झाले. शत्रूचा नाश त्यांना करायचा नव्हता असं नाही; पण झोपलेल्या शत्रूवर हल्ला करणं त्यांना पटत नव्हतं.

ते मृदू आवाजात माझी समजूत घालू लागले, 'प्रिय अश्वत्थामा! तुझी वेदना मी समजू शकतो. ज्या प्रकारे पांडवांनी छळ कपट करून तुझे पिता द्रोण आणि मित्र दुर्योधनाची हत्या केली, ती निःसंशय धर्माच्या विरुद्ध आणि निंदनीय आहे; पण तरीही माझं ऐक आणि स्वतःवर नियंत्रण ठेव. आवेशाच्या भरात असं कोणतही कृत्य करू नकोस, ज्यामुळे नंतर पश्चात्ताप करायची वेळ येईल. नीतिशास्त्र असं सांगतं की, झोपलेली व्यक्ती, निःशस्त्र व्यक्ती तसेच ज्याने हत्यार खाली ठेवले आहे, रथ आणि घोडे मोकळे सोडले आहेत, ज्याचे केस मोकळे सोडलेले आहेत, जो शरण आला आहे, ज्याचं वाहन नष्ट झालं आहे अशा कोणाचाही वध करणे निषिद्ध आहे. या वेळी समस्त वीर निश्चिंतपणे कवच उतरवून शांतपणे निद्राधीन झाले असतील. अशा स्थिती त्यांच्यावर हल्ला करणे किंवा त्यांची हत्या करणे महापाप ठरेल आणि असं करणारा नरकात खितपत पडेल.'

'पण मी सुडाच्या अग्नीत पेटून उठलो आहे. मला अजिबात चैन पडत नाहीये.'

'मी समजू शकतो अश्वत्थामा! पण अजून एक गोष्ट आहे, जी तू जाणून घ्यायलाच हवीस.'

'तो कोणती मामाजी?' मी उत्सुकतेनं विचारलं.

'तू एक प्रदीर्घ काळ दुर्योधनाबरोबर घालवला आहेस. छोट्या-मोठ्या असंख्य लढायांमध्ये त्याची साथ दिली आहेस. शिवाय या भीषण महायुद्धातही तू त्याच्याच पक्षात आहेस; पण एवढं सगळं असूनसुद्धा तुला ऐकून आश्चर्य वाटेल की, जगातील कोणीही तुझ्यावर अधर्माचं किंवा कुठल्याही प्रकारच्या नीच वर्तनाचं लांच्छन लावू शकणार नाही. द्रौपदी वस्त्रहरण असो किंवा द्यूतात पांडवांचं सर्वस्वहरण असो तू कायम तटस्थ राहिलास.

'दुर्योधनाचं कधीही समर्थन केलं नाहीस. तू सूर्याप्रमाणे तेजस्वी आहेस. शस्त्रधारी योद्ध्यांच्यात श्रेष्ठ वीर गणला जातोस, तेव्हा माझी अशी कळकळीची विनंती आहे की शांत राहा. कुठल्याही क्षणिक उन्मादाच्या आवेशात असं काहीही करू नकोस, ज्यामुळे तुझी जन्मभराची कीर्ती कलंकित होईल. माझा सल्ला ऐक आणि हा अघोरी विचार या क्षणी मनातून काढून टाक. उद्या सकाळपर्यंत थांब. सूर्योदय होताच एका सच्च्या वीर योद्ध्यासारखा रणांगणात उतर आणि शत्रूशी लढ. मी तुझ्या निष्कलंक आचरणाचा आणि निर्दोष चारित्र्याचा साक्षीदार आहे आणि यापुढेही कायम राहीन.'

कृपाचार्य माझे मामा असले, तरी इतक्या वर्षांत प्रथमच त्यांच्या तोंडून माझं कौतुक बाहेर पडलं होतं. त्याचं बोलणं ऐकून काही काळ मी भावनाविवश झालो. झोपेत शत्रूवर हल्ला करून त्यांना ठार करणं योग्य ठरणार नाही, असा विचार माझ्या मनात आला; परंतु तो काही काळच टिकला. या महाभयंकर युद्धानं मला क्रूर आणि निष्ठुर बनवून टाकलं होतं.

थोडा वेळ विचार केल्यानंतर मी म्हणालो, 'मामाजी! तुम्ही जे काही सांगताय ते निश्चितच योग्य आहे; पण तुम्ही धर्म आणि मर्यादा यांचे पालन करण्याबद्दल आता बोलून काही उपयोग नाही. कारण, पांडवांनी याआधीच दोन्हीची धूळधाण करून टाकलेली आहे. अर्जुनानं शिखंडीच्या आड लपून पितामह भीष्मांची हत्या केली. धृष्टद्युम्नानं सर्वांसमक्ष निर्घृणपणे माझ्या पित्याचं शिरकाण केलं. अर्जुनानंच असाहाय्य अवस्थेत सापडलेल्या कर्णाची निर्मम हत्या केली. एवढं कमी झालं म्हणून की काय पण गदायुद्धाचे सारे नीतिनियम धाब्यावर बसवून मित्र दुर्योधनाला कपटाने ठार केलं. आपले अधिकांश वीर योद्धा पांडवांनी अधर्माने आणि कपटानेच ठार मारले आहेत. मी एवढ्या सहजपणे ते सगळं कसं विसरू शकेन? मला आता पुढचा जन्म भलेही किड्यामुंगीच्या किंवा आणखी हलक्या योनीत मिळाला तरी पर्वा नाही. माझ्या कर्माचं मला काहीही प्रायश्चित घ्यावं लागलं तरी हरकत नाही.

'माझा निर्णय झालेला आहे. मी आज रात्रीच शत्रूचा समाचार घेणार आणि माझ्या पित्याच्या-मित्राच्या हत्येस कारणीभूत असणाऱ्यांना यमसदनी धाडणार. सूड उगवण्याची हीच वेळ आहे आणि मी आता आणखी वाट बघू शकत नाही. मामाजी! मी शपथ घेतो की, आजची रात्र माझ्या सगळ्या शत्रूंसाठी काळरात्र ठरेल.'

जीवन-मृत्यू, नफा-नुकसान याप्रमाणेच यश-अपयशसुद्धा नियतीच्या स्वाधीन असतं. शेवट जवळ आला की, काळाचा घास बनण्यासाठी जसा मनुष्य स्वतःच्या पायाने चालत संकटाच्या तोंडी जातो, तसा विनाशकाळ जवळ आला की, मनुष्याची बुद्धी आपोआप भ्रष्ट होते. अशा वेळी आपले हितचिंतकसुद्धा विरोधक वाटू लागतात. माझ्याबाबतीत असंच झालं. मामांनी दिलेला सल्ला मनाला पटला. तथापि, माझ्या प्रारब्धाने मला त्यानुसार अनुकरण करू दिलं नाही.

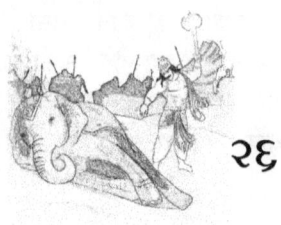

२६

माझं धैर्य साथ सोडून गेलेलं होतं. मी सारं अवसान एकवटलं. मध्यरात्रीच्या सुमारास अस्त्र-शस्त्र गोळा केली आणि घोड्यावर बसून पांडवांच्या शिबिराच्या दिशेने कूच केलं. वाटेत काही अडथळा यायचा नाही आणि त्या घुबडासारखा मीसुद्धा अचानक हल्लाबोल करून विध्वंस पार पडेन असं मला वाटलं होतं; पण प्रत्यक्षात तसं झालं नाही.

पांडवांच्या शिबिरापाशी पोहोचलो तेव्हा मला दिसलं की, शिबिराच्या मुख्य द्वारापाशी एक सूर्यासारखा तेजस्वी आणि विशाल आकृतीचा पुरुष खडा पहारा देत होता. शरीराच्या खालील भागावर त्यानं व्याघ्रचर्म परिधान केलं होतं, तर वरचा अर्धा भाग मृगचर्मात लपेटलेला होता. त्याच्या बळकट भुजांमध्ये विविध शस्त्रे धरलेली होती. दोन्ही बाहूंवर बाजूबंद म्हणून मोठमोठे साप बांधलेले होते. त्याचं मुख, कान, नाक आणि डोळ्यांतून मधूनच आगीच्या ज्वाला बाहेर पडत होत्या. त्याचं रूप एवढं भयावह होतं की, त्याकडे बघणंदेखील सहसा कोणाला सहन झालं नसतं. मी लांबूनच त्याला न्याहाळत राहिलो. जवळ जाण्याचे धैर्यच झालं नाही. मला आश्चर्य वाटलं, एवढा कराल आणि विकट असा हा कोण द्वारपाल आहे? आणि पांडवांकडे तो अचानक कुठून आला? या आधी एकदाही त्याला पाहिला नव्हता.

मी ज्या हेतूने तिथे गेलो होतो त्याची पूर्तता करणे हे माझं एकमेव लक्ष्य होतं. त्या महाकाय पुरुषाला बघून मी अस्वस्थ झालो खरा; पण मी घाबरलो मात्र नाही.

मला काही करून त्या शिबिरात घुसायचं होतं; पण तो द्वारपाल तिथे असताना ते शक्य नव्हतं, तेव्हा त्याच्याशी युद्ध करण्याखेरीज मला काही पर्याय दिसत नव्हता. मी निश्चयाने त्याच्या समोर जाऊन उभा राहिलो. मी त्याच्यावर अस्त्रांचा मारा सुरू केला आणि स्वतःच्या डोळ्यांवर माझा विश्वासच बसेना. मी सोडलेलं प्रत्येक अस्त्र त्यानं अतिशय शांतपणे गिळून टाकलं. आयुष्यात मी असे अनेक योद्धा पाहिले होते की, ज्यांच्या शरीराला धडकताच अस्त्र–शस्त्र वाळक्या काटकीसारखी मोडून पडत; पण अस्त्र गिळून स्वाहा करणारा वीर मला प्रथमच भेटला होता.

माझ्याकडे उदंड अस्त्र–शस्त्र होती, त्यामुळे मी न डगमगता त्यांचा वर्षाव केला; परंतु त्या द्वारपालाने अविचलपणे ती सर्व गिळून टाकली. काही वेळातच माझ्याजवळची अस्त्र संपली. त्याबरोबर तो माझ्याकडे बघून स्मितहास्य करू लागला. मला असा निःशस्त्र आणि असाहाय्य बघून त्याला नक्कीच आनंद झाला असणार. आता माझं जीवन संपूर्णपणे त्याच्या कृपेच्या अधीन होतं. बहुधा माझा अंतकाळ जवळ आला होता. त्या वेळी मला मामा कृपाचार्यांनी दिलेला शहाणपणाचा सल्ला आठवला. मी तो ऐकला असता तर? पण आता उशीर झालेला होता, तेव्हा मी माझ्या आराध्य भगवान शंकराचा धावा सुरू केला.

मनातल्या मनात महादेवाची स्तुती आळवू लागलो. त्याच वेळी संकल्प केला की, जर या बिकट प्रसंगातून सुटका झाली, तर भगवान शंकराच्या चरणी स्वतःच्या शरीराची आहुती देईन. मी हा दृढ संकल्प धारण करताच माझ्या पुढ्यात एक धगधगतं अग्निकुंड प्रकट झालं. त्यामधून खूपसे गण बाहेर पडू लागले. त्यांना एकापेक्षा जास्त मस्तके होती. अनेक हात–पाय होते. चंद्र–सूर्याचं तेज त्यांच्या शरीरातून ओसंडत होतं. जलचर–भूचर–उभयचर–स्वेदज–अंडज सर्व प्रकारच्या प्राणिमात्रांचा संहार करण्याचं सामर्थ्य त्यांच्यात होतं.

अगदी लहानपणापासून माझ्यात एक गुण होता. कितीही भयंकर परिस्थिती समोर येऊन ठाकली तरी, मी विचलित अथवा भयभीत होत नसे, त्यामुळे एवढ्या भयावह गणांना एकत्र पाहून मी जराही डगमगलो नाही.

जे पापकर्म करायला मी तिथे गेलो होतो ते बहुधा विफल होणार आणि समोरील अग्निकुंडात माझा बळी जाणार असं मला वाटू लागलं. मी

या प्रारब्धाचा निमुटपणे स्वीकार केला. स्वतःचं धनुष्य समिधा; बाणांना दर्भ आणि शरीराला हविभाग (नैवेद्य) म्हणून अर्पण करायचं ठरवलं.

अग्निकुंडात समर्पण करण्याआधी मी अखेरचा सोम देवतेचा मंत्र म्हटला. भगवान रुद्राची स्तुती करत म्हणालो की, तुम्ही समस्त चराचरात समाविष्ट आहात. तुम्हीच अवघ्या चराचराचे स्वामी आणि आश्रयदाते आहात. आज मी माझ्या शत्रूंचा विनाश नाही करू शकलो तरी खेद न मानता मी संपूर्ण मनापासून या शरीराचा हविभाग आपल्याला अर्पण करतोय. कृपया, त्याचा स्वीकार करावा.

एवढं बोलून मी त्या अग्निकुंडात मध्यभागी जाऊन मांडी घालून बसलो.

त्या बरोबर माझे आराध्य शंकर भगवान स्वतः तिथे प्रकट झाले आणि म्हणाले, 'अश्वत्थामा! चक्रधारी श्रीकृष्णाने सत्य, शुचिता, साधेपणा, त्याग, तपश्चर्या, नियम, क्षमा, भक्ती, धैर्य, बुद्धी आणि कायावाचामन एकरूप करून माझी आराधना केली. त्याचा सन्मान राखण्यासाठी म्हणून मी स्वतः इथे द्वारपाल रूप धरण करून पांडवांचं रक्षण करतो आहे. तथापि, कालचक्राच्या गतीनुसार आता पांडव निस्तेज झाले असून, त्यांचा जीवनक्रम पूर्ण झालेला आहे. तुझा त्याग आणि निष्ठा बघून मी प्रसन्न झालो. तू आपला संकल्प पूर्ण करण्याची वेळ आलेली आहे. एवढं बोलून खुद्द भगवान शंकरांनी माझ्या हातात एक तळपती तलवार ठेवली.'

मला अजूनही खात्री वाटत नाही; पण असं जाणवलं की, भगवान रुद्र जणू माझ्यात विलीन झाले. परिणामी, युद्धामुळे थकलेल्या, जर्जर झालेल्या माझ्या शरीरात एका अनोख्या ऊर्जेचा संचार झाला. माझं ओज कित्येक पटींनी वाढलं.

मी अधिक वेळ न दवडता शिबिरामध्ये घुसलो. त्या घुबडाची प्रेरणा मनात जागती होती. त्यानुसार सर्वांचा संहार मी करणारच होतो; पण माझी दृष्टी सगळ्यात आधी धृष्टद्युम्नाला शोधू लागली. माझ्या पित्याचा खुनी धृष्टद्युम्न!

धृष्टद्युम्नाचा तंबू मला लगेचच सापडला. तो आपल्या पलंगावर बिनघोर झोपलेला होता. त्याला एवढा निश्चिंत बघून माझ्या मस्तकात संतापाचा पारा चढला. मी एवढ्या जोरात त्याच्या कंबरेत लाथ मारली की, तो पलंगावरून खाली पडला. तो गडबडून जागा झाला. मला समोर बघून त्याची भीतीनं बोबडी वळली. तो उठून उभा राहण्याच्या आधीच मी त्याचे केस धरून

त्याला जमिनीवर फरफटवला. मग त्याच्या छातीवर बसून दणादण बुक्के मारू लागलो. माझा गुढघा त्याच्या नरडीवर दाबून धरलेला होता. मी त्याला बेसुमार तुडवला.

अखेर कसेबसे त्याच्या तोंडून शब्द फुटले, 'मला असं मारू नकोस अश्वत्थामा! कृपया एका झटक्यात जीव घे.'

पण मी संतापाच्या चरम सीमेवर होतो. 'धृष्टद्युम्न! तू कुळाला कलंक आहेस. स्वतःच्या निःशस्त्र गुरूची तू हत्या केलीस. हा अक्षम्य अपराध आहे. कुठल्याही शस्त्रानं मारून तुला योद्धा म्हणून मरण येण्याचं पुण्य मी मिळू देणार नाही. तुझ्या पापांची शिक्षा तुला अशीच भोगावी लागणार आहे.'

एवढं बोलून मी धृष्टद्युम्नाच्या मर्मस्थानावर जोरदार प्रहार केला. त्याच्या तोंडून एक शेवटची किंकाळी फुटली आणि त्यानं मान टाकली. हा बहुधा भगवान शंकरांच्या वरदानाचा महिमा होता की, कुठलंही शस्त्र न वापरता नुसत्या लाथाबुक्क्यांनी मी धृष्टद्युम्नाचे प्राण घेतले; पण त्यामुळे माझा क्रोध शांत होण्याऐवजी तो आणखीन वाढला. माझ्या डोळ्यासमोरून अजून पित्याचं शीरविहीन धड जात नव्हतं. क्रोधातिरेकानं मी धृष्टद्युम्नाच्या कलेवराला जोराची लाथ मारली.

माझ्यातील उत्साह आणि आत्मविश्वास आणखी बळावला. त्यानंतर मी उत्तमौजा आणि त्याचा बंधू युधामन्यू दोघांचीही तीच गत केली. मी पिसाट झालो होतो. जो कोणी सामोरा येईल त्याला क्षणभरात यमसदनी धाडत सुटलो.

भगवान शंकरांची दैवी शक्ती आणि सुडाची धगधगती भावना यामुळे माझ्यात असं काहीतरी संचारलं होतं, की बघता बघता मी शत्रूच्या शिबिरात प्रेतांचा ढीग रचला. सगळीकडे एकच कोलाहल, एकच आकांत माजला, त्यामुळे स्वाभाविकच सगळे जण झोपेतून खडबडून जागे झाले.

मी थोडासा पुढे गेलो, तोच द्रौपदीचे पाचही पुत्र सामोरे आले आणि त्यांनी मला घेराव घातला. त्यांना बघून मला पुन्हा एकदा जंगलातील त्या घुबडाची आठवण झाली. द्रौपदीच्या पुत्रांच्या जागी मला कावळ्याची पिल्लं दिसू लागली.

मी आपली दिव्य तलवार परजली आणि आत्यंतिक वेगानं त्या पाच जणांवर हल्ला चढवला. गाढ झोपेतून उठल्यामुळे त्यांच्या अंगातील आळस अद्याप उतरलेला नव्हता. डोकंही नीटपणे ताळ्यावर आलेलं नव्हतं. याच

क्षणाची तर मी वाट बघत होतो. सर्वप्रथम मी प्रतिविंध्यवर वार केला. एका झटक्यात तो बिचारा धाराशायी झाला. तेवढ्यात सुतसोम पुढे आला. मी सपकन तलवार चालवून त्याचा एक हात कापून काढला. त्या आघाताने तो लटपटत जमिनीवर पडताच मी त्याच्या छातीत तलवार खुपसली. आपल्या भावंडांना असं मृत्युमुखी पडताना पाहून शतानीक, श्रुतकर्मा आणि श्रुतकीर्ती यांनी माझ्यावर एकसाथ चढाई केली. त्यांना मारायला मला अजिबातच वेळ लागला नाही. एखाद्या बहिरी ससाण्याच्या पंजात सापडलेल्या चिमणीच्या पिल्लासारखे ते तडफडू लागले आणि काही क्षणातच कायमचे शांत झाले.

पांडव पुत्रांची निष्प्राण कलेवरं बघून मला पुन्हा पिता द्रोण यांची आठवण झाली. त्यांच्या मृत्यूचं दृश्य डोळ्यांसमोर आलं. एका पुत्राच्या पुढ्यात आपल्या वृद्ध पित्याचं शव आणि आता पित्याच्या समोर आपल्या पुत्राचं शव – दोन्ही एकसमानच आहे. हिशोब बरोबर झाला असं वाटलं तरी प्रत्यक्षात तसं मुळीच नसतं. या दोन्ही परिस्थितीमध्ये तेवढाच फरक आहे, जेवढा की दिवस आणि रात्रीमध्ये.

पांडव पुत्रांचा वध केल्यानं माझ्या मनाला थोडी शांतता लाभली; पण एखाद्या धगधगत्या अग्निकुंडात थंड पाण्याचे चार थेंब पडावेत आणि निमिषार्धात त्यांची वाफ व्हावी, तसं झालं. त्या पाच निर्दोष बालकांच्या हत्येनंतरही माझ्या मनातील सुडाची आग शांत झालेली नव्हती. माझ्या मनातील क्रोधाग्नी शमण्यासाठी आवश्यक प्रतिशोध अद्याप पूर्ण व्हायचा होता.

मी तसाच पुढे निघालो. जो समोर येईल त्याला मारून टाकलं. निद्रा आणि भय यामुळे व्याकूळ झालेले लोक सगळीकडे सैरावैरा पळत सुटले होते. त्या रात्री उन्मादाच्या भरात मी नक्की किती निर्दोष लहान मुलं, स्त्रिया आणि सैनिकांची हत्या केली, याचा अंदाज करणं कठीण आहे. रक्तपात आणि नरसंहार करत करत मी शिबिराच्या बाहेरच्या दिशेनं आलो. तिथे मला दिसलं की, मामा कृपाचार्य आणि कृतवर्मा दोघेही तिथे पोहोचले होते. त्यांनी वाट अडवून धरली होती आणि शिबिरातून बाहेर पडून पळून जाणाऱ्या लोकांना पकडून मारून टाकत होते. अंधाराचा फायदा घेऊन काही लोक नक्कीच शिबिरात लपून बसले असतील, या विचाराने कृतवर्म्यानं संपूर्ण शिबिर आग लावून पेटवून दिलं. त्याचा कयास खरा ठरला. आग लागताच इतका वेळ लपून बसलेले लोक बाहेरच्या दिशेने धावू लागले. मग पुन्हा मृत्यूचं तांडव सुरू झालं. माझ्यात लपलेला राक्षस असुरी आनंदाने चेकाळला होता.

मक्याचं कणीस सोलावं तसं मी कोणालातरी दोन भागात उभं कापून काढलं. कोणाचं मस्तक धडावेगळं केलं तर कोणाचे पाय कापून काढले. कोणाच्या पाठीत तलवार खुपसली तर कोणाचे हात तोडून टाकले. कोणाचे कान कापले, कोणाचे खांदे तोडले, तर कोणाचा चेहरा विच्छिन्न केला.

माझ्या आयुष्यातील ती महाभयंकर अंधारी रात्र मी कधीच विसरू शकणार नाही. मी एकट्याने असंख्य लोकांची हत्या केली. एव्हाना पहाट होऊ लागली होती. पूर्वेकडे तांबडं फटफटू लागण्याची चिन्हे दिसू लागली. रक्ताने लडबडलेली तलवार जणू माझ्या शरीराचा एक हिस्साच बनली होती. मी चारी बाजूंना नजर फिरवली.

शिबिर आणि त्याच्या सभोवतालची जमीन रक्तमांसाच्या चिखलाने ओसंडून गेली होती. पांडवांच्या कलेवरांनी 'सजलेली' ती भूमी पाहून माझं मन प्रसन्न झालं. मनातल्या मनात मी त्या घुबडाचे आभार मानले. माझ्या या अद्भुत यशामध्ये गुरू म्हणून त्याने अनोखी भूमिका बजावलेली होती.

❧❦❧

२७

मला स्वतःबद्दल कायम अभिमान वाटायचा की, दुर्योधनासारख्या धूर्त व्यक्तीसोबत राहूनसुद्धा मी स्वतःला कधी कलंकित होऊ दिलं नाही; पण त्या रात्रीच्या घोर नरसंहारानंतर जेव्हा माझा उन्माद शांत झाला, तेव्हा माझ्यातील एक अनोळखी विकृत रूप माझ्याच समोर उभं ठाकलं.

त्या रक्तरंजित भूमीवर उभा राहून मी पांडवांचा विचार करू लागलो. त्यांनी युद्ध जिंकलं होतं; पण आता आपल्या पुत्रांना कायमचं गमावल्यानंतर त्या विजयाला काही अर्थ उरला होता का? ज्या हेतूने ते या महासंग्रामात उतरले होते, त्याचं आता काय औचित्य राहिलं? आता मिळणार आहे का त्यांना तो आनंद आणि हर्षोल्हास? आपल्या परिवाराच्या विनाशाची जखम राजवैभवाचं मलम लावून भरून येणार आहे का? माझा संकल्प पूर्ण झाल्याने मी खूश होतो; पण मनात फेर धरणारे हे प्रश्न फक्त पांडवांपुरते मर्यादित नव्हते. माझं अंतःकरण मलाही काही प्रश्न विचारत होतं.

माझ्यातील मानवता, सद्गुण हे भीषण हिंसा आणि अमानुषता यांना शरण कसे गेले? गाढ झोपी गेलेल्या निर्दोष लोकांची हत्या करून आता मी स्वतः आयुष्यात कधी शांतपणे झोपू शकेन का? त्या घुबडानं जे केलं, ते निसर्गनियमाला अनुसरून होतं; पण एका पक्ष्याकडून प्रेरणा घेऊन मी पशुसारखं वर्तन करणं योग्य होतं का? माझं अंतःकरण माझाच धिक्कार करू लागलं. मी राक्षस बनलो होतो. इतका वेळ मला वाटणारा आनंद आता हळूहळू खेदात रूपांतरित होऊ लागला.

इतकं निर्घृण कृत्य करूनही मला खेद, विषाद वाटतोय याचाच अर्थ माझ्यात अजून थोडा का होईना; पण माणुसकीचा अंश शिल्लक होता. आपण पूर्णपणे अमानवी झालो नाही, याचचं समाधान वाटलं.

हाच भाव मनात ठेवून मी गंगाकिनारी महर्षी व्यासांकडे गेलो. माझ्या हातून घडलेलं कुकर्म हा त्या महायुद्धाचाच एक भाग मानलं जाईल; ज्याप्रमाणे युद्धात शेकडो हजारो सैनिकांची हत्या करणं क्षम्य असतं, तोच न्याय माझ्या या कृत्याला लागू होईल; अशी मला आशा वाटत होती.

रणभूमीमध्ये सैनिकांना मारणं आणि झोपेच्या अधीन असलेल्या बेसावध निर्दोष व्यक्तींची हत्या करणं याकडे एकाच दृष्टीने कसं बघता येईल? युद्धात कर्तव्य म्हणून झालेला रक्तपात आणि स्वतःच्या मनातील विखार शमवण्यासाठी केलेला नरसंहार एकसमान कसं असू शकतं? माझ्या मनात या विचारांचं थैमान सुरू होतं. या थैमानारूपी मंथनामुळे माझं अंतःकरण घुसळून निघू लागलं आणि त्या मंथनातून बाहेर पडणारं अतीव पश्चात्तापाचं जहरी विष माझ्या आत्म्याला जाळून काढू लागलं.

विचारांच्या या झंझावातामध्ये मी फरफटत असतानाच सिंहगर्जनेप्रमाणे ओरडत माझ्या दिशेने धावत येणारे पांडव बंधू दिसले. माझ्या नृशंस कृत्यामुळे ते पिसाटले होते. सर्वांत पुढे भीमसेन होता; त्याच्या पावलांच्या दणक्यामुळे सगळी जमीन भूकंप झाल्यासारखी थरथरत होती. त्याच्यामागे गांडीव धनुष्य घेतलेला अर्जुन, चक्रधारी श्रीकृष्ण आणि पाठोपाठ युधिष्ठिर, नकुल, सहदेव होते.

आता विचार करायला माझ्याकडे ना वेळ शिल्लक होता ना बुद्धी! आपला मृत्यू मला समोर दिसू लागला. शरीरातील सगळं रक्त गोठलं. डोकं जड झालं. माझ्यापाशी आता काहीच मार्ग शिल्लक राहिला नव्हता.

श्रीकृष्णाच्या हातातील ते सहस्र दातेरे आणि वज्राची नभी असलेलं सुदर्शनचक्र पाहून एकदम मला द्वारकेतील तो दिवस आठवला. मी हेच चक्र मागायला कृष्णाकडे गेलो होतो आणि त्याबदल्यात स्वतः जवळ असलेलं ब्रह्मास्त्र देण्याची तयारी दाखवली होती.

ब्रह्मास्त्र!! हा शब्द मनात आला आणि जणू वाळवंटाच्या मध्यभागी मरणोन्मुख पडलेल्या व्यक्तीला पाण्याचा झरा सापडला. मी ब्रह्मास्त्राचं स्मरण करताच पुढच्या क्षणी ते माझ्या उजव्या हातात प्रकट झालं. त्याच्या

प्रयोगासाठी आवश्यक मंत्रोच्चार करताच, त्याच्या पुढच्या टोकातून अग्नी उत्पन्न झाला. निमिषार्धात त्या अग्नीचं रूपांतर महाभयंकर ज्वालेमध्ये झालं.

मी पांडवांकडे फक्त एक नजर टाकली. ते सगळे जण गोठल्यासारखे जागच्याजागी स्तब्ध उभे होते. मला जाणवलं की, नुकतीच माझ्या आत जागी झालेली सदसद्विवेकबुद्धीची ठिणगी विझून गेली आहे आणि शिबिरामध्ये अमानुष नरसंहार करणारा राक्षस पुन्हा एकदा जागृत होऊ लागला आहे.

शत्रू माझ्या अगदी जवळ होता; पण त्यांचा मृत्यू त्याहूनही जास्त समीप होता. या क्षणी ब्रह्मास्त्राचा वापर करण्याखेरीज दुसरा काही मार्ग माझ्यापुढे शिल्लक नव्हता. 'त्याचा कधीही वापर करायचा नाही' अशी स्पष्ट सूचना पिता द्रोण यांनी वारंवार दिलेली होती. मी मनातल्या मनात पिता द्रोण यांची क्षमा मागितली. ब्रह्मास्त्र किंचित उंच धरलं आणि इच्छा व्यक्त केली की, या पृथ्वीवरून पांडवांचा समूळ नाश होवो. मी असा संकल्प करताच ब्रह्मास्त्रानं कमालीचं उग्र रूप धरण केलं. कसलाही विचार न करता मी ते पांडवांच्या रोखाने सोडलं.

माझ्या हातात ब्रह्मास्त्र बघून श्रीकृष्ण अतिशय चिंताक्रांत झाले होते. ते अर्जुनाला म्हणाले, 'अखेर ज्याची भीती होती तेच घडलं. या दुष्ट अश्वत्थाम्याने ब्रह्मास्त्राचा उपयोग केला. आचार्य द्रोणांनी तुलासुद्धा या अस्त्राची दीक्षा दिलेली आहे. त्याचा वापर करणे आता अनिवार्य आहे. कारण, ब्रह्मास्त्राला फक्त ब्रह्मास्त्रच रोखू शकतं, तेव्हा वेळ न दवडता त्याचं स्मरण कर आणि पांडवांसाठी मंगलकामना करून ते सोड.

अर्जुनाने तत्काळ डोळे मिटून स्मरण केलं. पुढच्या क्षणी त्याच्याही हातात ब्रह्मास्त्र प्रकट झालं. अर्जुनानं त्याला ऊर्जान्वित करण्यासाठी मंत्र म्हटला आणि पांडवांचं कल्याण होवो, असा संकल्प करून ते सोडलं. आम्हा दोघांच्या ब्रह्मास्त्रांची हवेत टक्कर झाली. महाभयंकर आवाज झाला. अवकाशातून हजारो उल्का धरणीवर कोसळू लागल्या. सर्वत्र आगीच्या भीषण ज्वाळा उठल्या. समस्त पशुपक्षी भयभीत होऊन सैरावैरा धावत सुटले. आचार्य द्रोण यांनी कधी विचारही केला नसेल की, त्यांचा प्रिय पुत्र आणि सर्वांत प्रिय शिष्य अशा प्रकारे एकमेकांच्या विरोधात उभे ठाकतील आणि त्यांनी दिलेला आदेश न पाळता सर्वाधिक निषिद्ध अस्त्राचा प्रयोग करतील. दोन्ही ब्रह्मास्त्रांमुळे उत्पन्न आलेल्या भयंकर उग्र ज्वाळामध्ये तिन्ही लोक होरपळून जाऊ लागले.

त्याच वेळी देवर्षी नारद आणि महर्षी व्यास आकाशात प्रकट झाले. ते म्हणाले, 'गतकाळात आम्ही अनेक भयंकर अस्त्र–शस्त्र पाहिली आहेत; परंतु आजतागायत एवढ्या भयावह अस्त्रांचा वापर कधी मनुष्यावर झालेला नव्हता. तुम्ही दोन वीरांनी हे अनिष्ट दुःसाहस का केले आहे?'

'तुमच्या या मूर्खपणामुळे केवळ भूलोकच नाही, तर समस्त ब्रह्मांडात हाहाकार माजला आहे. तुम्ही दोघांनी या क्षणी ताबडतोब आपापली अस्त्रे माघारी घ्यावीत; आपल्या वैयक्तिक भांडणामध्ये विश्वातील अन्य जीवांची नाहक आहुती देऊ नये, असा आमचा आदेश आहे.'

नारदमुनी आणि वेदव्यास यांची ही वाणी ऐकून अर्जुन हात जोडून म्हणाला, 'प्रभू! मी केवळ आत्यंतिक नाइलाजाने ब्रह्मास्त्राचा वापर केला आहे. अश्वत्थाम्याने सोडलेले ब्रह्मास्त्र शांत करणे एवढाच त्या मागचा उद्देश आहे. तथापि, तुमची आज्ञा शिरसावंद्य मानून मी माझे अस्त्र माघारी घेतो, तसंच ही विनंती करतो की, तुम्ही अश्वत्थाम्याला त्याचे अस्त्र मागे घेण्यास सांगावे. अन्यथा, आमचा सर्वनाश अटळ आहे.' एवढे बोलून अर्जुनानं विशिष्ट मंत्रोच्चार केले आणि त्याने सोडलेले ब्रह्मास्त्र शांत झाले.

इकडे मी सोडलेले ब्रह्मास्त्र अवकाशात फिरत होते. त्यायोगे पृथ्वीवरील परिस्थिती अत्यंत बिकट होत चालली. नारदमुनी आणि व्यासांनी माझ्याकडे पाहिलं. त्यांची माझ्याकडून असलेली अपेक्षा अगदी स्पष्ट होती. त्यांचा मान राखण्यासाठी मीदेखील मंत्रपठण केलं; पण का कोण जाणे, त्याचा काहीच प्रभाव पडला नाही. ब्रह्मास्त्रानं आरंभलेलं विनाशकार्य तसंच सुरू राहिलं.

हे पाहून सगळे जण स्तिमित झाले. मंत्रोच्चार करूनही ब्रह्मास्त्र शांत का झालं नाही? माघारी का गेलं नाही? याचं एकच कारण होतं. ब्रह्मास्त्र माघारी घेण्यासाठी केवळ त्याच्या मंत्रांचे ज्ञान असून उपयोगी नव्हते, तर ते वापरणारी व्यक्ती सदाचारी, संयमी असणेदेखील अत्यावश्यक होते. माझ्या मनातील संयम आणि सदाचार केव्हाच उद्ध्वस्त झालेला असल्याने मी ब्रह्मास्त्र माघारी घेऊ शकत नव्हतो.

माझ्या उन्मादामुळे सृष्टीचा अभूतपूर्व विध्वंस सुरू झाला होता. सर्व जण माझ्याकडे घृणास्पद नजरेने बघत होते. या सगळ्याची लाज वाटून मी मान खाली घालून उभा राहिलो. ब्रह्मास्त्र माघारी घेणं आता शक्यच नव्हतं हे खरं; पण ते असंच फिरत राहू देणं म्हणजे पृथ्वीच्या सर्वनाशाला आमंत्रण देण्यासारखं होतं.

अखेर मनाचा हिय्या करून मी महर्षी व्यासांना म्हणालो, 'आत्यंतिक क्रोधापोटी माझ्या हातून घोर अपराध घडलाय हे मान्य आहे. त्यासाठी मला शिक्षा मिळायला हवी हेदेखील मी मान्य करतो; पण आता चूक झालीच आहे आणि शिक्षा मिळणारच आहे, तर मी ब्रह्मास्त्र वाया नक्कीच जाऊ देणार नाही. ज्या उद्देशाने मी ते सोडलं होतं, तो उद्देश मी काही अंशी तरी पूर्ण करणारच. पांडवांचा समूळ विनाश हा माझा हेतू होता. त्यापैकी पांडव पुत्र मी माझ्या हाताने मारले. हे पाच पांडव बंधू त्यांची वेळ भरेपर्यंत जिवंत राहतील; पण त्यांची पुढची पिढी अस्तित्वात येणार नाही असं मी बघेन. ब्रह्मास्त्राचा रोख मी अभिमन्यूची पत्नी उत्तरा हिच्या गर्भाकडे वळवतो.'

'नाही!' माझं बोलणं ऐकून अर्जुन जोरात ओरडला. 'नाही! अश्वत्थामा, तू असं करू शकत नाहीस. या युद्धात आधीच पुष्कळ संख्येने निर्दोष स्त्रिया आणि अबोध बालकांची हत्या झालेली आहे. एका गर्भस्थ भ्रूणावर ब्रह्मास्त्र चालविण्याचा तुला काही एक अधिकार नाहीये.'

'अर्जुना! तू योग्य बोलतो आहेस,' मी प्रत्युत्तर केलं; 'पण उत्तरेच्या गर्भात तुमचाच वंश वाढतो आहे, हे मी कसं विसरू? ब्रह्मास्त्र सोडताना मी तुमच्या सर्वनाशाचा संकल्प सोडला आहे. तुमची भावी पिढी आधीच नष्ट करण्याचा हा पर्याय मी हातचा जाऊ देणार नाही. एवढं बोलून मी ब्रह्मास्त्राचा रोख उत्तरेच्या गर्भाकडे वळवला.'

त्याबरोबर अवकाशात भीषण नाद झाला. माझ्या ब्रह्मास्त्रानं दिशा बदलली आणि ते पांडवांच्या शिबिरात घुसलं. काही क्षणातच सगळीकडे सुरू असलेला उत्पात शमला. अस्त्राने आपला लक्ष्यभेद केला. उत्तरेच्या गर्भातील अर्जुनाचा वंश निष्प्राण झाला.

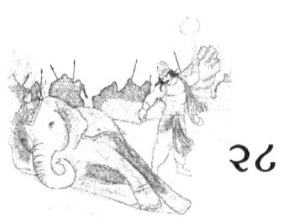

२८

एवढं सगळं घडून गेल्यानंतर मला जीवन अतिशय निस्तेज आणि निरुद्देश वाटू लागलं. हे मी काय करून बसलो होतो? मामा कृपाचार्यांनी माझ्याबद्दल काढलेले प्रशंसेचे उद्गार आठवू लागले. क्रोध आणि उन्माद यांनी माझ्या सर्वस्वाची धूळधाण केली होती. स्वतःचा विवेक, सेद्‌वर्तन आणि संयम यांमुळे मी प्राप्त केलेला जन्मभराचा लौकिक मातीमोल झाला. माझं प्रक्षुब्ध मन आता शांत झालं होतं. क्रोधाची जागा आता ग्लानीनं घेतली.

मनाला येणारी ग्लानी ही पापाच्या परिमार्जनाची पहिली पायरी असून, प्रायश्चित्त ही दुसरी पायरी असते. माझं मन आता प्रायश्चित्त घेण्यासाठी उतावीळ झालं. आधी मला असं वाटलं होतं की, हा घोर अपराध करून मी पित्याच्या हत्येचा सूड उगवला आहे; परंतु हिंसेचा प्रतिकार हिंसेने करणं आणि हत्येचा बदला हत्येने घेणं हा अमानवीपणा आहे. त्यातून बाकी काहीच साध्य होत नसतं. मी असा विचारात गर्क झालो असतानाच चाहूल लागली. पाहिलं तर श्रीकृष्ण माझ्यापाशी आले होते.

कृष्ण म्हणाले, ‘अश्वत्थामा! तू ब्रह्मास्त्राचा दुरुपयोग करून जो अपराध केला आहेस, त्याची शिक्षा तर तुला भोगावीच लागेल; पण उत्तरेच्या गर्भावर ब्रह्मास्त्र चालवून तू भ्रूणहत्येचं जे महापातक केलं आहेस, त्यासाठी कोणतीही शिक्षा दिली तरी कमीच पडेल. तू सोडलेल्या ब्रह्मास्त्रामुळे आता या प्रांतात पुढील बारा वर्षे पाऊस पडणार नाही, त्यामुळे इथल्या रहिवाशांना खूप कष्ट सोसावे लागणार आहेत. या सगळ्याला केवळ तू एकटाच जबाबदार आहेस. तुझ्या या मूर्ख आणि आततायीपणाच्या कृत्याचे परिणाम तिन्ही लोकांना

भोगावे लागले आहेत. प्राणिमात्रांची अपरिमित हानी झाली आहे. त्याचं पापही तुझ्याच माथ्यावर आहे. या महापातकाबद्दल शिक्षा म्हणून तुझ्या मस्तकावर असलेला हा दिव्य मणी तुला कापून काढावा लागेल. त्यानंतरच तुला पांडवांकडून अभयदान मिळेल.'

'हे कृष्णा!' मी व्याकूळ स्वरात म्हणालो, 'कौरव–पांडवांकडे विपुल रत्नभांडार आहे; पण त्या सगळ्यापेक्षा हा मणी जास्त मौल्यवान आहे. हा कुठला साधारण मणी नाही. माझ्या जन्मापासून तो तिथे आहे. हा मणी धारण करणाऱ्याला कुठल्याही अस्त्र किंवा शस्त्रापासून कसलीही हानी होण्याचं भय नाही. त्याला कुठल्याही व्याधी जडत नाहीत की तहान–भूक सतावत नाही. एवढंच नाही, तर देवता, नाग, राक्षस यांच्यापैकी कोणीही हा मणी धारण करणाऱ्याचं अहित करू शकत नाहीत, त्यामुळेच तर एवढ्या भीषण आणि घनघोर युद्धात सहभागी होऊनदेखील माझ्या शरीरावर साधा एक ओरखडासुद्धा उमटलेला नाही; पण हरकत नाही. स्वतःच्या हातून घडलेल्या महापापाचं उत्तरदायित्व मी स्वीकारलं आहे, त्यामुळे तुम्ही जी शिक्षा ठोठावलीये, तीदेखील मी मान्य करतो.'

एवढं बोलून मी कंबरेच्या शेल्यात खोचलेला सुरा बाहेर काढला. आपल्या मस्तकापाशी चीर दिली. तत्क्षणी रक्ताची धार लागली. वेदनेनं माझं संपूर्ण शरीर थरथरू लागलं. सगळे जण आ वासून पाहत असताना मी सुरा उभा धरून मस्तकात आत खुपसला आणि एक झटका देऊन मणी उपसून बाहेर काढला. एक क्षणभरच मी तो स्वतःच्या हातात धरला आणि नम्रपणे श्रीकृष्णाच्या ओंजळीत अर्पण केला.

मणी अलग होताच माझ्या शरीराचं तेज झपाट्याने ओसरू लागलं. जणू माझ्या आत कित्येक वर्षांपासून थकवा साचून राहिलेला होता. आता मला त्याची जाणीव होऊ लागली. अतिशय दुबळं आणि शक्तिहीन वाटू लागलं. मस्तकातून रक्ताची धार वाहत होती आणि मी डोकं खाली झुकवून श्रीकृष्णाच्या पुढील आदेशाची वाट बघत उभा होतो. मला माहिती होतं की, ही शिक्षा फक्त ब्रह्मास्त्र सोडण्याबद्दल मिळाली आहे. उत्तरेच्या गर्भाच्या हत्येची शिक्षा अद्याप जाहीर व्हायची होती.

माझ्या मस्तकातून निघालेला मणी श्रीकृष्णाच्या हातात एखाद्या छोट्या सूर्यासारखा तेजस्वी भासत होता. त्याकडे एकवार बघून कृष्णाने तो युधिष्ठिराकडे देऊन टाकला.

'अश्वत्थामा!' कृष्ण बोलू लागले, 'पांडवांच्या शिबिरात घुसून तू निर्दोष सैनिक, स्त्रिया आणि बालकांची निर्घृण हत्या केलीस. पांडवांच्या पाचही पुत्रांची हत्या केलीस. एवढं करून तुझ्या मनाला शांती लाभली असती तरी ठीक होतं; पण या भयानक नरसंहारानंही तुझं मन भरलं नाही. तू ब्रह्मास्त्राचा वापर केलास. जेव्हा ते नियंत्रणाबाहेर गेलं, तू उत्तरेच्या गर्भावर सोडून भ्रूणहत्या घडवून आणलीस. तू सोडलेलं अस्त्र अमोघ होतं. त्याचा वार कधीच विफल होत नाही; पण त्यामुळे पांडवांचा निर्वंश झाला अशी तुझी समजूत असेल तर ती चुकीची आहे. वास्तविक नियतीच्या चक्रात मी कधीच हस्तक्षेप करता कामा नये; पण तू त्या दिव्य अस्त्राचा दुरुपयोग केला आहेस. नियतीला वेठीस धरून हे कृत्य तू घडवून आणलंस, त्यामुळे माझ्याकडील दैवी शक्तीचा वापर करून मी उत्तरेच्या गर्भातील त्या बालकाला पुन्हा जिवंत करतो आहे. तो मोठा होऊन परीक्षित नावानं ओळखला जाईल. तुझ्या डोळ्यांसमोर तो पांडवांच्या कुळाची कीर्ती पुढे अबाधित राखेल.'

माझ्या पापाची शिक्षा म्हणून कृष्ण मला मृत्युदंड देणार अशी माझी खात्री होती; पण जेव्हा कृष्णाने त्या बालकाला पुन्हा जिवंत केलं आणि तुझ्या डोळ्यांसमोर तो पांडवांच्या कुळाची कीर्ती पुढे नेईल असं म्हणाले. याचा अर्थ मला जीवनदान मिळालेलं होतं, तेव्हा मी सुटकेचा निःश्वास टाकला; तोवर माझ्यावर जणू वज्राघात झाला.

श्रीकृष्ण पुढे म्हणाले, 'माझं बोलणं अजून पूर्ण झालं नाहीये, अश्वत्थामा! युद्धात रक्तपात, नरसंहार होणं स्वाभाविक असतं. पांडवांच्या शिबिरातील हत्याकांड, द्रौपदीच्या पुत्रांची हत्या यासाठी एकवेळ मी तुला क्षमा केलंही असतं; पण अश्वत्थामा! तू पित्याने दिलेल्या दिव्य ब्रह्मास्त्र शक्तीचा दुरुपयोग केला आहेस, त्यामुळे उत्तरेच्या गर्भातील जीवाची हत्या झाली. लक्षात ठेव, या भूतलावर भ्रूणहत्येपेक्षा जास्त गंभीर पातक अन्य कुठलेच नाही. त्यासाठी तुला कठोर शिक्षा मिळायला हवी. मी वासुदेव कृष्ण, तुला शाप देतो. तुला मृत्यू येणार नाही. तू हजारो वर्षे या पृथ्वीवर भटकत राहशील. तुझ्या शरीरातून अव्याहत रक्त आणि पू वाहत राहील. अंगावरील जखमा सडून गेल्याने शरीराला महाभयंकर दुर्गंधी सुटेल. मनुष्य तर सोड पण भूतलावरील एकही पशू–पक्षीसुद्धा तुझ्या जवळ येण्याची हिंमत करणार नाही. लवकरच जगापासून तुझा संपर्क पूर्ण तुटेल. कोणीही तुझ्याशी बोलायला येणार नाही. या विशाल भूतलावर हजारो वर्षे एकाकी राहून असह्य वेदना आणि अपरिमित

कष्ट भोगावे लागतील. जराजर्जर आणि सडलेल्या शरीराचं ओझं ढकलत हजारो वर्षे तू निर्जनस्थळी आणि दुर्गम वनांतून भटकत राहशील. या जगात आधीपासून असे लोक आहेत की जे 'चिरंजीव' आहेत; पण हे अमरत्व त्यांना वरदान म्हणून प्राप्त झालेलं आहे. तू एकमेव असा अपवाद आहेस की, ज्याला अमरत्व हे शाप म्हणून भोगावं लागणार आहे. अन्य लोकांसाठी अमरत्व हा आनंद आणि अभिमानाचा विषय असताना, तुझ्यासाठी मात्र तो लाजिरवाणा ठरेल.'

श्रीकृष्णाची ही कठोर शापवाणी ऐकून माझ्या आत्म्याचा थरकाप उडाला. हजारो वर्षांचं एकाकी, जर्जर आणि कष्टप्रद आयुष्य! काय करणार मी असं जगून? श्रीकृष्णांच्या चरणी मस्तक ठेवून मी रडू लागलो, 'हे गोविंदा! माझ्यावर दया करा. मी हातून घडलेल्या सगळ्या पापांचा स्वीकार करतो. मी तुम्हाला शरण आलो आहे माधवा! हवं तर सुदर्शनचक्र सोडून या क्षणी माझे प्राण हरण करा. तुम्ही बाकी कोणतीही शिक्षा दिली तरी मी ती आनंदाने भोगायला तयार आहे; पण या महाभयंकर शापातून मला मुक्त करा प्रभू! हजारो वर्षे अशा दुर्दशेत जगून मी काय करणार? मी प्रार्थना करतो की, मला असा सडलेल्या रक्तामांसाचा गोळा बनवून सोडून देऊ नका. केशवा... दया करा... माझ्यावर कृपा करा!'

मी डोकं वर करून पाहिलं आणि आश्चर्यचकित झालो. तिथे कोणीच नव्हतं. श्रीकृष्णासकट सगळे पांडव आणि बाकीचे सगळे लोक निघून गेलेले होते. आता तिथे फक्त मी एकटा उरलो होतो – पूर्णपणे एकटा!

बघता बघता माझ्या शरीराचं रूपांतर होऊ लागलं. जागोजागी शरीराला जखमा होऊ लागल्या. ते कापलं चिरलं जाऊ लागलं. त्यामधून रक्त आणि पू वाहण्यास सुरुवात झाली. श्रीकृष्णाच्या शापाचा प्रभाव सुरू झालेला होता.

मी हमसून हमसून रडू लागलो. जोरजोरात ओरडलो. बेंबीच्या देठापासून आक्रोश केला; पण काही वेळापूर्वी लोकांनी गजबलेलं ते स्थान आता पूर्णपणे निर्जन झालेलं होतं.

 **उपसंहार**

त्या भयंकर घटनेला आता हजारो वर्षे लोटली. मधल्या काळात माझी जी दुर्दशा झाली, तिचं थोडंसं वर्णन मी आधीच केलेलं आहे. आता माझी स्थिती अशी झाली आहे की, काही वर्णन करायच्या लायकीचाही मी राहिलो नाहीये. या दयनीय अवस्थेत आणखी किती वर्षे असंच सडत जगत राहायचं? हा विचार करणंसुद्धा मी आता सोडून दिलेलं आहे. कारण, या अवस्थेला मी जगणं म्हणू शकत नाही आणि मृत्यू काही मला येणार नाहीये.

इतकं कष्टप्रद आयुष्य वाट्याला येऊनसुद्धा काही गोष्टींचं मला समाधान आहे – खिरीमध्ये विष कालवून भीमाला मारून टाकण्याच्या योजनेत मी दुर्योधनाची साथ दिली नाही. पांडवांना लाक्षागृहात अडकवून जाळून मारण्याच्या षडयंत्रात मी सहभागी नव्हतो. माझे पिता द्रोण यांनी ज्या वेळी एकलव्य आणि कर्ण या धनुर्धरांचा हक्क हिरावून घेतला त्या वेळी माझं मन व्यथित झालं. अन्य कित्येक प्रसंगी मी निष्पक्षपणे पित्याच्या दोषांवर बोट ठेवलं. ज्या वेळी राजसभेत द्रौपदीचं वस्त्रहरण झालं, तेव्हा पांडवांच्या त्या पत्नीकडे मी वाकड्या नजरेनं पाहिलं नाही.

या आणि अशा काही घटना आठवल्या की, माझ्या मनाला खरंच बरं वाटतं की, दुर्योधनाच्या बाजूने युद्ध लढूनही शेवटपर्यंत मी स्वतःमधील शुचिता राखून ठेवू शकलो. या काही गोष्टींमुळेच स्वतःची बाजू जगापुढे तटस्थपणे मांडण्याचं मला बळ मिळालं. स्वतःला निरपराध किंवा निष्पाप सिद्ध करण्यासाठी मी हा सगळा खटाटोप मुळीच करत नाहीये. युद्धादरम्यान

माझ्या हातून अनेक अपराध घडले, हे मी अगदी शांतपणे आणि संपूर्ण निष्ठेने मान्य करतो.

पिता द्रोण यांच्यावर माझं आत्यंतिक प्रेम होतं, त्यामुळेच त्यांची हत्या मला सहन झाली नाही. परिणामी, मी स्वतःचा विवेक गमावून बसलो आणि पांडवांच्या शिबिरात घुसून निर्दोष लोकांची अमानुष हत्या केली. पिता द्रोण यांनी जनकल्याणासाठी मला ब्रह्मास्त्राची दीक्षा दिली होती; परंतु हट्टीपणा आणि अहंकार याच्या आहारी जाऊन मी त्या शक्तीचा दुरुपयोग केला. भूतलावरील समस्त चरचरांचं अस्तित्व धोक्यात आणलं. श्रीकृष्णाने एवढं समजावूनसुद्धा मला त्या अस्त्रावर नियंत्रण राखता आलं नाही. एका सर्वस्वी निर्दोष गर्भवती स्त्रीवर मी ते महाभयंकर अस्त्र सोडलं. तिच्या गर्भातील भ्रूणाची हत्या केली. मी जर आणखी थोडा संयम बाळगला असता; श्रीकृष्णाची क्षमायाचना केली असती; तर त्यांनी निश्चितपणे ब्रह्मास्त्र माघारी घेण्याचा काही उपाय सुचवला असता; पण अहंकाराच्या लोंढ्यात मी वाहवत गेलो आणि म्हणूनच या सगळ्या कुकर्मांची शिक्षा मला मिळायलाच हवी होती.

गेल्या हजार वर्षांच्या कालावधीत मी मानवी संस्कृतीमध्ये अनेक वेळा झालेले बदल अनुभवले. असंख्य युद्धे पाहिली; रक्तपात पाहिला. पृथ्वीवर घडलेल्या कित्येक निर्मम नरसंहाराचा मी साक्षीदार आहे. मनुष्यांना राक्षसासारखं वागताना आणि अक्षम्य पापं करताना मी पाहिलं आहे; पण आजवर एकाही पापी, अधर्मी किंवा खुनी व्यक्तीला अशा प्रकारे जिवंतपणी नरकयातना भोगताना, कल्पनेपलीकडील कष्टप्रद जीवन रेटताना किंवा असं शापित जीवन जगताना पाहिलं नाही. एवढं सगळं पाहून, अनुभवून, भोगून आणि सहन करूनसुद्धा मी अजून जिवंत आहे हे माझं घोर दुर्दैव आहे.

आताशा मला स्थळ, काळ, वेळ, दिशा कशाचं काही भान राहिलेलं नाही. पृथ्वीच्या कोणत्या भागात, कोणत्या काळात मी सध्या वावरतोय याची काहीच जाणीव मला नाहीये.

कृष्णाने ठोठावलेली कठोर शिक्षा मी निमूटपणे स्वीकारली; परंतु एक प्रश्न माझ्या मनात कायम येत राहतो; तो म्हणजे श्रीकृष्णाने मला एवढा प्रदीर्घ शाप का दिला? ज्या प्रकारची दुर्दशा माझ्या वाट्याला आली आहे, ती घेऊन काही दिवसांचं आयुष्य जगणंसुद्धा खूप अवघड आहे. मग हजारो वर्षांचा कालावधी निभावण्याचा शाप का?

एवढ्या वर्षात विचार करत बसण्याखेरीज मला असंही दुसरं काहीच काम नसल्यानं मी याच एका प्रश्नावर चिंतन करत राहिलो. बराच काळ मला असं वाटत होतं की, अशा जर्जर आणि दयनीय अवस्थेत एवढा प्रदीर्घ काळ जगायला लावून कृष्णाने माझ्यावर अन्याय केलेला आहे; पण नंतर माझ्या लक्षात आलं. श्रीकृष्ण तर स्वतः परमेश्वर आहे. त्याच्या योजनेत काही त्रुटी किंवा चूक असूच शकत नाही. याचा अर्थ असा की, हा असला बिकट शाप देण्यामागे नक्कीच कृष्णाचा काही तरी सखोल विचार असणार. काळ जसजसा कलियुगात परिवर्तित होत गेला; मला या दीर्घकालीन शाप देण्यामागचा विचार स्पष्ट होत गेला.

माझ्यासाठी हा शाप भोगणं असह्य असल्याची कृष्णाला जाणीव होती; परंतु कृष्ण भगवान विष्णूंचा अवतार असल्याने त्यांना भविष्यकाळात काय होणार आहे, त्याचेही ज्ञान होते. कलियुगात पृथ्वीवर अधर्म, अनाचार वाढणार हे त्यांना ठाऊक होतं. आगामी काळात मनुष्य विविध प्रकारची संहारक अस्त्र आणि शस्त्र निर्माण करेल; त्यांचा दुरुपयोग करेल; स्वतःच्या स्वार्थासाठी एकमेकांच्या जीवावर उठेल हे त्यांना माहिती होतं.

त्याखेरीज श्रीकृष्णाला हासुद्धा अंदाज आलेला होता की, कलियुगात लोक कन्या जन्माला येण्यापेक्षा पुत्र होण्याला अधिक महत्त्व देतील. आपल्या पोटी पुत्रच जन्माला यावा या अट्टाहासाने गर्भातील बालकाला नष्ट करण्याचे विशेषतः कन्या भ्रूणहत्येचे प्रमाण वाढीस लागेल. असे झाल्याने निसर्गाचे संतुलन बिघडेल. समाजात विकृती निर्माण होईल. अशा प्रकारे माझ्याकडून पूर्वी घडलेले अपराध भविष्यातील मनुष्यांकडून पुनःपुन्हा होणार हे कृष्णाला समजलं होतं.

त्यामुळेच माझ्या रूपाने श्रीकृष्णाला कलियुगातील रहिवाशांना संदेशवजा इशारा द्यायचा होता की, शक्तीचा दुरुपयोग आणि भ्रूणहत्या यासाठी परमेश्वराच्या दरबारी क्षमा नाही. या अपराधांची अतिशय कठोर शिक्षा भोगावी लागते. हा संदेश कलियुगात सर्वांपर्यंत पोहोचविण्यासाठीच श्रीकृष्णाने मला जिवंत ठेवलं. जेणेकरून लोकांना माझ्याबद्दल समजेल आणि माझ्या चुकांमधून ते शिकतील. शहाणे होतील.

मला आज स्पष्टपणे दिसतंय की, कृष्णाने माझ्याबाबतीत जे केलं, ते मनुष्याला शक्तीचा दुरुपयोग आणि भ्रूणहत्या यासारख्या घोर अपराधांपासून दूर ठेवण्यासाठी नितांत आवश्यक होतं. आपल्या हातून घडलेल्या पातकांबद्दल

मी जेवढी यातना सहन केली आहे, ती वेळ कधीही कोणावरही येऊ नये. या कथेच्या माध्यमातून मी परमेश्वराचा तो संदेश लोकांपर्यंत पोहोचवलेला आहे, ज्यासाठी श्रीकृष्णाने मला जिवंत ठेवलं आहे, त्यामुळे मी आता सुदर्शनचक्रधारी भगवान श्रीकृष्णाकडे अशी प्रार्थना करतो की, आता त्यांनी माझ्यावर करुणा करावी आणि या असह्य कष्टातून मला मुक्त करावं.

जे लोक मला अमर मानतात; जुनीपुराणी मंदिरं, जंगलं, निर्जन ठिकाणं आणि अरण्यातून शोधण्याचा प्रयत्न करतात, त्यांनी हे लक्षात घ्यायला हवं की, मनुष्याचं शरीर नाही तर त्याचे विचार अमर असतात, त्यामुळे अन्य मनुष्यमात्रांप्रमाणे माझं शरीरही नश्वर आहे. मीसुद्धा कधी ना कधी हा मर्त्यलोक सोडून जाणारच आहे; पण वासुदेव कृष्णाने दिलेला संदेश मात्र चिरकाल टिकणार आहे. त्यांनी मला दिलेल्या शापाची कहाणी अमर असणार आहे. मी अश्वत्थामा! आजही जिवंत आहे आणि यापुढेही सदैव जिवंत राहीन.